மஹாபாரதம்:
பகுதி 25

வெ. நாகராஜன்
Email: nagaradjanev@gmail.com

© Reserved

First Edition 01-Jun-2025

NOTION PRESS

India. Singapore. Malaysia.
ISBN xxx-x-xxxxx-xx-x

பொருளடக்கம்

காப்பு/ முன்னுரை

விநாயகா உன்பதத்தில் விழுந்து வணங்கினேன்,
கனிவாகச் சிறியன் கடும்பணி முடித்திட,
துணையாக வந்துத் தணிவாக அருளுவாய்,
நீயாக எழுதியது நிகரிலா பாரதம்.

பாரதம் என்னுமோர்ப் பாங்குடைய காவியம்,
பெரிதும் அரிதும் பெரும்புகழ் உடைத்துமென,
அறிந்தும் சிறியன் அடங்காது முயல்கிறேன்,
உன்பதம் அன்றியோர் உரமில்லை முழுமையுற.

முழுமையுற வேண்டினேன் மாதவா கண்ணா,
அருமையுள பாரதம் அகண்டதோர்க் கடலென்று,
அறிவிலுள பயங்கள் மனமிரள வைத்தாலும்,
உனதருளை நம்பியே உன்மத்தன் உழைக்கிறேன்.

உழைக்கிறேன் கண்ணா உன்பதக் கருணையால்,
நினைக்கிறேன் இதுவோ நடந்திடல் கடிதென்று,
அறிவிலேன் ஆகினும் அன்புளேன் உன்னடியில்,
குறைகளே இல்லாமல் எழுதவே அருளுவாய்.

அருளுவாய் ஈசனே அன்பின் பிரகாசனே,
தகுதியாய் இல்லாதும் தமியனாய் இருப்பவன்,
மிகுதியாய் முயல்வதை கருதியே சிறியன்,
முடிப்பதாய்த் துணைகொடும் மேலான பாரதம்.

பாரதம் துவக்கப் பேரிறை நாரணனை,
நரனாகும் ரிஷியை நன்கு பணிந்து,
சரஸ்வதியின் பாதத்தில் செலுத்துவோம் கருத்தை,
உரத்துடன் ஜெயமாவது உன்னத பாரதம்.

பகுதி 15:
ஆஸ்ரமவசிக பர்வம்

(1)ஆஸ்ரமவசிக பர்வம், பகுதி 1

நாராயணன் மாதவனுக்கு நயந்து தலைவணங்கி,
மானிடரின் நடுவிலே முதல்வன் நரனுக்கும்,
வணங்கிதான் அதன்பின் வித்தைகளின் தேவியாகும்,
சரஸ்வதியின் பதம்பணிந்து சொல்லவேண்டும் ஜெயமென்று.

ஜெயமென்று உரைத்து சொல்லவேண்டும் நிகழ்வுகளை,
வைசம்பாயனரிடத்து சந்தேகத்தை வினவினான் ஜனமேஜெயன்,
வெற்றிபெற்று நாட்டாட்சி வாய்த்தபின் பாட்டனார்கள்,
மேன்மைமிகு திருதராஷ்டிரரை மதித்து நடந்தனரா?

நடந்தனரா திருதராஷ்டிரர் நெஞ்சம் கோணாமல்?
மைந்தராய்ப் பிறந்தோரும் மந்திரிகளும் சபையோரும்,
வானுலகை அடைந்தபின் வளமைகளை இழந்தபின்,
எவ்விதமாய் நடந்தார் அரசர் திருதராஷ்டிரர்?

திருதராஷ்டிரர் போலவே தூயவர் காந்தாரி,
புகழ்பெற்றவர் எவ்விதத்தில் பாண்டவரிடம் நடந்துகொண்டார்?
பாட்டன்மார் அரசாட்சியைப் புரிந்தது எத்தனையாண்டு?

எத்தனையாண்டு காலம் எனது மூதாதையர்,
அரசாண்டு வந்தனரென அறிவிப்பீர் மாமுனியே,
தயைகூர்ந்து எனக்குத் தெரிவிப்பீர் விவரத்தையென,
நயந்து ஜனமேஜெயன் நவின்றான் முனிவரிடம்.

முனிவரிடம் கேட்டதும் மொழிந்தார் பதில்மொழியை,
வென்றபின்னும் பாண்டவர்கள் வேந்தர் திருதராஷ்டிரரை,
மரியாதைமிகும் விதத்திலே மாண்புடன் வணங்கினர்,
அரசரெனும் பதவியில் அமர்த்தி அரசாண்டனர்,
விதுரரும் சஞ்சயனும் வேந்தருக்கு பணிசெய்தனர்.

பணிசெய்தனர் வேந்தனுக்கு பரிவுமிக்க அனைவரும்,
திருதராஷ்டிரர் வைசியமாதுக்குத் தரித்த மகவாகும்,
அறிவுமிக்கதோர் யுயுத்சுவும் அருகிருந்தான் திருதராஷ்டிரருக்கு,
திருதராஷ்டிரர் கருத்தறிந்து தரணியை ஆண்டனர்.

ஆண்டனர் பாண்டவர்கள் அரசர் திருதராஷ்டிரரென,
அன்னவர் முடிவுகள் எடுத்திடும் வேளையில்,
மூத்தவர் திருதராஷ்டிரரின் மனதிலே நினைப்பதை,
கேட்டனர் அன்னவர் கருத்துப்படி முடிவெடுத்தனர்.

முடிவெடுத்தனர் பாண்டவர்கள் மன்னவர் சொற்படியே,
அரசாண்டனர் இவ்விதம் ஆண்டுகள் பதினைந்தளவு,
அமர்ந்திருந்தனர் திருதராஷ்டிரரின் அருகிலேயே பாண்டவர்கள்,
அவ்விதமவர் செய்தது யுதிஷ்டிரனின் விருப்பப்படி.

விருப்பப்படி திருதராஷ்டிரர் விளம்பிய கட்டளைகளை,
விளம்பியபடி பாண்டவர்கள் விரைந்து நிறைவேற்றினர்,
உச்சிமோந்து திருதராஷ்டிரரும் வாஞ்சைமிகக் காட்டினார்,
குந்தி காந்தாரிக்கு கனிவுடன் பணிசெய்தார்.

பணிசெய்தார் சுபத்திரையும் பாஞ்சாலியும் கனிவுடன்,
திருதராஷ்டிரர் மனைவிக்கும் திருதராஷ்டிர மன்னருக்கும்,
கொடுத்தனர் மரியாதையைக் குடும்பத்தார் அனைவரும்,
குருவேந்தர் திருதராஷ்டிரருக்கு கொடுத்தார் பல்பொருள்.

பல்பொருள் தங்கத்தில் பாங்காய் வடித்தவை,
படுக்கைகள் ஆபரணங்கள் பட்டாடைகள் அவற்றுடன்,
வேந்தர்கள் பயன்படுத்தும் விலையுயர்ந்த பொருளனைத்தும்,
திருதராஷ்டிரரிடத்தில் அளித்தான் தருமவான் யுதிஷ்டிரன்.

யுதிஷ்டிரன் திருதராஷ்டிரருக்கு அளித்ததான மரியாதைபோல்,
காந்தாரியின் தேவைகளை கவனித்தாள் குந்தி,
விதுரருடன் சஞ்சயன் வேந்தர்மகன் யுயுத்சு,
திருதராஷ்டிரரின் கட்டளைகளைத் தலைதாழ்த்தி ஏற்றனர்.

ஏற்றனர் கட்டளையை எல்லோரும் திருதராஷ்டிரரிடம்,
துரோணர் மைத்துனரான தூயவர் கிருபரும்,
வேந்தர் திருதராஷ்டிரரிடம் வந்து அருகிருந்தார்,

வந்தார் வியாசமுனியும் வேந்தரிடம் அவ்வப்போது.

அவ்வப்போது வியாசர் அளித்தார் வரலாறுகளை,
முற்காலத்து முனிவர்களும் மகரிஷிகளும் வாழ்ந்ததான,
வரலாறு பலவற்றை விளம்பினார் மைந்தனுக்கு,
தேவர் பித்ரிக்களின் தூய்மையைத் தெரிவித்தார்.

தெரிவித்தார் ராட்சதர்கள் தரணியில் வாழ்ந்தவிதம்,
திருதராஷ்டிரர் கட்டளையைத் தம்பி விதுரர்,
சிரமேற்றார் அதன்படி செய்தார் தருமகாரியம்,
செலவிட்டார் சிறிதாக சேர்த்தார் பெரும்புண்ணியம்.

பெரும்புண்ணியம் பாண்டவர்கள் பெற்றிடும் விதமாக,
தருமகாரியம் செய்தார் தூயவர் விதுரர்,
கைதிகளுக்கும் திருதராஷ்டிரர் கொடுத்தார் விடுதலை,
மரணமெனும் தண்டனையையும் மன்னித்து மாற்றினார்.

மாற்றினார் திருதராஷ்டிரர் மாபெரும் தண்டனையை,
வெளியிலேதும் பயணமுற்று வேந்தர் திருதராஷ்டிரர்,
செல்லும் நேரத்தில் சரியான பொருட்களை,
யுதிஷ்டிரனும் குறைவின்றி வழங்கி அனுப்பினான்.

அனுப்பினான் யுதிஷ்டிரன் அநேகவிதப் பொருட்களை,
அரளிகருடன் பழச்சாறு எடுத்தளிப்போர் சமைப்பவர்,
ராகண்டவம் சமைப்போரென அநேகவிதக் கலைஞரும்,
திருதராஷ்டிரரின் பயணங்களில் துணையாகச் சென்றனர்.

சென்றனர் திருதராஷ்டிரருடன் சிறப்பான துணைவர்கள்,
கௌரவர் வேந்தனும் கிடைத்தவை அனைத்திலும்,
மதிப்பானதோர் ஆடைகளை மாலைகளை மதுவகையை,
திருதராஷ்டிரர் உபயோகத்துக்குத் தந்தான் கனிவாக.

கனிவாக திருதராஷ்டிரருக்குக் கொடுத்தான் அனைத்தையும்,
மைரேயமாக வகைப்படுத்திய மதுபானமும் தேனும்,
குளிர்பானமாகப் பலவும் கொடுத்தான் யுதிஷ்டிரன்,
வளமாக இருந்தபோது வாய்த்தவற்றை வழங்கினான்.

வழங்கினான் யுதிஷ்டிரன் வளமைக்கு உகந்தவற்றை,
முற்காலம் போலவே மன்னவர்கள் பலரும்,

திருதராஷ்டிரரின் கட்டளையைத் தாங்கக் காத்திருந்தனர்,
குந்தியுடன் பாஞ்சாலியும் காந்தாரியிடம் பணிசெய்தனர்.

பணிசெய்தனர் உலூபியாம் பாம்புகளின் இளவரசியும்,
அரசியார் சித்ராங்கதாவும் அங்கு பணிசெய்தனர்,
சித்ரகேதுவானர் சகோதரியும் ஜராசந்தன் மகளும்,
சுவாலர் மகளுக்கு செய்தனர் பணிவிடைகள்.

பணிவிடைகள் செய்து பரிவுடன் கவனிக்கையில்,
மைந்தர்கள் இறந்தனரென மன்னவன் திருதராஷ்டிரன்,
வருத்தங்கள் அடையாவிதம் வழங்கவேண்டும் பரிவென்று,
ஆணைகள் இட்டான் அரசன் யுதிஷ்டிரன்.

யுதிஷ்டிரன் சொன்னவற்றை ஏற்றனர் அனைவரும்,
மன்னவன் மனம்போல மாண்புடன் பணிந்து,
திருதராஷ்டிரரின் சொல்லுக்கு தந்தனர் மரியாதை,
பீமனின் மனதில்மட்டும் பதியவில்லை கட்டளை.

கட்டளை யுதிஷ்டிரன் கொடுத்தாலும் பீமசேனன்,
பகடையை உருட்டிப் புரிந்ததான சூதாட்டத்தில்,
பாண்டவரை வாடவைத்த பார்வேந்தன் திருந்தராஷ்டிரனின்,
கெடுசெயலை எண்ணியெண்ணி கொதித்தான் பீமன்.

(2)ஆஸ்ரமவசிக பர்வம், பகுதி 2

பீமன் தவிர்த்து பாண்டவரின் சகோதரர்கள்,
அம்விகையின் மைந்தரை அன்புடன் வணங்கியதால்,
மன்னவன் எனும்நிலை மாறாத திருதராஷ்டிரர்,
குறைதான் இல்லாமல் களிப்புடன் வாழ்ந்தார்.

வாழ்ந்தார் முன்போல வேந்தர் திருதராஷ்டிரர்,
வந்தவர் அனைவரும் வழங்கினர் மரியாதை,
ரிஷிமுனிவர் குழாமும் அரசர் திருதராஷ்டிரரை,
கண்டனர் வாழ்த்தினர் கொடுத்தனர் அறிவுரை.

அறிவுரை பெற்ற அரசர் திருதராஷ்டிரர்,
தானங்களை வழங்கினார் தூயவர் பலருக்கு,

தேவையானவை அனைத்தையும் திருதராஷ்டிரர் மாளிகையில்,
அடுக்குதலைச் செய்தான் அரசன் யுதிஷ்டிரன்.

யுதிஷ்டிரன் மனதில் ஏதோர் கெடுசிந்தையும்,
அற்றவன் ஆதலால் அன்புடன் திருதராஷ்டிரரை,
மதித்தனன் அன்பு மிகைத்து பணிந்தனன்,
உரைத்தனன் சகோதரரிடம் உள்ளத்தின் எண்ணத்தை.

எண்ணத்தை சபையோரிடமும் இயம்பினான் யுதிஷ்டிரன்,
அரசராய் இருக்கும் அறமிக்கார் திருதராஷ்டிரரை,
மரியாதையாய் நடத்தவேண்டும் மாற்றுதல் கூடாது,
இக்கட்டளை பொருந்தும் எனக்கும் உங்களுக்கும்.

உங்களுக்கும் இதுகுறித்து உரைக்கிறேன் மேலும்,
திருதராஷ்டிரர்தம் கட்டளையைத் தலைமேல் சுமப்பவர்,
எனக்காகும் பெருநலத்தை ஏற்றுச் செய்பவரென,
உட்கருத்தும் உங்களுக்கு உரைத்தேன் கவனத்துக்கு.

கவனத்துக்கு மேலும் கூறுகிறேன் கேளீர்,
திருதராஷ்டிரருக்கு எதிரியெனத் தீயவர் எவரேனும்,
அடாதது செய்தால் அவரெனது வைரிதான்,
அன்னவருக்கு தண்டனை அளிப்பேன் திண்ணமாக.

திண்ணமாகக் கருத்தைத் தெரிவித்தான் தருமபுத்திரன்,
ஸ்ரத்தமாக சடங்குகள் செய்திடும் வேளையில்,
மகனுக்காக உறவினருக்காக மன்னவர் திருதராஷ்டிரர்,
அடுக்கடுக்காக தானங்களை அளித்தார் மனம்போல.

மனம்போல தானங்களை முறைப்படி அளித்தார்,
யுதிஷ்டிரனோடு பீமனும் அர்ஜுனனும் இரட்டையரும்,
வேந்தராக திருதராஷ்டிரர் விளம்பிய ஆணைகளை,
சிரத்தையாக முடித்து செய்தனர் உகந்ததை.

உகந்ததை செய்து உளத்திலே திருதராஷ்டிரர்,
மகன்களைப் பேரன்களை மரணத்துக்கு பறிகொடுத்து,
இழந்ததை நினைத்து அழாதவிதம் காத்தனர்,
வேதனை மிகைக்காமல் வேந்தரை கவனித்தனர்.

கவனித்தனர் பாண்டவர்கள் கௌரவரின் வேந்தரை,

கொடுத்தனர் மகிழ்வாகக் களிக்கத்தகும் அனைத்தையும்,
மனக்குறை நேராதவிதம் மன்னவனைக் காத்தனர்,
ஐவரைப் பொறுத்தவரை அரசன் திருதராஷ்டிரரே.

திருதராஷ்டிரரே வேந்தரெனத் தக்கவிதம் மதித்து,
குருவிடமே சீடரெனக் கவனமாய்ப் பணியேற்று,
பணிவுடனே நடந்த பாண்டவர் ஐவரிடமும்,
அன்புடனே நடந்தார் அகத்திலே கோபமில்லை.

கோபமில்லை பேரரசி காந்தாரியின் மனதிலும்,
ஸ்ரத்தங்களை சடங்குகளை செய்தார் விருப்பப்படி,
குழந்தைகளை இழந்தவர் கடமைகளைச் செய்து,
மனநிறைவை அடைந்தார் மாண்புடன் வாழ்ந்தார்.

வாழ்ந்தார் திருதராஷ்டிரர் வாட்டம் ஏதுமின்றி,
வேந்தர் யுதிஷ்டிரன் வழங்கிய போருட்களும்,
ஐவர் பணிந்து அளித்த மரியாதைகளும்,
திருதராஷ்டிரர் காந்தாரிக்கு தந்தன அமைதியை.

அமைதியை அடைந்தார் அரசர் திருதராஷ்டிரர்,
சிறுகுறையைக் கூடச் சொல்லுதற்கு வாய்ப்பின்றி,
அம்விகை மைந்தர் அடைந்தார் மனநிறைவு,
சுவாலர் மகளும் சோகத்தை விலக்கினார்.

விலக்கினார் சோகத்தை விரதமிக்க காந்தாரி,
பாண்டவர் தனது பிள்ளைகள் என்பதாக,
வழங்கினார் அன்பை வாழ்த்தினார் பாண்டவரை,
கெளரவர் வேந்தன் கருத்துடன் கவனித்தான்.

கவனித்தான் யுதிஷ்டிரன் கொஞ்சமும் தொய்வின்றி,
விசித்ரவீர்யரின் மைந்தருக்கு வேண்டியன அனைத்தும்,
வழங்கினான் பொன்பொருளாய் வேந்தர் திருதராஷ்டிரருக்கு,
காந்தாரியின் விருப்பத்தைக் கருத்துடன் முடித்தான்.

முடித்தான் இருவரும் மொழிந்ததை சிரத்தையாக,
திருதராஷ்டிரரின் மனதில் தலலிப்பட்டது சோகம்,
கேடானவன் தன்மகன் கீழ்மைபல செய்தவன்,
இறந்தான் என்பதை எண்ணும் நேரத்தில்.

நேரத்தில் எழுந்து நீராடி பூசித்து,
இறைவர்கள் பூசனையை இயற்றியபின் திருதராஷ்டிரர்,
பாண்டவர்கள் வெற்றிக்கென பகருவார் வாழ்த்துக்கள்,
ஆகுதிகள் கொடுப்பார் அக்கினிக்கு அனுதினம்.

அனுதினம் வேதியருக்கு அளிப்பார் தானங்கள்,
தன்மகனும் திருதராஷ்டிரருக்குத் தராத மனமகிழ்வை,
பாண்டவரிடம் இருந்து பெற்றார் திருதராஷ்டிரர்,
நால்வருணமும் யுதிஷ்டிரனை நயந்து வாழ்த்தினர்.

வாழ்த்தினர் யுதிஷ்டிரனை வையத்து மக்கள்,
திருதராஷ்டிரர் மைந்தர்கள் தீங்குகள் செய்ததை,
மறந்தார் யுதிஷ்டிரர் மதித்தார் திருதராஷ்டிரரை,
விதுரர் காந்தாரியும் உணர்ந்தனர் யுதிஷ்டிரனை.

யுதிஷ்டிரனை தூயவனென உணர்ந்தனர் அனைவரும்,
தவறுகளைத் தாங்கித் தவறிழைத்தவரை மன்னிக்கும்,
நற்குணத்தை உடையவன் நிகரிலாதான் யுதிஷ்டிரனென,
நேர்முகமாய்க் கண்டு நெகிழ்ந்தார் திருதராஷ்டிரர்.

திருதராஷ்டிரர் மகிழும்படி தருமபுத்திரன் யுதிஷ்டிரன்,
நலமிக்கதோர் வழியிலே நடந்த போதிலும்,
அதற்கோர் விதிவிலக்காய் அமைந்தான் பீமசேனன்,
வெளிப்போக்கானதோர் மரியாதையே வழங்கினான்
திருதராஷ்டிரருக்கு.

திருதராஷ்டிரருக்கு பீமன் தவில்லை முழுமரியாதை,
தருமரது மைந்தர் தந்ததான மரியாதையை,
கண்டுகொண்டு அதற்கேற்ப கொடுத்தான் மரியாதை,
மனமுவந்து பீமசேனன் மரியாதை அளிக்கவில்லை.

(3)ஆஸ்ரமவசிக பர்வம், பகுதி 3

அளிக்கவில்லை மரியாதையை அதிதீரன் பீமன்மட்டும்,
மக்களைப் பொறுத்தவரை மன்னவன் யுதிஷ்டிரன்,
திருதராஷ்டிரரை மரியாதையுடன் தக்கவிதம் நடத்தினான்,
துரியோதனனை நினைக்கும்போது துடித்தார் திருதராஷ்டிரரும்.

திருதராஷ்டிரரும் தனது தீமைமிக்க மைந்தனை,
நினைத்திடும் வேளையில் நெஞ்சம் உருகினார்,
பீமனிடம் அவருக்கு பெரிதாக அன்பில்லை,
பீமனும் திருதராஷ்டிரரிடம் பகைமையைக் காட்டினான்.

காட்டினான் தனக்குக் கிடையாது பொறுமையென,
திருதராஷ்டிரரின் மனங்கோணத் தீயவிதம் நடந்தான்,
அமர்த்தினான் ரகசியமாக அநேகப் பணியாளர்களை,
திருதராஷ்டிரரின் கட்டளைகளைத் துளியும் மதியாதவராய்.

மதியாதவராய் பணியாட்கள் மன்னவருக்கு அமர்த்தியபின்,
திருதராஷ்டிரரை வெறுப்பேற்ற தலைப்பட்ட பீமசேனன்,
நண்பர்களை அழைத்து நவின்றான் சுடுசொற்களை,
அக்குளை அடித்தபடி அடாதன பேசினான்.

பேசினான் திருதராஷ்டிரர் புரிந்துகொள்ள வேண்டுமென,
வேந்தரின் அருகிலே வீற்றிருந்த காந்தாரியும்,
கேட்கும் விதத்திலே கூறினான் கொடுஞ்சொற்கள்,
துரியோதனன் கர்ணன் துஷ்சாசனனை நினைத்தான்.

நினைத்தான் மனதிலே நெறிகேடர் கூட்டத்தை,
கண்ணிலான் இந்தக் கொற்றவனின் மைந்தர்கள்,
ஆயுதங்களின் பயன்பாட்டில் அதிதீரம் கொண்டவர்கள்,
எமனின் உலகிற்கு ஏகினர் என்கரத்தால்.

என்கரத்தால் கொன்றேன் எல்லா மகன்களையும்,
கதைகள் போலிருக்கும் கரங்களின் அருகிலே,
வந்தார்கள் திருதராஷ்டிரரின் வாஞ்சை மைந்தர்கள்,
அழிந்தார்கள் எனது ஆற்றல்மிக்க தாக்குதலால்.

தாக்குதலால் எதிரிகளைத் துடிதுடித்து மாளவைக்கும்,
பலத்தில் மிகுந்த பெருங்கரங்கள் எனதாகும்,
யானையிடத்தில் துதிக்கரம் இருப்பதைப் போலவே,
என்னிடத்தில் இருகரங்கள் இருக்கின்றன வலிமையாய்.

வலிமையாய் கரங்கள் வாய்த்தன எனக்கு,
சந்தனத்தைப் பூசிச் சக்தியுடன் பாதுகாத்து,
எதிரிகளை அழித்தேன் எனது கரங்களால்,

நட்புறவைச் உடனழைத்து நமனிடம் சென்றனர்.

சென்றனர் எதிரிகள் சாய்ந்து மண்ணுக்குள்,
புகுந்தனர் எமனுலகில் பெருந்தாக்கு தாளாமல்,
சாய்ந்தனர் எதிரிகளெனச் சொன்னான் கோபத்துடன்,
சொற்கள் ஒவ்வொன்றும் சென்றன அம்புபோல்.

அம்புபோல் திருதராஷ்டிரரை அடித்தன சொற்கள்,
மனதில் வாட்டமுற்று மன்னவர் வருந்தினார்,
காந்தாரியிடத்தில் அச்சொற்கள் கவலையை உண்டாக்கவில்லை,
காலங்கள் மாறியதென காந்தாரி தேறினார்.

தேறினார் காந்தாரி தூயதான மனத்துடன்,
எண்ணினார் பீமன்சொல்லில் இல்லை உண்மையென,
வாழ்ந்தார் திருதராஷ்டிரர் வேதனையுடன் பதினைந்தாண்டு,
தாங்கினார் பீமனின் தாக்கும் வார்த்தைகளை.

வார்த்தைகளை திருதராஷ்டிரர் வருத்தத்துடன் பொறுத்தார்,
இந்நிகழ்வைக் குறித்து அறியவில்லை யுதிஷ்டிரன்,
அறியவில்லை குந்தியும் அர்ஜுனனும் பாஞ்சாலியு,
இச்செயலை அறியவில்லை அறமிக்க இரட்டையரும்.

இரட்டையரும் மற்றவரும் எப்போதும் இருப்பதுபோல்,
திருதராஷ்டிரரிடம் மரியாதையில் தளர்வேதும் காட்டவில்லை,
வயோதிகராம் வேந்தருக்கு ஒவ்வாததாகும் வார்த்தைகளை,
பேசிடும் கெடுசெயலைப் புரியவில்லை வேறெவரும்.

வேறெவரும் அறியாவிதம் வ்ருகோதரன் பழிபேசினான்,
ஒருதினம் திருதரஷ்டிர வேந்தர் தம்முடைய,
நெருங்கிடும் நட்புறவிடம் நவின்றார் கருத்தை,
குருகுலம் அழிந்ததன் காரணம் நானாவேன்.

நானாவேன் துரியோதனனை நாடாள அமர்த்தியவன்,
உறவினரின் நலத்துக்கு ஊறுசெயத கேடனை,
அரசாளதான் விட்டால் அழிவுதான் நேருமென,
அச்சுதன் அன்றே அறிவித்தான் என்னிடம்.

என்னிடம் அச்சுதன் இயம்பினான் கருத்தை,
கேடுமிகும் துரியோதனனைக் கொன்றுவிடும் மன்னரே,

உதவிடும் சிலரையும் உற்றதான நட்பையும்,
அழித்துவிடும் அதனால் அனைவருக்கும் நலமென்று.

நலமென்று வழியொன்று நவின்றான் வாசுதேவன்,
ஏற்பென்று இல்லையென அச்சுதனது அறிவுரையை,
ஆராயாது நிராகரித்து அல்லல்களில் சிக்கினேன்,
அதேபோன்று அறிவுரைகளை அளித்தார் விதுரரும்.

விதுரரும் பீஷ்மரும் வில்லாளர் துரோணரும்,
கிருபரும் எனக்குக் கூறியது இதைதான்,
சஞ்சயனும் காந்தாரியும் சொன்னதும் இக்கருத்தே,
ஆகினும் என்மனம் அக்கருத்தை ஏற்கவில்லை.

ஏற்கவில்லை நற்கருத்தை ஆசைமிக்க என்மனம்,
புத்திரபாசத்தை முன்வைத்து பிழையைச் செய்துவிட்டேன்,
பெருங்கசப்பை அடைந்து பாடுபட்டு வாடுகிறேன்,
பெருவளமை கிடைத்தது பரதகுலத்து முன்னோரால்.

முன்னோரால் கிடைத்த மிகப்பெரும் வளமைகளை,
பாண்டவர்கள் அடையாவிதம் பெருந்தடை செய்தேன்,
தந்தையர்கள் பாட்டனார்கள் தந்ததான வளங்களை,
பகிராததால் உண்டானது பாதகமான பேரழிவு.

பேரழிவு உண்டாகுமென பகர்ந்தான் கண்ணன்,
கடனுக்கு மூத்தவன் கூறியதான அறிவுரை,
நலத்துக்கு வழிகாட்டும் நல்வார்த்தை என்பதை,
புரியாது மறுத்துவிட்டு புலம்புகிறேன் இப்போது.

இப்போது அறிகிறேன் அச்சொல்லின் விளைவுகளை,
அணிகமென்று வீரர்ர்கள் ஆயிரம் பல்லாயிரம்,
அழிந்தபின்பு என்மனதில் ஈட்டிகள் ஓராயிரம்,
தைத்திருப்பது போலவே தவிப்பு உண்டாகிறது.

உண்டாகிறது வேதனை உளத்துக்கு உள்ளாக,
தவறானது என்மனம் தீமைகளில் ஊறியது,
பாவத்துக்கு நிவர்த்தியை புரிவதற்கு தலைப்பட்டு,
பதினைந்து ஆண்டுகாலம் போனபின்பு முயலுகிறேன்.

முயலுகிறேன் பாவங்கலை முழுவதாக நீக்கிவிட,

உண்ணுகிறேன் நான்காம்பாகத்தில் உணவை ஒருசிறிது,
பசிதாகத்தின் கொடுமையைப் போக்கிடும் விதமாக,
சிறிதுதான் உண்பதைச் சொல்லுவாள் காந்தாரி.

காந்தாரி அறிவாள் கடைப்பிடிக்கும் விரதத்தை,
மற்றப்டி பணியாளர்கள் முன்போல அனுதினம்,
உணவினை உண்பதாக உளத்திலே நினைகிறார்,
யுதிஷ்டிரனை எண்ணியே இவ்விதம் மறைத்தேன்.

மறைத்தேன் ஏனெனில் மன்னவன் யுதிஷ்டிரன்,
பாண்டுவின் முதல்மகன் பாசமிக்க நல்லவன்,
எந்தன் விரதத்தால் அடைவான் பெருந்துயரம்,
மானின் தோலணிந்து மண்ணிலே படுக்கிறேன்.

படுக்கிறேன் வெறுந்தரையில் போட்டதான குசப்புல்லில்,
இறைவரின் தியானத்தில் இருக்கிறேன் எப்போதும்,
காந்தாரியும் எனைப்போலவே கடைப்பிடித்தாள் விரதம்,
இருவரின் வாழ்வும் இவ்விதம் மாறியது.

மாறியது நூறுமைந்தர் மரணத்தால் என்மனது,
போரென்று வந்தால் பின்வாங்காது முன்னேறும்,
மைந்தரது மரணத்தால் மாற்றங்கள் உண்டாகின,
அவர்களது சாவுக்காக அழவில்லை இப்போது.

இப்போது என்மகன்கள் இருக்கிறார்கள் மேலுலகில்,
க்ஷத்ரியரது கடமைகளைச் செய்துவிட்டு உயிர்நீத்து,
வானுலகு சென்றதால் வாட்டமில்லை என்மனதிலென,
தன்கருத்து என்னவெனத் தெரிவித்தார் திருதராஷ்டிரர்.

திருதராஷ்டிரன் அனைவருக்கும் தெரிவித்தார் கருத்தை,
அதன்பின்பு யுதிஷ்டிரனிடம் இயம்பினார் தனியாக,
யாதவரது மாதரசி ஈன்றவனே யுதிஷ்டிரா,
சொல்லுவது கேட்பாய் சீர்மிக்கான் நீயாவாய்.

நீயாவாய் என்னை நன்கு கவனித்தவன்,
ஆதரவாய் நீயிருந்தாய் அமைதியாய் நான்வாழ்ந்தேன்,
மகிழ்வாய் என்வாழ்வை மிகநெடும் காலத்துக்கு,
நிறைவாய் வாழ்ந்தேன் நல்கினேன் ஸ்ரத்தங்கள்.

ஸ்ரத்தங்கள் பலசெய்து சேர்த்தேன் புண்ணியத்தை,
புண்ணியங்கள் சேர்த்தேன் புரிந்த நற்செயல்களால்,
மகன்கள் மடிந்தபின்னர் மாதரசி காந்தாரி,
என்னிடத்தில் பரிவுடன் இருந்தார் ஆதரவாக.

ஆதரவாக என்னுடன் இருக்கிறாள் காந்தாரி,
கொடியவராக இருந்த கடுமைமிக்க மைந்தர்கள்,
கூத்ரியராக இருப்போர் சாரவல்ல முடிவுற்று,
போர்க்களமாக இருந்ததில் பிணமாக விழுந்தனர்.

விழுந்தார்கள் மைந்தர்கள் வீழ்ந்தது குறித்து,
இனிமேல் நான்செய்ய ஏதுமே கிடையாது,
சண்டையில் முன்னேறி சாய்ந்தார்கள் அனைவரும்,
வீரர்கள் இப்போது வாழ்கிறார்கள் மேலுலகில்.

மேலுலகில் இருக்கும் மைந்தர்கள் பொருட்டாக,
கடமைகள் இல்லை கைக்கொண்ட ஒருகடமை,
இனிமேல் காந்தாரியுடன் என்னைக் கடைத்தேற்ற,
வனத்தில் வாழவே வழங்குவாய் அனுமதி.

அனுமதி அளிக்கவேண்டும் அறமிகு மைந்தனே,
நேர்மைவழி அறிந்தவன் நல்லவழி நடப்பவன்,
மன்னனே குருவாவான் மண்வாழும் குடிகளுக்கு,
எனக்கினி வாழ்விடம் அடவியே யுதிஷ்டிரா.

யுதிஷ்டிரா இனிமேல் இருப்பிடம் வனந்தான்,
உரித்துதான் மரத்தினின்று எடுத்ததாம் தோலினை,
உடுத்துதான் வாழுதல் உகந்தது எங்களுக்கு,
காந்தாரியுடன் நானின்று கானகம் புகுவேன்.

புகுவேன் வனத்திலே புரிவேன் பெருந்தவம்,
அளிப்பேன் அங்கிருந்து ஆசிகள் உனக்கும்,
வயோதிகரின் வாழ்வுக்கு வனந்தான் உகந்ததாகும்,
உணவுதான் உண்ணாமல் வாழுவேன் காற்றிலே.

காற்றிலே இருப்பதைக் கொள்ளுவேன் உணவென,
தவத்திலே ஆழ்ந்து திளைப்பேன் வனத்திலே,
காந்தாரியுடனே நான்செய்யும் கடுந்தவப் பலன்களை,
உன்னுடனே பங்கிடுவேன் உனக்கும் புண்ணியம்.

புண்ணியம் என்வழியாய்ப் பெருகும் உனக்கும்,
மண்ணாளும் வேந்தனுக்கு மக்களின் செயல்களால்,
விளையும் பாவபுண்ணியம் வாய்க்கும் தானாக,
அதேவிதம் தவப்பலனை அடைவாய் வேந்தனே.

வேந்தனே என்று விளம்பிய திருதராஷ்டிரருக்கு,
கனிவுடனே பதிலளித்தான் கௌரவரின் வேந்தன்,
வருத்தமே அடைந்து வாடாது இருப்பீர்,
ஆட்சியிலே மகிழ்வில்லை அடாதவன் நானாவேன்.

நானாவேன் அறிவீனம் நிறைந்த கெடுமதியன்,
அரசாட்சியின் மோகத்தால் அறிவிழந்து கிடந்தேன்,
வருத்தத்தின் தாக்கத்தால் வாடியே நீவிர்,
இளைத்துதான் துரும்பானதை ஏறெடுத்து நோக்கவில்லை.

நோக்கவில்லை உங்களை நேர்முகமாய் இதுகாறும்,
உணவுகளை ஏற்காமல் வெறுந்தரையில் படுத்துறங்கி,
வேதனையை அனுபவித்து வாடினீரே நீவிர்,
முட்டாளைப் போலவே மதிகெட்டு நானிருந்தேன்.

நானிருந்தேன் நீவிர் நன்றாக உள்ளீரென்று,
சரியாகதான் இருப்பதாக சொன்னீர் முதலிலென,
அறியாதவன் நானும் உமைக்குறித்து வேறேதும்,
நினையாததுதான் என்போக்கில் நாட்டாட்சி செய்தேன்.

செய்தேன் அடாதசெயல் சீர்மையின்றி வீழ்ந்தேன்,
ஆளுகிறேன் வேள்விசெய்தேன் அதனால் என்னபயன்?
எந்தன் தந்தையாய் இந்தவிதம் வருந்திநிற்க,
ஆகினேன் காரணமாக அறிவீனன் முழுமூடன்.

முழுமூடன் எனக்கு மண்ணாட்சி பெருநோய்தான்,
நோயுற்றவன் ஆகியே நலிந்து வாடுகிறேன்,
வார்த்தைதான் இவ்விதம் விளம்பும் பலனென்ன?
நீவிர்தான் தந்தை நீவிர்தான் தாயும்.

தாயும் ஆனவரே தூயவராம் குருவே,
மூத்தவராம் உம்மை மனங்கோண விட்டுவிட்டு,
வார்த்தையெலாம் சிறப்பாக விளம்பினால் பலனென்ன?

நீர்தாம் இல்லாவிடில் நானிருத்தல் எங்ஙனம்?

எங்ஙனம் நானிருப்பேன் இந்நாட்டு அரசனாக,
உம்மிடம் உதித்தவன் யுயுத்சு அரியணையில்,
அமரட்டும் நாட்டை ஆளட்டும் மனம்போல,
வேறெவரிடம் அரசாட்சியை வழங்கினாலும் ஏற்புதான்.

ஏற்புதான் எனக்கு அடவியில் வாழ்வதும்,
ஆட்சிதான் செய்வீர் அரசராக நீவிரே,
எரிந்துதான் சாம்பலாக ஆகினேன் வேந்தரே,
எரித்துதான் மீண்டும் அழிக்கதான் வேண்டாமே.

வேண்டாமே ஆட்சியும் வேந்தனெனும் பட்டமும்,
அரசனே நானில்லை அரசர் நீவிர்தான்,
உம்மையே சார்ந்து வாழுபவன் நானாவேன்,
உமக்கே வனஞ்செல்ல வழங்குவேனோ அனுமதி?

அனுமதி அளித்திடேன் அடவியில் புகுதற்கு,
மனதில் வெறுப்பில்லை மன்னவர் உம்மிடம்,
தவற்றில் ஊறியவன் தீயவன் சுயோதனன்,
செய்தவற்றில் வெறுப்பேதும் சேரவில்லை உங்கள்மேல்.

உங்கள்மேல் தவறேதும் உரைத்திடேன் மன்னவரே,
இவ்விதத்தில் இந்நிகழ்வுகள் இவ்விடத்தில் நடக்கவே,
காலங்கள் நேரங்கள் குறிப்பிட்டு நடத்தியதால்,
குழப்பத்தில் நாங்களெலாம் கெட்டோம் காலத்தால்.

காலத்தால் உண்டாகின கேடானவை அனைத்தும்,
குந்திபோல் எனக்கு காந்தாரியும் அன்னையே,
துரியோதனன்போல் நானும் தங்களின் மைந்தனே,
வனத்தில் புகுதீரெனில் வருவேன் உம்முடன்.

உம்முடன் நானும் ஏகுவேன் வனத்துக்கு,
இதுதான் என்னுடைய இறுதியான முடிவு,
உயிர்மேல் அறுதியிட்டு உரைக்கிறேன் இக்கருத்தை,
மண்ணால் எனக்கு மகிழ்வில்லை அரசரே.

அரசரே இம்மண்ணின் அனைத்து வளமைகளும்,
பொன்னுடனே பொருட்களும் பொருட்டில்லை எனக்கு,

உம்முடனே இல்லாவிடில் உவகையேது என்மனதில்?
உம்மையே தஞ்சமுற்று வாழுகிறோம் நாங்கள்.

நாங்கள் வாழுதற்கு நீங்களே ஆதரவு,
மனதில் அஞ்சாதீர் மன்னவரே நீவிர்,
காலத்தால் விதிவசத்தால் கேடுகள் நேரிட்டன,
சோகத்தில் விடுபடவே சேவையுற்றேன் உம்மிடம்.

உம்மிடம் பணிந்தேனென உரைத்த யுதிஷ்டிரனிடம்,
அன்புமிகும் வார்த்தைகளை இயம்பினார் திருதராஷ்டிரர்,
கௌரவர்தம் மகிழ்வைக் கொடுக்கும் வேந்தனே,
மனதிடம் கொண்டுவிட்டேன் மாற்றுதல் இயலாது.

இயலாது இனிமேல் இவ்விடத்தில் இருப்பது,
தவமிருந்து வாழ்வைத் தனிமையிலே கழிப்பதென,
என்மந்து முடிவெடுத்தது இதுதான் இறுதிமுடிவு,
கௌரவரது குலவழக்கம் கானகத்தில் தவமிருப்பது.

தவமிருப்பது கௌரவர்களின் தலையாய இறுதிமுடிவு,
உனது பாதுகாப்பில் வாழ்ந்தேன் நெடுங்காலம்,
எனக்கு உகந்தவை எல்லாம் செய்துவிட்டாய்,
தந்தையென்று மரியாதை தந்து பணிசெய்தாய்.

பணிசெய்தாய் துணைநின்றாய் பலவளம் கொடுத்தாய்,
இறுதியாய் என்னாசை அடவியை அடைந்து,
தவத்தினைச் செய்வதெனத் தெரிவித்தேன் மைந்தா,
அனுமதியை வழங்கவேண்டும் அறமறிந்த வேந்தனே.

வேந்தனே என்று விளம்பிய திருதராஷ்டிரர்,
கரங்களே நடுங்கக் குவித்தார் இருகரமென,
நடந்ததே நடந்தவிதம் நவின்றார் வைசம்பாயனர்,
அம்விகை பெற்றமகன் அடுத்ததாகத் தொடர்ந்தார்.

தொடர்ந்தார் வேந்தர திருதராஷ்டிரர் கருத்தை,
கிருபர் சஞ்சயன் கேட்கவே அவர்களிடம்,
சொல்லுவீர் வேந்தனிடம் சரியானது என்செயலென,
நல்குவீர் ஆதரவை நலிந்தது என்மனம்.

என்மனம் நலிந்தது என்வாய் வரண்டது,

வயோதிகம் தாக்கியதால் வாய்வார்த்தை பேசவும்,
பலமேதும் எனக்கில்லை பாரீர் இந்நிலையென,
சொன்னவிதம் திருதராஷ்டிரர் சோர்ந்து துவண்டார்.

துவண்டார் திருதராஷ்டிரர் தாங்கிநிற்க கரங்களை,
வைத்தார் காந்தாரிமீது வயோதிகத்தால் பலமிழந்து,
தோன்றினார் உயிரைத் தாங்குதலே பெரிதென்று,
மயங்கியவர் போலிருந்தார் மன்னவன் பதறினான்.

பதறினான் யுதிஷ்டிரன் பகர்ந்தான் இவ்விதம்,
ஓராயிரம் யானைபலம் உற்றிருந்த திருதராஷ்டிரர்,
உட்காரதான் பலமின்றி வலிவுழந்து நலிவுற்றார்,
மாதொருவரின் மீதாக மயக்கத்துடன் சாய்கிறார்.

சாய்கிறார் இன்று சக்தியை இழந்தவராய்,
உடைத்தெறிந்தார் முன்னர் உறுதிமிக்க இரும்பிலே,
செய்ததோர் பொம்மையை சுயோதனன் வந்தானென,
பலமிழந்தார் இன்று பெருங்கேடன் நானாவேன்.

நானாவேன் கேடுகளால் நலிவுற்றிட விட்டவன்,
நெறிகளின் கருத்துக்களை நன்கறிந்து பலனென்ன?
இம்மன்னரின் நிலைமை இழிந்துவிட விட்டேனே?
இனிநான் உணவின்றி இளைத்து மெலிவேன்.

மெலிவேன் என்று மொழிந்தான் யுதிஷ்டிரன்,
வேந்தனின் செயலை விவரித்தார் வைசம்பாயனர்,
தந்தையின் மார்பிலே தனது கரத்தினால்,
வருடினான் யுதிஷ்டிரன் வாட்டம் தெளிவிக்க.

தெளிவிக்க விழைந்தான் திருதராஷ்டிரரின் அழற்சியை,
குளுமைமிக்க நீரினைக் கரத்திலே நனைத்து,
அருமைமிக்க வேந்தரை அன்புடன் வருடினான்,
புனிதமிக்க கரம்பட புத்துணர்வு திருதராஷ்டிரருக்கு.

திருதராஷ்டிரருக்கு யுதிஷ்டிரன் தொட்டதால் பூதுணர்வு,
மருந்துகளொடு அணிமணிகள் மிகைத்த கரத்தினால்,
நீரெடுத்து வருடியவன் நிகரிலான் யுதிஷ்டிரனின்,
கரம்பட்டு திருதராஷ்டிரருக்கு கிடைத்தது புத்துணர்வு.

புத்துணர்வு பெற்று பகர்ந்தார் திருதராஷ்டிரர்,
தொடுவது வேண்டும் தூயதான உன்கரத்தால்,
தாமரையது இதழ்போன்ற தூயதானக் கண்ணுடையோய்,
தூய்மைமிகு உன்கரத்தால் தோன்றியது புத்துணர்வு.

புத்துணர்வு பெற்றேன் பாராளும் வேந்தனே,
உனது சிரமோந்து உவகை எய்துவேன்,
கரம்பட்டு என்மனதில் களிப்பு மிகைத்தது,
இத்தினத்து எட்டாம்பாகம் இப்போது வந்தது.

வந்தது உணவை உண்பதற்குக் காலம்,
உணவு உண்ணாததால் உண்டானது மயக்கம்,
நகருவது இயலாதவனாய் நலிந்து சாய்ந்தேன்,
எனது பேச்சினால் ஏற்பட்டது சோர்வு.

சோர்வு காரணமாய் சரிந்து வீழ்ந்தேன்,
அமுது போன்றதான அருள்மிகு உன்கரத்தால்,
தொட்டது காரணமாய்த் தோன்றியது புத்துணர்வு,
இப்போது நலம்பெற்று எழுந்தேன் தெளிவுடன்.

தெளிவுடன் பேசிய தூயவர் திருதராஷ்டிரரின்,
உடலைதான் யுதிஷ்டிரன் அன்புடன் தொட்டான்,
யுதிஷ்டிரன் கரத்தினால் ஏற்பட்டது புத்துணர்வு,
வேந்தனின் சிரமோந்து வாழ்த்தினார் திருதராஷ்டிரர்.

திருதராஷ்டிரர் நிலைகண்டு துடித்தார் விதுரர்,
அழுதனர் விதுரரும் அநேக நட்புறவும்,
ஒருவருக்கொருவர் ஏதொரு வார்த்தையும் பேசவில்லை,
காந்தாரர் இளவரசி கடுஞ்சோகத்தைத் தாங்கினார்.

தாங்கினார் காந்தாரி தனக்குற்ற சோகத்தை,
தசர்ஹர் இளவரசி தூயவர் குந்தியும்,
மிகையானதோர் சோகத்தில் மௌனியாக இருந்தார்,
திருதராஷ்டிரர் யுதிஷ்டிரனிடம் தெரிவித்தார் கருத்தை.

கருத்தை உரைக்கிறேன் கேளாய் வேந்தனே,
தவத்தை செய்வதற்குத் தரவேண்டும் அனுமதியை,
பேச்சினைத் தொடர்ந்தால் பெருஞ்சோர்வு உண்டாகிறது,
மனச்சோர்வை உடல்சோர்வை மாற்றுவது கடினம்.

கடினம் என்பதாகக் கூறிய திருதராஷ்டிரரின்,
வார்த்தைகளும் கேட்டதால் விளைந்தது பெருஞ்சோகம்,
வீரர்களும் படையினரும் விளைத்தனர் பேரோசை,
சோகமிகும் மனத்துடன் சக்ரவர்த்தி நோக்கினான்.

நோக்கினான் மிகவும் நொடிவுற்ற தந்தையை,
உடலில்தான் எலும்புமட்டும் உள்ளதான கூடுபோல,
இளைத்துதான் இருந்த ஈடிலார் திருதராஷ்டிரரின்,
நிலைதான் கண்டு நவின்றான் வருத்தமாக.

வருத்தமாக இருக்கிறது வேண்டாம் உலகவாழ்வு,
உமக்குதான் தொண்டுசெய்து உம்முடன் நான்வருவேன்,
எனக்குதான் நீவிர் ஏதேனும் உதவிசெய்ய,
உண்ணந்தான் உடையீரெனில் ஏற்பீர் உணவினை.

உணவினைச் சிறிதேனும் உண்ணுவீர் வேந்தரே,
எதனைச் செய்தாலும் அதன்பின்னே செய்யலாமென,
கருத்தினை உரைத்ததும் கூறினார் திருதராஷ்டிரர்,
உணவை உண்ணுதற்கு வழங்குவாய் அனுமதி.

அனுமதி வழங்கென்று அன்புடன் திருதராஷ்டிரர்,
பேசி முடிக்கையில் பெருமுனிவர் வியாசர்,
சத்யவதி மைந்தர் சதுர்வேதம் தொகுத்தவர்,
யுதிஷ்டிரனை நோக்கி இயம்பினார் கருத்தை.

(4)ஆஸ்ரமவசிக பர்வம், பகுதி 4

கருத்தை உரைத்தார் கிருஷ்ண த்வைபாயனர்,
சொன்னதை ஏற்று செய்வாய் அதேவிதம்,
சரிதவற்றைக் குறித்த சிந்தனைகள் வேண்டாம்,
விருப்பத்தை திருதராஷ்டிரர் விளம்பியபடி நிறைவேற்று.

நிறைவேற்று மகனற்று நலிவுற்றவர் விருப்பத்தை,
வெகுகாலத்துக்கு தாங்கி வருத்தத்தில் வாழுதல்,
இயலாதென்று நானும் எண்ணுகிறேன் வேந்தனே,
ஞானத்துக்கு இடமாகிய நாரியாவார் காந்தாரி.

காந்தாரி நற்சொல் கூறும் மாதரசி,
வெகுவாகி கவலை விளைக்கும் வேதனையை,
உள்வாங்கி அமைதியாய் உளத்திலே தாங்கினார்,
தைரியசாலி ஆகியவர் தூயவர் காந்தாரி.

காந்தாரி மனதிலும் கவலையே மிகைத்தது,
மைந்தரை இழந்ததால் மிகவருத்தம் அடைந்தாள்,
என்சொல்லை ஏஏஉ அரசரை அனுமதிப்பாய்,
வீட்டில் இறப்பது விழுப்பமில்லை வேந்தருக்கு.

வேந்தருக்கு உகந்தது வனவாசத்தை ஏற்று,
இறுதிகாலத்து நாட்களை அருந்தவத்தில் கழிப்பது,
இறுதியானது வனவாசம் இதற்கு அனுமதிப்பாயென,
உரைத்தது கேட்டு விளம்பினான் யுதிஷ்டிரன்.

யுதிஷ்டிரன் உரைத்தான் வேதமுனி வியாசரிடம்,
அற்புதம் பலசெய்யும் அருந்தவ பலத்தாரிடம்,
ஆற்றல்மிகும் தவசியிடம் அளித்தான் பதிலை,
உம்மைதான் மரியாதையுடன் வணங்குகிறோம் நாங்கள்.

நாங்கள் அறிந்தவரை நீங்களே குருநாதர்,
எங்கள் நாட்டுக்கும் எமது அரசாட்சிக்கும்,
ஆதரவுகள் அளிப்பவர் அருந்தவர் நீவிர்தான்,
எங்கள் அரசரென அழைப்பதும் உம்மையே.

உம்மையே தந்தையென உற்றேன் அடைக்கலம்,
என்னையே மைந்தனென ஏற்றுக் காக்கவேண்டும்,
அரசருடனே குருவாக அமைந்தீர் எங்களுக்கு,
தந்தைசொல்லே ஏற்பது தனயனுக்குக் கடமை.

கடமை மதித்தலெனக் கூறிய வேந்தனிடம்,
கருத்தை மேலும் கூறினார் வியாசரென,
நடந்ததை வைசம்பாயனர நவின்றார் தொடர்ந்து,
கவிகளை எழுதுபவர் கூறினார் யுதிஷ்டிரனிடம்.

யுதிஷ்டிரனிடம் உரைத்தார் வேதங்களை தொகுத்தவர்,
ஆற்றல்மிகும் மாமுனிவர் ஆமோதித்தார் யுதிஷ்டிரனை,
சொன்னதலாம் உண்மைதான் சக்திமிகும் கரபலத்தோய்,

வயோதிகம் வந்துவிட்டது வேந்தராகும் திருதராஷ்டிரருக்கு.

திருதராஷ்டிரருக்கு அனுமதி தரவேண்டும் வேந்தனே,
இறுதிகட்டத்துக்கு வந்தவர் எண்ணம்போன்று வாழட்டும்,
அனுமதிப்பது கடமையாகும் எனக்கும் உனக்கும்,
என்னிடத்து உன்னிடத்து அனுமதியுடன் செல்லட்டும்.

செல்லட்டும் வனத்துக்கு செய்யட்டும் தவத்தினை,
விருப்பம் நிறைவேற வந்தோம் தடையாயெனும்,
குற்றமேதும் இல்லாமல் கொடுக்கவேண்டும் அனுமதி,
கடமையாகும் ராஜரிஷிகளுக்கு காட்டிலே தவம்புரிதல்.

தவம்புரிதல் கடமைதான் தரணியாண்ட வேந்தருக்கு,
உண்மையில் பாண்டுவாகிய உந்தன் தந்தையார்,
சீடன்போல் பணிந்தார் சீர்மிக்க திருதராஷ்டிரனை,
வேள்விகள் பலசெய்து வழங்கினார் பெரும்பொருளை.

பெருபொருளை வழங்கினார் பாராண்ட திருதராஷ்டிரர்,
மக்களை நல்லவிதம் மகிழ்வுடன் காத்தார்,
உங்களை வெளியேற்றியபின் வளமையுடன் பதின்மூன்றாண்டு,
தேசத்தை ஆண்டார் துணைநின்றனர் மைந்தர்கள்.

மைந்தர்கள் துணையுடன் மண்ணாண்ட வேந்தன்,
பொன்பொருள் கணக்கின்றி பலருக்கு தானமீந்தார்,
சீடர்கள் குருவுக்கு செய்யும் தொண்டுபோல,
இவரிடத்தில் பணிந்து ஏற்றாய் கட்டளைகள்.

கட்டளைகள் ஏற்றாய் காந்தாரியிடம் திருதராஷ்டிரரிடம்,
இக்கணத்தில் அவருக்கு அளிப்பாய் அனுமதியை,
தவத்தில் காலத்தைத் தள்ளட்டும் திருதராஷ்டிரர்,
அவர்மனதில் உங்கள்மீது அணுவளவும் கோபமில்லை.

கோபமில்லை திருதராஷ்டிரரிடம் கௌரவரிடம் என்பதாக,
வார்த்தைகளை உகுத்த வேதமுனி வியாசர்,
திருதராஷ்டிரரைத் தேற்றினார் தந்தையெனும் பரிவுடன்,
சொன்னதை ஆமோதித்தான் சீர்மிக்கான் யுதிஷ்டிரன்.

யுதிஷ்டிரன் சரியென இயம்பியதும் வியாசர்,
அகன்றுதான் சென்றார் அடவிக்கு மீண்டும்,

அதன்பின் தந்தையிடம் இயம்பினான் யுதிஷ்டிரன்,
வியாசரின் சொற்களுடன் உம்கருத்தை ஏற்கிறேன்.

ஏற்கிறேன் கிருபர் இயம்பிய வார்த்தைகளை,
வில்லாளரின் நடுவிலே வெகுநேர்த்தி கொண்டவர்,
சொன்னதன் கருத்தைச் சிரந்தாழ்த்தி ஏற்கிறேன்,
விதுரரின் யுயுத்சுவின் வார்த்தைகளை ஒப்பினேன்.

ஒப்பினேன் அனைவருடனும் வழங்கினேன் அனுமதி,
செய்கிறேன் உமக்குச் செயத்தக்க மரியாதைகளை,
எந்தன் தொழுகைக்கு ஏற்றதான அனைவரும்,
குலத்தின் நலத்தைக் காக்கும் உன்னதர்கள்.

உன்னதர்கள் இவரெலாம் உரைத்தவற்றை ஏற்கிறேன்,
அடவிக்குள் செல்லுமுன் அருந்துவீர் உணவினை,
அதற்குமேல் உமது அகத்தின் விருப்பப்படி,
வனத்தினுள் செல்லலாம் வழங்கினேன் அனுமதியை.

(5)ஆஸ்ரமவசிக பர்வம், பகுதி 5

அனுமதியை வழங்கியதும் அரசரான திருதராஷ்டிரர்,
மாளிகையை நோக்கி மெதுவாக நடந்தார்,
மன்னவரைத் தொடர்ந்தார் மனைவி காந்தாரி,
தளர்வை அடைந்ததால் தவித்து நடந்தார்.

நடந்தார் மிகவும் நொடிந்து பலவீனமாக,
உடலிலோர் பலமிலாத வேழக்கூட்டத் தலைவனென,
வேந்தர் தளர்வுடன் வந்தார் மாளிகைக்கு,
விதுரர் சஞ்சயன் வந்தனர் உடனாக.

உடனாக கிருபரும் வந்தார் வேந்தருடன்,
உள்ளாக்ச் சென்றபின்னர் உன்னதர் திருதராஷ்டிரர்,
காலைக்கானக் கடன்களைக் கருத்துடன் முடித்து,
பூசைக்கான காரியங்கள் புரிந்து உணவேற்றார்.

உணவேற்றார் காந்தாருயும் உற்றவர் குழாத்துடன்,
தசர்ஹர் இளவரசி தூயவள் குந்தியுடன்,

மருமகளானோர் பலருடன் மாதரசி காந்தாரி,
உண்டார் அவர்களுடன் உண்டார் விதுரர்.

விதுரர் மற்றோருடன் உண்டார் உணவினை,
பாண்டவர் அதுபோலவே புசித்தனர் உணவினை,
வந்தனர் திருதராஷ்டிரரிடம் உட்கார்ந்தனர் சூழ்ந்து,
அம்விகையார் மைந்தர் அளவளாவினார் யுதிஷ்டிரனிடம்.

யுதிஷ்டிரனிடம் திருதராஷ்டிரர் இயம்பினார் நல்லுரை,
அரசாட்சியெனும் எந்திரத்தில் அங்கங்கள் எட்டாகும்,
குறைவிலாததாம் கவனத்துடன் கடமைகளை செய்வாய்,
கவனனம் சிதறாமக் காரியங்கள் முடிப்பாய்.

முடிப்பாய் அனைத்தையும் முனைப்புடன் கருத்துடன்,
தருமத்தை முதலாவதாக்கித் தலைப்படுவாய் செயலாற்ற,
அறிவாற்றலைக் கொண்டவனே அறத்துடன் நாடாள,
வழிமுறை உரைக்கிறேன் வழுவாமல் கடைப்பிடி.

கடைப்பிடி தருமத்தைக் கருத்துடன் தெளிவுடன்,
வயோதிகரை கற்றவரை வணங்கி வழிபடுவாய்,
அறிவுரை சொன்னால் அதன்படி செயல்படு,
செயல்களை செய்யுமுன்னர் செய்வாய் ஆலோசனை.

ஆலோசனை செய்வாய் அறிவுமிக்க வயோதிகரிடம்,
சொன்னதை ஏற்று செயலாக்கு வேந்தனே,
நல்லதை ஆராய்ந்து நவிலவல்ல மூத்தோர்,
உன்னை மேம்படுத்த உரைப்பார் வழிகளை.

வழிகளைக் கேட்டு விதிகளைக் கடைப்பிடித்து,
ஆட்சியை செய்வாய் அரசனே யுதிஷ்டிரா,
புலன்களை புரவிகளெனப் பாங்குடன் அடக்கிவை,
ஐந்தானவை உனக்கு அளிக்கும் நலத்தை.

நலத்தை நினக்கு நல்கிட விழைந்திடும்,
அமைச்சரை நன்கு ஆராய்ந்து அவர்களின்,
நற்குணத்தை அறிந்தபின்னே நாடுவாய் ஆலோசனைக்கு,
பரம்பரை அதிகாரிகளுடனும் பழுதிலாருடனும் ஆலோசிப்பாய்..

ஆலோசிப்பாய் தன்னடக்கம் உடைய நல்லாருடன்,

சாதுரியத்தைக் காட்டி செயல்முடிக்கும் அதிகாரிகளை,
அறவழிவழியை வழுவாத அறிவுமிக்க உத்தமரை,
உறுதுணையாய் வைத்தல் உகந்ததாகும் நல்லாட்சிக்கு.

நல்லாட்சிக்கு ஆலோசிப்பாய் நம்முடைய அரசிடம்,
நெடுங்காலத்துக்கு பரம்பரையாய் நற்றுணை புரிவாரை,
அரசபக்தியொடு நமக்கு ஆதரவு அளிப்பாரை,
நேர்மையொடு இருப்பாரை நியமிப்பாய் அமைச்சராக.

அமைச்சராக இருப்பவர்போல் அரசாங்கம் நடந்திட,
ஒற்றராக பலரையும் உதவியாக வைக்கவேண்டும்,
பலவிதமாக வேடமிட்டு பற்பலவான இடங்களில்,
நிகழ்வதான தகவல்களை நல்கவேண்டும் ஒற்றர்கள்.

ஒற்றர்கள் போலவே உந்தன் பலத்துக்கு,
கோட்டைகள் வேண்டும் கனத்த மதில்களுடன்,
வாயில்கள் வளைவுகளுடன் வெகுபெருத்த கதவுகளும்,
கண்காணித்தல் கோபுரங்களும் கட்டவேண்டும் எல்லாப்புறமும்.

எல்லாப்புறமும் அருகருகாய் இருக்கவேண்டும் கோபுரங்கள்,
அருகருகாகும் அடுக்கிலே ஆறுபேர் உட்புகுந்திட,
இருக்கவேண்டும் கோபுரத்தில் அமைந்த பாதைகள்,
வலுமிகும் கதவுகளை வைக்கவேண்டும் அகலமாக.

அகலமாக உயரமாக அமைந்ததான கதவுகளில்,
காவலாக இருக்கவேண்டும் கனவீரர் பலரும்,
உனதான காரியங்களை உடனுக்குடன் முடித்துவிடு,
கவனமாக இருக்கவேண்டும் காக்கவேண்டும் உன்னை.

உன்னை பாதிக்கலாம் உணவுகள் ஏதேனும்,
உணவை ஏற்கும்போது வேண்டும் வெகுகவனம்,
மகிழ்வை எய்திட மாதரைப் புணர்ந்தாலும்,
மாலைகளை அணிந்தாலும் மிககவனம் வேண்டும்.

வேண்டும் கவனம் வாய்க்கும் ஆபத்தென்று,
படுக்கும் படுக்கையையும் பார்க்கவேண்டும கவனத்துடன்,
உன்னகம் தன்னிலே உன்னுடன் வாழ்ந்திருக்கும்,
மாதருக்கும் பாதுகாப்பு முக்கியம் வேந்தனே.

வேந்தனே அகத்திலே வேல்லைக்கு அமர்த்துபவர்,
வயோதிகரே ஆகவும் வெகுநல்ல நடத்தையோடும்,
நடத்தையிலே பிசகிலாத நல்லாராகவும் இருக்கவேண்டும்,
பிறப்பிலே நல்லவராயும் படித்தவராயும் இருக்கவேண்டும்.

இருக்கவேண்டும் அமைச்சர்கள் அறிவுத்திறம் மிக்கவராய்,
பணிவுடனும் வளத்துடனும் பரிவுடனும் பக்தியுடனும்,
நல்லவிதம் நடக்கும் நல்லவராயும் இருக்கவேண்டும்,
அவர்களுடனும் அவ்வப்போது அளவளாவிப் பேசவேண்டும்.

பேசவேண்டும் எல்லோருடனும் பேசுதற்கு உகந்தாரெனினும்,
எல்லோரிடமும் ஆலோசனைகள் ஏற்பது கூடாது,
ஆலோசிக்கும் பொருட்டாக அதற்கென நம்பிக்கையான,
அமைச்சர்களிடம் மட்டுமே ஆலோசிப்பது சரியாகும்.

சரியாகும் சிலநேரம் சிலருடன் ஆலோசிப்பது,
மிகவும் முக்கியமெனில் முழுதாக அனைவரிடமும்,
ஆலோசிக்கலாம் ஏதேனும் அதிமுக்கிய செயலுக்கு,
சிலநேரம் அலோசனையைச் சிலருடன் முடிக்கவேண்டும்.

முடிக்கவேண்டும் ஆலோசனையை மிகச்சில மனிதருடன்,
புதர்களும் புல்பூண்டும் பெருத்திராத வனத்திலோ,
காவல்மிகும் தனியறையிலோ கேட்கவியலா தூரத்திலோ,
ஆலோசிக்கலாம் ஆனால் இரவுநேரம் உகந்ததல்ல.

உகந்ததல்ல இரவுநேரம் அதிமுக்கிய ஆலோசனைக்கு,
பேசவல்ல மனிதக்குரங்கோ பறவைகளோ அவ்விடத்தில்,
இல்லாதிருக்க வேண்டும் இதுவும் மிகமுக்கியம்,
மனிதர்போலப் பேசவல்ல மிருகங்களை அகற்றவேண்டும்.

அகற்றவேண்டும் பைத்தியங்களை உஞ்சமேற்கும் ஊனமுளாரை,
ஆலோசிக்கும் கருத்துக்கள் அரைகுறையாய் வெளிப்பட்டாலும்,
ஆபத்தாகும் என்பதை அகத்திலே எண்ணவேண்டும்,
அமைச்சர்களிடமும் இதுகுறித்து அறிவிப்பு செய்யவேண்டும்.

செய்யவேண்டும் அறிவிப்பு சற்று கடுமையாக,
எவரேனும் ஆலோசனையின் அளித்த கருத்துக்களை,
வெளியிடும் பட்சத்தில் விளைந்திடும் கேடென்றும்,
ரகசியம் காப்பதால் ஏற்படும் நலமென்றும்.

நலமென்றும் அறிவிக்கவேண்டும் நாட்டின் ரகசிங்காத்தல்,
அரசாங்கம் இயற்றும் அனைத்து சட்டங்களையும்,
நம்பத்தகும் நீதிபதிகளால் நிலைநாட்டுதல் வேண்டும்,
மனநிறைவும் நன்னடத்தையும் முக்கியம் நீதிபதிக்கு.

நீதிபதிக்கு இருக்கும் நற்குணம் நன்னடத்தையை,
ஒற்றரது உதவியால் உறுதிசெய்வது அவசியம்,
தவறுசெய்த எவரையும் தண்டிக்கவேண்டும் வேந்தன்,
தண்டிப்பதற்கு முன்பு தக்கவிதம் ஆராயவேண்டும்.

ஆராயவேண்டும் வேந்தன் அதன்பின் தண்டிக்கவேண்டும்,
தவறாகும் செயலுக்குத் தக்கவிதம் தண்டித்தல்,
அரசாளும் வேந்தனுக்கு அதிமுக்கிய கடமையாகும்,
வெகுகீழாம் தவற்றுக்கு வழங்கவேண்டும் மரணதண்டனை.

மரணதண்டனை அல்லது மிக்கப்பெரும் அபராதத்தை,
கையூட்டினைப் பெறுவோருக்கும் களவாய்ப் புணர்வோருக்கும்,
பொய்யைப் பேசுவோருக்கும் பெரிதாய் ஏமாற்றுவோருக்கும்,
காமத்தை உடையோருக்கும் கொடுத்தல் வேண்டும்.

வேண்டும் கடுந்தண்டனை வருணக்கலப்பு செய்வோருக்கும்,
காலதேசம் கருதியே கொடுக்கவேண்டும் தண்டனையை,
எழுந்ததும் காணவேண்டும் அளிக்கும் அதிகாரிகளை,
முடிக்கவேண்டும் காலைக்கடனை பூசிக்கவேண்டும் இறைவரை.

இறைவரை வணங்கி ஏற்கவேண்டும் உணவினை,
படைகளைக் கண்காணித்து பெருக்கவேண்டும் ஆர்வத்தை,
ஒற்றர்களைக் காணுதற்கு உகந்தநேரம் மாலைவேளை,
இரவுவேளை மறுதினத்தின் அலுவல்களை எண்ணவேண்டும்.

எண்ணவேண்டும் மறுதினத்தின் அலுவல்களை இரவிலே,
நள்ளிரவை நடுப்பகலை நற்களிக்கும் விளையாட்டுக்கும்,
ஒதுக்குவதைச் செய்து உவகை அடையவேண்டும்,
உன்காரியத்தை முடிப்பதில்தான் உன்கருத்து இருக்கவேண்டும்.

இருக்கவேண்டும் காரியத்தை முடித்திடும் முனைவு,
உகந்தநேரம் கருதி வழங்கவேண்டும் தானங்களை,
சக்கரம் போலவே செயலனைத்தும் நடக்கும்,

நிறைக்கவேண்டும் கருவூலத்தை நெறிமிகும் வழிகளில்.

வழிகளில் தவறானவற்றை விலக்குதல் வேண்டும்,
உன்னழிவில் கருத்துகொண்டு உந்தன் பலவீனத்தை,
அறிவதில் கவனங்கொண்ட எதிரிகள் எவரென்று,
ஒற்றர்கள் மூலமாக உணர்ந்து அழிக்கவேண்டும்.

அழிக்கவேண்டும் கயவர்களை அண்டாத தூரத்திலேயே,
தக்கவிதம் ஆட்களால் தாக்குதல் வேண்டும்,
எதிரியிடம் அண்டாமலே அழித்தல் முக்கியம்,
இருக்கவேண்டும் வெகுதொலைவில் அழிக்கவேண்டும் எதிரியை,

எதிரியை தொலைவிலிருந்து அழித்தல் அவசியம்,
பணியாளரை நியமிக்குமுன் பணித்திறன் நன்னடத்தையை,
ஆராய்தலைச் செய்தபின் அமர்த்தவேண்டும் பணியில்,
செயல்களைச் அனைத்தையும் செய்யவேண்டும் பணியாளரால்.

பணியாளரால் மட்டுமே பணிகளை முடிக்கவேண்டும்,
அவர்கள் அப்பணிக்கென அமர்த்தாதவர் ஆகினும்,
செயல்கள் அனைத்தையும் செய்யவேண்டும் பணியாளரால்,
தளபதிகள் அனைவரும் தக்கவராய் இருக்கவேண்டும்.

இருக்கவேண்டும் தளபதிகள் அறத்துடன் நடப்பவராய்,
தைரியமும் திறமையும் தாங்கும் உறுதியும்,
உண்மையும் அரசபக்தியும் உடையவராய் இருக்கவேண்டும்,
கலைஞரும் பொறியாளர்களும் காக்கவேண்டும் பொருட்களை.

பொருட்களைக் கழுதைகளைப் பசுகன்றைக் காப்பதற்கு,
தக்கவரை நியப்பது தேவையாகும் வேந்தனே,
உன்பலத்தை பலவீனத்தை உணரவேண்டும் நீயாகவே,
எதிரிபலத்தை பலவீனத்தையும் அறிவது அவசியம்.

அவழியம் உனது ஆட்களின் பலவீனங்களை,
எதிரியாகும் ஆட்களிடம் இருக்கும் பலவீனத்தை,
அறிந்திடும் திறமை அரசாளும் வேந்தனுக்கு,
திறமிகும் குடிமக்களைத் தெரிந்துகொள்ளல் வேண்டும்.

வேண்டும் திறமிக்காரின் உறுதுணை உனக்கு,
அவர்தம் திறத்துக்கு அளிக்கவேண்டும் ஆதரவு,

உனதுநலம் காப்பதற்கு உளங்கொண்ட மாந்தரின்,
செயல்களை வெற்றியாக்க செய்யவேண்டும் உறுதுணை.

உறுதுணை அளித்து உன்னால் காக்கப்படும்,
வெகுதிறமை கொண்டவர்கள் வேந்தரின் தேவைக்கென,
முழுத்திறமை காட்டி முடிப்பார் செயல்களை,
திறமிக்காரை வேந்தன் துணையாகக் கொள்ளவேண்டும்.

(6)அஸ்வமேதிக பர்வம், பகுதி 6

கொள்ளவேண்டும் துணையெனக் கூறினார் திருதராஷ்டிரர்,
மன்னனாகும் ஒருவனது மாண்புக்கு உகந்தவற்றை,
வரிசையான அடுக்காக உரைத்தார் மேலும்,
உனக்கான மண்டலங்களை உறுதிசெய்தல் அவசியம்.

அவசியம் உன்மண்டலத்தை அறுதியாய் உறுதிசெய்தல்,
உன்னிடம் சார்ந்தாருக்கும் உனது வைரிகட்கும்,
சமமனம் கொண்டாருக்கும் சொல்லவேண்டும் இதுகுறித்து,
நான்குவிதம் எதிரிகளுக்கும் நவிலவேண்டும் மண்டலங்களை.

மண்டலங்களை எதிரிகளின் மண்டலங்கள் என்பதாக,
பகுப்பதைக் கருதவேண்டும் பாராளும் வேந்தன்,
அததாயினரை கூட்டாளிகளை எதிரிகளின் ஆதரவாளரை,
எதிரிகளைச் சேர்த்து அறியவேண்டும் நால்விதமென.

நால்விதமென எதிரிகள் நானிலத்தில் இருக்கிறார்,
அமைச்சரென இருப்போரும் ஆட்சிப்பரப்பின் மக்களும்,
கோட்டையென இருப்பதைக் காக்கும் வீரர்களும்,
ஆதரவென இருக்கலாம் அல்லது மனமாறலாம்.

மனமாறலாம் இருவரெலாம் மற்றவர்க்கு ஆதரவாக,
இதுகாறும் உரைத்தவை எண்ணிக்கை பனிரண்டு,
அரசர்தம் கருத்திலே எப்போதும் இருக்கவேண்டும்,
இதற்குமேலும் அறுபதென இரும்புவார் பகுப்பு.

பகுப்பு அறுபதாகும் பொறுப்புடைய வேந்தருக்கு,
அரசியலுக்கு உட்கருத்தை அறிந்த வித்தகர்கள்,
மண்டலமென்று இவற்றை மொழிவார் வையத்தில்,

ஆறுவிதத்து நிகழ்வுகள் ஆகின்றன மண்டலங்களால்.

மண்டலங்களால் ஆகும் மாநிலத்தின் நிகழ்வுகள்,
அறிதல் வேண்டும் ஆதாரமென இவற்றுக்கு,
அமைதல் எழுபத்திரண்டின் அடிப்படைத் தன்மைகளை,
போர்தொடுத்தல் செய்யவேண்டும் பொருத்தமான காலத்தில்.

காலத்தில் எதிரி கேடுற்று பலமிழந்து,
ஈனத்தில் இருக்கும்போது எழுப்பவேண்டும் போர்முழக்கம்,
முழுமுயற்சியில் எதிரியை முறியடிக்க முயலவேண்டும்,
பலத்தில் குன்றிய பகைவரை அழிக்கவேண்டும்.

அழிக்கவேண்டும் எதிரியை அதிகரித்த பலமிருந்தால்,
தன்பலம் குறைந்திருந்தால் தணிந்து பணிந்து,
எதிரியுடன் அமைதியை ஏற்படுத்த முயலவேண்டும்,
எப்போதும் பொருட்களை அரசுக்கென சேர்க்கவேண்டும்.

சேர்க்கவேண்டும் பொருட்களை செல்லவேண்டும் படைதிரட்டி,
போர்தொடுக்கும் காலத்தில் பொருந்தாது தாமதம்,
தகுந்தவிதம் ஆட்களைத் தேர்ந்தெடுத்து அவர்களுக்கு,
பொருத்தமாகும் விதத்தில் பணிகளைத் தரவேண்டும்.

தரவேண்டும் பணிகளைத் தக்கவரின் திறமறிந்து,
வேறேதும் கருத்துக்களோ வேண்டுதல் வேண்டாமையோ,
பணிதரும் காலத்தில் புந்தியில் எண்ணலாகாது,
படைதரும் சூழலில் பலமிலாரைத் தரவேண்டும்.

தரவேண்டும் எதிரிக்கு தரிசான களர்நிலத்தை,
தங்கம் கொடுத்தாலும் தரத்தில் தாழ்ந்ததாக,
செம்புமிகும் தங்கத்தை சமர்ப்பிக்கலாம் எதிரிக்கு,
பலமிலார்தம் படையைப் பகைவருக்கு அளிக்கலாம்.

அளிக்கலாம் எதிரிக்கு அமைதிக்கான உறுதிமொழி,
பகைவேந்தின் மகனைப் பெறவேண்டும் பணயமாக,
எதிரியிடம் நிலமோ அல்லத தங்கமோ,
எடுத்திடும் சூழலில் எடுக்கவேண்டும் சிறந்ததை.

சிறந்ததைப் படைகளில் சேர்க்கவேண்டும் தன்னுடன்,
எதிரிப்படை வீரர்களில் எவரெவர்கள் திறமுளாரோ,

அவர்களைத் தன்படையில் இணைப்பது பொருந்தும்,
தோற்றவேந்தனைப் பணியவைக்க தனயனைப் பணயமாக்கு.

பணயமாக்கு தோற்றுப் பணிந்தவனின் மைந்தனை,
ஆபத்தென்று சூழல்கள் அமைந்த நேரத்தில்,
அமைச்சரொடு கலந்தாய்ந்து எவ்விதமேனும் தப்பவேண்டும்,
ஆதரவற்று இருப்போரை அரசன் காக்கவேண்டும்.

காக்கவேண்டும் மக்களில் கடைநிலை அடைந்தோரையும்,
தனதுதேசம் காக்கவேண்டும் தாக்கவேண்டும் எதிரிகளை,
எதிரிகளிடம் ஒன்றுக்கடுத்து ஒன்றென்று மோதலாம்,
எல்லோரையும் ஒரேசேரத்தில் எதிர்ப்பதும் இயலும்.

இயலும் தனக்கென்றால் எல்லோரிடமும் மோதலாம்,
தடுக்கவேண்டும் எதிரிகளை அழிக்கவேண்டும் கருவூலத்தை,
எதிரியிடம் பொருள்குறைத்து எடுக்கவேண்டும் அவர்பொருளை,
துணைவரும் தலைவர்கட்குத் தரலாகாது இடர்கள்.

இடர்கள் தரலாகாது இணக்கமான வேந்தர்கட்கு,
உலகில் இருப்பதெலாம் வரவேண்டும் தன்கீழென,
மோதுவோர்கள் வந்தால் மோதலைத் தவிர்க்கவேண்டும்,
அமைச்சர்கள் வாயிலாக ஏற்படுத்தலாம் கலகத்தை.

கலகத்தை உண்டாக்கவேண்டும் கனவான்கள் நடுவிலே,
தன்னைச் சார்ந்தத் தலைவர்களின் நடுவிலும்,
அமைச்சர்களைக் கொண்டு எழுப்பவேண்டும் பூசல்களை,
எதிரிவேந்தரைக் கொல்லாமல் அடிமையாக்கி வைக்கவேண்டும்.

வைக்கவேண்டும் வைரிகளை ஒரேயடியாய் அழிக்காமல்,
காரணம் அவர்கள் கெட்டவரை தண்டித்து,
நல்லவர்தம் வாழ்வுக்கென நாடாளும் திறமாகும்,
இருக்கவேண்டும் கொக்குபோல ஏற்றதொரு தருணத்துக்கு.

தருணத்துக்கு ஏற்றபடி தாக்குதலும் பணிதலும்,
முடிவெடுத்து செயலாக்குதல் மன்னருக்கு உகந்ததாகும்,
பலமிழந்து இருக்கையில் பலமிகுந்த பகைவன்,
தாக்குதற்கு முன்வந்தால் தணிந்து பணியவேண்டும்.

பணியவேண்டும் அமைதியுடன் பலமிலா நேரத்தில்,

வேறேதேனும் வழியிலும் விலக்கவேண்டும் போரினை,
போர்நிறுத்தம் இயலாதெனில் போர்முனையும் எதிரியை,
தாக்கவேண்டும் தனக்குத் துணையான வீரருடன்.

வீரருடன் அமைச்சருடன் வைத்திருக்கும் பொன்பொருளுடன்,
மக்களுடன் சேர்ந்து மன்னன் போரிடவேண்டும்,
ஊடுருபவன் தாக்குதலை உக்கிரத்துடன் தடுக்கவேண்டும்,
தோல்விதான் முடிவெனத் தெரிந்தாலும் மோதவேண்டும்.

மோதவேண்டும் தன்னிடம் மீதமிருக்கும் பலத்துடன்,
கருவூலம் முழுவதையும் காலிசெய்து முயலவேண்டும்,
அவ்விதம் இறுதிவரை எதிரியுடன் மோதினால்,
வருத்தமேதும் இல்லாத விழுப்பம் கிடைக்கும்.

(7) ஆஸ்ரமவசிக பர்வம், பகுதி 7

கிடைக்கும் மனத்தெளிவு கருத்துடன் சிந்தித்து,
போருக்கும் அமைதிக்கும் பொருந்தும் சூழலை,
இவ்விரண்டும் இருவிதமென அறிந்து செயல்பட்டால்,
அமைதிக்கும் போருக்கும் அனேகமாகும் வழிகள்.

வழிகள் பலவற்றில் விவரமாய் சிந்திக்கையில்,
வலிமையில் தனக்கு வாய்த்தது என்னவென்றும்,
தன்னிடத்தில் பலவீனங்கள் தொய்வுகள் என்னவென்றும்,
கருத்தில் சீர்தூக்கினால் கிடைக்கும் முடிவு.

முடிவு நிதானமாக மதியூகத்தில் செய்யாமல்,
எதிரிமீது போர்தொடுக்க அவசரம் கூடாது,
வீரரது தேவைகளை விரைவாய் நிறைவேற்றிய,
எதிரியொடு மோதுதற்கு அவசரம் கூடாது.

கூடாது போர்செய்தல் கனவேந்தன் ஒருவனிடம்,
உடலது திடங்கொண்ட வீரர்கள் இருக்கையில்,
அவசரத்தொடு படையெடுத்து அறிவீனமாய் வீழுவது,
திட்டமிட்டு வழிமுறைகளைத் தெளிவாய் செயலாக்கவேண்டும்.

செயலாக்கவேண்டும் பலத்துடன் செயல்திட்டம் செய்ததை,

தக்ககாலம் வரும்போது தாக்கி வெல்லவேண்டும்,
தகாதகாலம் ஆகினால் தாக்காமல் அமைதிகாத்து,
எதிரிகளிடம் பிரிவினைகளை ஏற்படுத்தல் சரியாகும்.

சரியாகும் எதிரியை சிதைக்கும் திட்டங்கள்,
பலவிதம் கேடுகளைப் புரியவேண்டும் எதிரிக்கு,
அச்சமூட்டும் செயல்களால் அதிரவேண்டும் எதிரிமனம்,
தாக்கும் நேரத்தில் தளரவேண்டும் எதிரி.

எதிரி மீதாக ஏற்படுத்தும் தாக்குதலை,
முதலில் தனது முழுபலம் பலவீனத்தையும்,
அதேபோல் எதிரியிடன் ஆற்றலையும் பலவீனத்தையும்,
கருதி முடிவெடுத்துக் கணத்தில் தாக்கவேண்டும்.

தாக்கவேண்டும் எதிரியைத் தன்பலம் மிகைக்கையில்,
மூன்றாகும் பலங்கள் மிகைத்ததை தன்னிடமெனில்,
மோதலாம் எதிரியின் முழுத்திறனைக் கணக்கிட்டு,
தன்னிடம் இருக்கவேண்டும் தகுந்த முன்னெச்சரிக்கை.

முன்னெச்சரிக்கை நன்னடத்தை மதியூக அமைச்சர்,
இருப்பதை உறுதிசெய்தே எடுக்கவேண்டும் போர்முயற்சி,
பலத்தை அதிகரிக்க வளத்தைச் சேர்க்கவேண்டும்,
ஆதரவாளரை வைத்தும் அதிகரிக்கலாம் பலத்தை.

பலத்தை மேம்படுத்த பணங்கொடுத்து வீரர்களை,
விலையைப் பேசி வாங்குவதும் செய்யலாம்,
கானகத்தைச் சேர்ந்த கனவீரரைச் சேர்த்தும்,
தன்பலத்தை அதிகரித்துத் தாக்கவேண்டும் எதிரியை.

எதிரியைத் தாக்குதற்கு அவசியம் வணிகபலம்,
பொறியாளரைத் துணைகொண்டும் பலத்தைப் பெருக்கவேண்டும்,
பலவகை பலங்களில் பொன்பொருளும் ஆதரவாளரும்,
முதன்மை உடையவர் முழுபலத்தை அளிப்பவர்.

அளிப்பவர் ஒற்றர்களும் ஆதரவான பலத்தை,
ஆதரவாளர் பொன்பொருள்போல் அதிபலம் வழங்குவதில்,
முதலானவர் ஒற்றர்களும் மன்னரின் வெற்றிக்கு,
மூன்றுவிதத்தார் மன்னருக்கு மாபெரும் பலமளிப்பார்.

பலமளிப்பார் ஆதரவாளர் பொன்பொருள் ஒற்றர்கள்,
வேந்தரென்பார் அடையும் வீழ்வான கேடுகளை,
கணக்கிடுவதோர் கடினம் கூறவேண்டும் பலவிதமென,
கேடானதோர் நிகழ்வின் காரணங்களும் பலவாகும்.

பலவாகும் கேடுகள் பெருகிவரும் சூழலை,
எப்போதும் மனதிலே எண்ணமிட்டு அறியவேண்டும்,
வந்துசேரும் கேடுகளை விலக்கும் வழிமுறையை,
போர்நிறுத்தம் முதலாகப் புரிந்து செயலாக்கவேண்டும்.

செயலாக்கவேண்டும் போர்நிகழ்வைச் சேர்ந்தது பலமெனில்,
படையெடுக்கவேண்டும் எதிரிமீது பலமானது மிகைத்திருந்தால்,
கருதவேண்டும் தன்பலத்தைக் கணக்கிடவேண்டும் சூழலை,
ஆர்வமிகும் வீரர்கள் இல்லாவிடில் ஆபத்தாகும்.

ஆபத்தாகும் வீரர்களிடம் ஆர்வம் குறைவது,
உடல்பலமும் ஆர்வமும் உடையவரான வீரர்கள்,
இல்லாததாம் சூழலில் ஆபத்தாகும் போர்செய்தல்,
தவிர்க்கவேண்டும் போரினைத் தகாத சூழலில்.

சூழலில் பலங்கள் சேர்ந்து இருந்தால்,
மோதலில் இறங்கலாம் மிடிமையான பருவத்திலும்,
ஆறுபோல் தேர்களும் யானைகளும் புரவிகளும்,
கல்போல் அம்புக் கூடுகளும் வேந்தருக்கு.

வேந்தருக்கு தேர்க்கால்களே வனத்திலே மரங்கள்,
சேறுபோன்று காலாட்களும் செல்லுவார் வேழங்களுடன்,
ஆறுபோன்று அவ்விதத்தில் அலைகளுடன் கரைபுரண்டு,
வேந்தரது படைகள் வரவேண்டும் ஆர்வத்துடன்.

ஆர்வத்துடன் போர்முறைகள் அனைத்தையும் கடைப்பிடித்து,
சக்ரவியூகம் பத்மவியூகம் வஜ்ரவியூகம் என்பதாக,
உசானசெனும் பெருவீரர் உரைத்ததான வழிகளை,
போரிடும் மன்னன் பொருத்தமாய் அமைக்கவேண்டும்.

அமைக்கவேண்டும் வியூகத்தை அறிவுடன் கணக்கிட்டு,
எதிரியிடம் இருக்கும் ஆற்றலை பலவீனத்தை,
ஒற்றர்தம் உதவியால் உணர்ந்தபின் அதற்கேற்ப,
போர்க்களம் அமைக்கவேண்டும் பொருத்தமான இடத்தில்.

இடத்தில் தன்னாட்சியில் இருக்கும் பரப்பையோ,
எதிரியிடத்தில் இருக்கும் ஏதேனும் இடத்தையோ,
தேர்ந்தெடுத்தல் செய்தபின் தொடுக்கவேண்டும் போரை,
வீரர்கள் ஆர்வத்தை வலர்க்கவேண்டும் வேந்தன்.

வேந்தன் பலமிக்க வீரர்களைப் பயன்படுத்தி,
எதிரியின் மீதாக ஏவவேண்டும் படைகளை,
எதிரியின் சூழலை அறிந்து அதன்படி,
அமைதியின் வழிக்கும் அளிக்கவேண்டும் வாய்ப்பினை.

வாய்ப்பினை வழங்கலாகாது வைரிக்கு ஒருபோதும்,
உடலைக் காப்பது வேந்தரின் முதல்கடமை,
இகபரத்தைக் கணக்கிட்டு இரண்டுக்கும் தக்கவிதம்,
முறைகளை மீறாமல் மன்னவன் செயல்படவேண்டும்.

செயல்படவேண்டும் மக்களுக்கு சீர்மைகள் மேலிடும்படி,
பீஷ்மரும் இதுகுறித்து பகர்ந்தார் கருத்துகளை,
விதுரரும் விளம்பினார் வேந்தரின் கடமைகளை,
நானும் உனக்கு நவின்றேன் ராஜதர்மம்.

ராஜர்தர்மன் குறித்து அறிவித்தேன் வேந்தனே,
உன்னிடம் எனக்கு உளதான வாஞ்சையால்,
இவ்விதம் உனக்கு இயம்பினேன் நன்னெறிகள்,
இவ்விதம் செயல்பட்டால் எல்லோரும் வாழ்த்துவார்.

வாழ்த்துவார் உன்னை வையத்தில் அனைவரும்,
வானவர் உலகிலும் உண்டாகும் வெகுமேன்மை,
மக்களானோர் மகிழ மன்னவர் ஆண்டால்,
ஈடானதோர் புண்ணியம் அஸ்வமேதிகம் நூற்றுக்கு.

(8)ஆஸ்ரமவசிக பர்வம், பகுதி 8

நூற்றுக்கு மேலாக நோற்றதான அஸ்வமேதிகத்துக்கு,
நிகரானது வேந்தனின் நல்லாட்சித் திறமென்று,
யுதிஷ்டிரனிடத்து உரைத்த அரசர் திருதராஷ்டிரரிடம்,
பணிவொடு யுதிஷ்டிரன் பகர்ந்தான் ஏற்பினை.

ஏற்பினை உரக்கிறேன் இயம்பிய அறிவுரைக்கு,
உம்சொல்லை ஏற்று உலகை அரசாளுவேன்,
முதன்மை உடைய மன்னவரே நீவிர்,
உரைத்தவை அனைத்தையும் உண்மையுடன் கடைப்பிடிப்பேன்.

கடைப்பிடிப்பேன் நீவிர் கூறிய அனைத்தையும்,
அறிவுரைதான் கொடுப்போரெலாம் அகன்றீர் எனைவிட்டு,
வானவரின் உலகுற்றார் வேகவதியின் மைந்தர்,
உம்முடன் சஞ்சயனும் விதரரும் செல்லுவார்.

செல்லுவார் வனத்துக்கு சகோதரருடன் விதுரரும்,
எவருளார் இனிமேல் எனக்கு வழிகாட்ட?
உரைத்தீர் எனக்கு உன்னத நன்னெறிகளை,
அதனையோர் வேதமென அகமேற்று நடப்பேன்.

நடப்பேன் நீவிர் நவின்ற விதத்திலென,
வேந்தன் விளம்பியதை வைசம்பாயனர் கூறினார்,
யுதிஷ்டிரன் சொல்கேட்டு அரசன் திருதராஷ்டிரன்,
விழைந்தான் அத்துடன் உரையாடலை முடித்திட.

முடித்திட வேண்டும் மன்னவனே பேச்சினை,
அயர்ந்திட நேரிட்டது அதிகநேரப் பேச்சாலென,
ஓய்ந்திட விழைந்து உட்புகுந்தான் தன்னறையில்,
அமர்ந்திடச் செய்தவனை அண்டினாள் காந்தாரி.

காந்தாரி வினவினால் இடைத்ததா அனுமதியென,
ரிஷியாகிய வியாசர் அளித்துவிட்டார் அனுமதியை,
வேந்தாகிய யுதிஷ்டிரன் வழங்கினானா அனுமதியென,
கணவனை வினவினார் கலங்கிய வார்த்தைகளில்.

வார்த்தைகளில் பதிலை வழங்கினான் திருதராஷ்டிரன்,
தந்தையிடத்தில் அனுமதியைத் தரப்பெற்றேன் முன்னர்,
வேந்தனிடத்தில் அனுமதியை வாங்குவேன் விரைவாக,
வனத்தில் வாழுதற்கு விரைவில் செல்லுவேன்.

செல்லுவேன் அதற்குமுன்னர் செய்யவேண்டும் தானங்கள்,
சூதாட்டத்தில் விருப்பங்கொண்ட சீர்கெட்ட மைந்தர்கள்,
வானுலகில் மேன்மையுற வழங்கவேண்டும் பொருட்கள்,

என்மாளிகையில் மைந்தருக்கென அளிப்பேன் தானம்.

தானம் அளிப்பேனெனத் தெரிவித்தார் திருதராஷ்டிரரென,
மேலும் நிகழ்வுகளை மொழிந்தார் வைசம்பாயனர்,
மனைவியிடம் அவ்விதம் மொழிந்தபின் திருதராஷ்டிரர்,
யுதிஷ்டிரனிடம் இதுகுறித்து அறிவித்தார் விருப்பத்தை.

விருப்பத்தை வேந்தர் விளம்பியது கேட்டு,
பொன்பொருளை அனைத்தையும் பார்வேந்தன் கொணர்ந்தான்,
குருஜங்களத்தைச் சேர்ந்தோரெலாம் குவிந்தனர் அவ்விடத்தில்,
வருணபேதங்களைக் கடந்து வந்தனர் அனைவரும்.

அனைவரும் வந்தனர் அகத்திலே நிறைவுடன்,
அவ்விடம் வந்தோரை அன்புடன் வரவேற்று,
அவர்களிடம் பேசினார் அரசர் திருதராஷ்டிரர்,
கௌரவரும் நீங்களும் களிப்புடன் வாழ்ந்திருந்தீர்.

வாழ்ந்திருந்தீர் கௌரவருடன் வையத்து மாந்தர்காள்,
ஒருவருக்கொருவர் நலஞ்செய்து வெகுகாலம் வாழ்ந்தோம்,
குருவிடம் சீடர்களெனக் கூறப்படும் கருத்துக்களை,
ஏற்றிடும் நேரமிது அனைவரும் கவனிப்பீர்.

கவனிப்பீர் உங்களுக்கும் கூறும் கருத்தினை,
மனதிலோர் எண்ணம் மிகைத்தது எனக்கு,
வனத்திலோர் தவசியாக வாழவேண்டும் இனிமேலென,
எனக்கோர் விருப்பம் எழுந்தது சிலகாலமாக.

சிலகாலமாக இதுகுறித்து சொல்லிவந்தேன் காந்தாரியிடம்,
வியாசரான தந்தையும் வேந்தனான யுதிஷ்டிரனும்,
ஒப்புதலாக அனுமதியை வழங்கினர் எங்களுக்கு,
அடுத்ததாக உங்களிடம் அனுமதியை வேண்டுகிறேன்.

வேண்டுகிறேன் நீங்களும் வழங்கவேண்டும் அனுமதியென,
தயங்கதான் வேண்டாம் தரவேண்டும் அனுமதியை,
பரஸ்பரம் நம்மிடையே புரிந்துகொள்ளும் சூழல்கள்,
இருந்தவிதம் வேறெங்கும் இருந்ததில்ல நல்லெண்ணம.

நல்லெண்ணம் நிறைந்தது நமது தேசந்தான்,
ஆளுவோரும் ஆளப்படுவோரும் அகத்திலே பேதமின்றி,

வெகுகாலம் வாழ்ந்தோம் வெகுமகிழ்வை எய்தினோம்,
வயோதிகம் வந்ததால் வலிமையற்று நலிந்தேன்.

நலிந்தேன் மெலிந்தேன் நோற்றேன் விரதங்கள்,
எந்தன் துணையாக இருந்தார் காந்தாரியும்,
அவரின் உடலும் இளைத்து மெலிந்தார்,
யுதிஷ்டிரனின் ஆட்சியில் எங்களுக்கு வெகுமகிழ்வு.

வெகுமகிழ்வு எனக்கு வேந்தன் யுதிஷ்டிரனால்,
துரியோதனனது ஆட்சியிலும் தென்படாத அளவுக்கு,
என்மனது மகிழ்ந்தது அரசன் யுதிஷ்டிரனால்,
இப்போது வனந்தான் எனக்குப் புகலிடம்.

புகலிடம் வனமன்றி போக்கிடம் வேறில்லை,
குழந்தைகளும் இறந்தனர் வயோதிகமும் வந்தது,
அவ்விதம் நலிந்தவனுக்கு அடவியன்றி வேறேதும்,
புகலிடம் உண்டா பகருவீர் பதிலை.

பதிலை உரைக்கவேண்டும் பாசமுள்ள மக்களே,
வனவாசத்தை ஏற்றிட வழங்கவேண்டும் அனுமதியென,
உரையை முடித்தார் உத்தமர் திருதராஷ்டிரர்,
குருஜங்களத்தைச் சேர்ந்தவர்கள் கதறி அழுதனர்.

அழுதனர் புலம்பினர் அரற்றினர் பிதற்றினர்,
வடித்தனர் கண்ணீரை வரவில்லை பேச்சேதும்,
அன்னவர் நிலைகண்ட அரசர் திருதராஷ்டிரர்,
உரைத்தார் வருத்தத்தை விலக்கிடும் வார்த்தைகளை.

(9)ஆஸ்ரமவசிக பர்வம், பகுதி 9

வார்த்தைகளை உகுத்தார் வேந்தர் திருதராஷ்டிரர்,
உங்களை சந்தனுவான வேந்தர் ஆட்சிசெய்தார்,
அவ்வழியைப் பின்பற்றி அரசாண்டார் விசித்ரவீர்யன்,
பீஷ்மரைத் துணைகொண்டு பேரரசை ஆண்டார்.

ஆண்டார் பாண்டு அரசராக உங்களை,
வேந்தர் அவரெனக்கு வாஞ்சைத் தம்பியாவார்,

அன்பர் எனக்கும் உங்களுக்கும் பாண்டுவேந்தர்,
உமக்கோர் அரசனாக அமர்ந்தேன் நானும்.

நானும் என்மகனான நீசன் துரியோதனனும்,
ஆளும் காலத்தையும் அனைவரும் நினைவீர்,
ஏதும் தடையின்றி ஆண்டோம் இந்நாட்டை,
மூடனெனினும் துரியோதனன் மக்களை வாட்டவில்லை.

வாட்டவில்லை உங்களை வேந்தன் சுயோதனனும்,
பொறாமையைத் திமிரைப் பேராசையை உற்றாஅல்,
பேராழிவைக் கொணர்ந்து பாருலகை அழித்தான்,
அறியவில்லை அரசியலை அதிமூடன் சுயோதனன்.

சுயோதனன் காரணமாய்ச் சீரழிவைக் கொணர்ந்ததில்,
எவ்விதம்நான் செயல்பட்டேன் அறவழியா அன்றாவென,
சீர்துக்கிதான் ஆராயாமல் சிறியோனை மன்னிப்பீர்,
அந்நிகழ்வின் பதிவுகளை அகற்றுவீர் மனம்விட்டு.

மனம்விட்டு அகற்றுவீர் மாண்பிலாத என்செயலை,
வயோதிகத்து காலந்தான் வந்ததென்று மன்னிப்பீர்,
இவனது குழந்தைகளை இழந்தானென மன்னிப்பீர்,
வருத்தமுற்று மனதில் வதைந்தானென மன்னிப்பீர்.

மன்னிப்பீர் இம்மனிதன் மன்னனாக ஆண்டவனென,
பெருவேந்தர் குலத்திலே பிறந்தவனென மன்னிப்பீர்,
இதுபோன்றதோர் காரணத்தை எண்ணி மன்னிப்பீர்,
மனைவியார் காந்தாரிக்கும் மகிழ்வில்லை வாழ்வில்.

வாழ்வில் துயரத்துடன் வயோதிகத்தை அடைந்தவர்,
மகன்கள் மரணத்தால் மிகவும் துடிப்பவர்,
வயோதிகத்தில் தள்ளாடும் வஞ்சியான காந்தாரியும்,
என்னருகில் வனத்துக்கு ஏகிடவே விரும்புகிறார்.

விரும்புகிறார் காந்தாரியும் வனவாசம் உற்றிடவே,
வேண்டுகிறார் உங்களிடம் வழங்கவேண்டும் அனுமதியென,
இருவர் நிலையையும் அறிவீர் நீங்கள்,
இழந்தவர் ஆகினோம் எங்கள் மைந்தர்களை.

மைந்தர்களை இழந்து மனநிலை பாதித்து,

வயோதிகத்தை அடைந்தோர்க்கு வனவாசமே முடிவாகும்,
அனுமதியை அளித்தால் அகமகிழ்வை எய்துவோம்,
எங்களைக் காப்பது உங்களின் கடமை.

கடமை தவறாதவன் கௌரவரின் வேங்கை,
குந்தியை அன்னையாய்க் கொண்டவன் யுதிஷ்டிரனை,
அன்பைக் காட்டி ஆதரிக்க வேண்டுகிறேன்,
நட்புபகை இரண்டிலும் நல்கவேண்டும் ஆதரவை.

ஆதரவை அளிக்கவேண்டும் அரசன் யுதிஷ்டிரனுக்கு,
நால்வரை அமைச்சர்களாய் நியமித்த அவ்வேந்தன்,
திறத்தை உடையத் தம்பியரைப் பெற்றவன்,
நேர்மை தவறாதவன் நானிலத்தின் காவலன்.

காவலன் உலகுக்கே கௌரவரின் பெருவேந்தன்,
பிரமரின் வடிவமெனப் பூவுலகில் வாழுகிறான்,
ஆற்றலின் உறைவிடமாய் இருப்பவன் இவ்வேந்தன்,
ஆட்சியின் கடமைகளை ஆற்றுவான் பிசகின்றி.

பிசகின்றி ஆளுவான் பேரரசன் யுதிஷ்டிரன்,
யுதிஷ்டிரனை உங்களுக்கு அளிக்கிறேன் புதையலென,
உங்களை யுதிஷ்டிரனிடம் வழங்குகிறேன் புதையலென,
என்மகன்களை மன்னிப்பீர் எல்லாவிதப் பிழைக்கும்.

பிசைக்கும் பொறாமைக்கும் பிசகுக்கும் ஆட்களாகி,
இவ்வுலகம் விட்டு அவ்வுலகம் சென்றுவிட்டு,
எனதாகும் மகன்களுக்கு அளிக்கவேண்டும் மன்னிப்பு,
நட்புறவாகும் எவரேனும் நீசரெனினும் மன்னிப்பீர்.

மன்னிப்பீர் என்னவர்கள் மதிகேடு செய்திருந்தால்,
என்னைநீர் இதுகாறும் எதற்காகவும் வெறுத்ததில்லை,
எனக்குநீர் எப்போதும் ஆதரவாகவே இருந்தீர்,
அளிப்பீர் மன்னிப்பை இருகரங்கள் குவித்தேன்.

குவித்தேன் கரங்களைக் கொடுப்பீர் மன்னிப்பை,
வேண்டுகிறேன் அனுமதியை வனவாசம் செல்வதற்கு,
எந்தன் மனைவியுடன் ஏகுவேன் வனத்துக்கு,
எந்தன் என்மகன்களின் ஈனங்களை மன்னிப்பீர்.

மன்னிப்பீர் பேராசை மிகைத்தவராம் மைந்தர்களை,
அன்னவர் அமைதியின்றி அநேகவிதம் தவறிழைத்தார்,
உம்மவர் மன்னிப்பு வேண்டும் எமக்கென்று,
வேந்தர் திருதராஷ்டிரர் வேண்டினார் மக்களிடம்.

மக்களிடம் வேந்தர் மனமுருகி வேண்டியதும்,
அழுகையும் வருத்தமும் ஆட்கொண்டன மக்களை,
பதிலேதும் விளம்பாமல் பார்த்தனர் வெறுமையாக,
வெகுசோகம் தாக்கியது வந்திருந்த மக்களை.

மக்களை தாக்கிய மிகுந்த சோகத்தால்,
பேச்சில்லை அவ்விடத்தில் பார்த்தனர் ஒருவரையொருவர்,
சூழ்நிலை காரணமாய் சொல்லேதும் எழாமல்,
மயக்கநிலை அடைந்தவர்போல் மருவினர் அனைவரும்.

(10)ஆஸ்ரமவசிக பர்வம், பகுதி 10

அனைவரும் சோகத்தில் அழுத்தமான மனநிலையில்,
பதிலேதும் சொல்லாது பார்த்திருந்தார் என்பதாக,
வைசம்பாயனரும் தொடர்ந்து விவரங்களை உரைத்தார்,
ஆழமிகும் சோகத்தில் அமிழ்ந்துவிட்ட மக்களுக்கு,
தொண்டையும் அடைத்தது தரவில்லை பதிலை.

பதிலை அளிக்காமல் பார்த்திருந்த மக்களிடம்,
பரிவை மிகக்காட்டி பேசினார் திருதராஷ்டிரர்,
தன்முடிவைக் குறித்து தொடர்ந்து பேசினார்,
முதுமை அடைந்துவிட்டேன் மைந்தரில்லை எனக்கு.

எனக்கு மனதிலே ஏதும் மகிழ்வில்லை,
சிரமப்பட்டு பிறரிடம் சொன்னேன் எனதுநிலையை,
வருத்தத்தொடு அவர்களும் வழங்கினர் அனுமதியை,
என்னொடு என்மனைவியும் ஏகட்டும் அடவிக்கென.

அடவிக்கென செல்லுதற்கு அனுமதித்தார் தந்தையார்,
வியாசரான த்வைபாயனரும் வழங்கினர் அனுமதியை,

அரசனான யுதிஷ்டிரன் அறமெலாம் அறிந்தவன்,
சோகமான மனத்துடன் சொல்லிவிட்டான் ஒப்புதலை.

ஒப்புதலை தந்தையும் வேந்தனும் வழங்கினர்,
உங்களை சிரந்தாழ்த்தி வணங்கி வேண்டுகிறேன்,
காந்தாரியைத் துணையாக்கிக் காட்டுக்குச் சென்று,
என்வாழ்வைக் கழிக்க அளிப்பீர் அனுமதி.

அனுமதி அளித்தால் அகமகிழ்வு எனக்கென்று,
உரையாற்றி முடித்த வேந்தன் திருதராஷ்டிரனுக்கு,
பதில்மொழி அளிக்காமல் பதறி அழுதனரென,
நிகவுகளை வைசம்பாயனர் நவின்றார் தொடர்ந்து.

தொடர்ந்து மக்கள் தேம்பி அழுதனர்,
மேல்துண்டு வைத்து முகத்தை மறைத்து,
கரங்களது உதவியால் கண்ணீரைத் துடைத்து,
திருதராஷ்டிரனது நிலைக்கெனத் தேம்பினர் மக்கள்.

மக்கள் தங்களது மகனை இழந்திடும்,
அன்னையர்கள் தந்தையர்கள் அழுதிடும் நிலைபோல,
அழுதார்கள் சோகம் அதிகரித்த மனநிலையில்,
புத்திரசோகத்தில் அழுந்தினர் பெற்றவர்கள் தாமென்று.

தாமென்று அங்கிருந்தோர் தரணிவேந்தன் திருதராஷ்டிரனுக்கு,
ஆதரவு காட்டி அழுது நின்றனர்,
உலகைவிட்டு திருதராஷ்டிரர் வெளியேறியதாய் அழுதனர்.

அழுதனர் அன்னைதந்தை அவர்களின் மைந்தன்,
அன்னவர் அருகிருந்து அகன்று பிரிவதாக,
அனைவர் மனதிலும் எண்ணம் வேறில்லை,
எண்ணினர் திருதராஷ்டிரன் அடவிக்கு செல்வதை.

செல்வதை நினைத்து சோகத்தை அடைந்து,
மயக்கநிலை உற்றவராய் மன்னனை ஏறிட்டனர்,
ஒருவழியாய் ஆறுதலை உளத்திலே அடைந்து,
கருத்துகளை மற்றவருடன் கலந்து பேசினர்.

பேசினர் தமக்குள் பேசி முடிவெடுத்து,
அங்கிருந்தவர் நடுவிலே அறிவுமிக்க வேதியனை,

நியமித்தனர் தமக்காக நவிலவேண்டும் பதிலென,
ஏற்பானதோர் மனதுடன் எழுந்தான் வேதியன்.

வேதியன் அறங்களை வேதங்களை நன்கறிந்தவன்,
சாம்பன் என்று சொல்லப்படும் பெயருடையான்,
பேசதான் முன்வந்தான் பெருமக்கள் அனுமதியுடன்,
அனைவரின் ஒப்புதலுடன் ஆரம்பித்தான் பேச்சினை.

பேச்சினைத் துவங்கினான் பேசுந்திறம் கொண்டவன்,
குழுவாய்த் திரண்டவர் கூறும் பதிலை,
முறையாய் உமக்கு மொழிந்திடும் பொறுப்புக்கு,
என்னைத் நியமித்தனர் இங்கிருக்கும் மக்கள்.

மக்கள் கருத்தினை மன்னவன் உமக்கு,
உரைத்தல் செய்கிறேன் உன்னதமிகு அரசனே,
பெறுதல் வேண்டும் பகரும் பதில்மொழியை,
உம்சொல் அனைத்தும் உண்மைதான் வேந்தனே.

வேந்தனே வெகுபுண்ணியம் வாய்த்த நல்லோனே,
விளம்பவே செய்தவற்றில் ஒருபிழையும் இல்லை,
நீவிரே எமக்கெலாம் நலம்விரும்பி ஆகினீர்,
நாங்களே உமது நலம்விரும்பும் நட்புறவு.

நட்புறவு நாங்களென நாடாண்ட குலத்தாரே,
உங்களது குலத்திலே உதித்துவந்த வேந்தரில்,
அனைத்து வேந்தர்களும் எமக்கு நலஞ்செய்தார்,
எமக்குப் பிடிக்காதவரென எவ்வேந்தரும் இல்லை.

இல்லை எங்களுக்கு ஏதொரு வருத்தமும்,
எங்களை தந்தையரென அன்பு சகோதரரென,
ஆட்சியை செய்தீர் அரசரே நீவிர்,
பிழைகளை எங்களுக்குப் புரியவில்லை துரியோதனன்.

துரியோதனன் எங்களுக்குத் தீங்கேதும் செய்யவில்லை,
சத்யவதியின் மைந்தர் சக்திமிகும் தவசீலர்,
சொன்னதுதான் சரியென செயலாற்றுவீர் வேந்தே,
உங்களின் பிரிவுக்கு வாடுவோம் நாங்கள்.

நாங்கள் உமது நற்குணங்கள் பலவற்றை,

மனத்தில் நினைத்து மனந்தாள முடியாமல்,
சோகத்தில் வாடுவோம் சக்ரவர்த்தி உமக்காக,
சந்தனுபோல் சிறந்தவன் சுயோதனனும் ஆட்சியில்.

ஆட்சியில் சுயோதனன் அளித்தான் பாதுகாவல்,
அதேபோல் சித்ராங்கதரும் அவருக்கு அடுத்ததாக,
உங்கள் தந்தையாரும் ஒருபிழையும் செய்யவில்லை,
பீஷ்மரால் காக்கப்பட்டு புரிந்தார் நல்லாட்சி.

நல்லாட்சி செய்தார் நினது தம்பியும்,
மேற்பார்வை செய்தீர் மாண்புமிக்க தம்பியை,
எங்களை வருத்தவில்லை உங்கள் மைந்தனும்,
தந்தையிடத்தில் மைந்தரென துரியோதனனால் மகிழ்ந்தோம்.

மகிழ்ந்தோம் நாங்களென மன்னவர் அறிவீரே,
அதேவிதம் குந்திமைந்தன் அறவான் யுதிஷ்டிரனின்,
ஆட்சியிலும் நாங்கள் அகமகிழ்ந்து வாழுகிறோம்,
வேள்விகளும் தானங்களும் வழங்குகிறார் இவ்வேந்தர்.

இவ்வேந்தர் ராஜரிஷிகள் அனேகரின் வழிபற்றி,
வழங்குகிறார் தானங்கள் வெகுவாக எங்களுக்கு,
முன்னோர் சென்றதான மாண்புமிக்க வழியிலே,
சம்வரர் குருபோலச் செய்கிறார் நல்லாட்சி.

நல்லாட்சி பரதர்போல நல்குகிறார் இவ்வேந்தர்,
மென்மைக்கு உறைவிடமாய் மன்னவர் யுதிஷ்டிரன்,
அறத்தில் பிசகாமல் ஆட்சியைச் செய்கிறார்,
பிழையின்றி ஆளுகிறார் புரியவில்லை தவறேதும்.

தவறேதும் செய்யாதத் தூயவர் ஆளுகிறார்,
இதுகாறும் உங்களால் ஆளப்பட்டோம் நாங்கள்,
மகிழ்வும் வளமும் மிகைத்தது எம்வாழ்வில்,
தவறேதும் விளையவில்லை தரணிவேந்தர் உம்மால்.

உம்மால் வருத்தமென உரைத்திட ஒன்றுமில்லை,
உங்கள் மகனாலும் வருத்தங்கள் நேரவில்லை,
துரியோதனனால் உண்டாகிய தாயாதிகளின் மோதலுக்கு,
காரணங்கள் என்னவெனக் கூறுவதைக் கேளீர்.

கேளீர் என்றுக் கூறினார் மேலும்,
கௌரவர் அழிவைக் கொணர்ந்த காரணம்,
நீவீர் அல்ல நின்மகனும் அல்லவே,
சுவாலர் மகனல்ல சீர்மிக்கான் கர்ணனல்ல.

கர்ணனல்ல கௌரவர் குலநாசக் காரணம்,
துரியோதனனல்ல பேரழிவு தாக்கிய காரணம்,
எவர்வெல்ல இயலும் ஆற்றல்மிக்க காலத்தை?
வலிமையுள்ள காலத்தால் வந்தது பேரழிவு.

பேரழிவு நிகழுதற்கு பொருத்தமான சூழல்கள்,
உண்டானது அதனை வென்றாரென எவருண்டு,
எவரது முயற்சியாலும் இயலாது தடுத்தல்,
மனிதரது முயற்சியை முஞ்சியது காலம்.

காலம் என்று கூறப்படும் விதியானது,
போகும் பாதையில் ஏதும் மாற்றமில்லை,
வேகம் கொண்டோடி வையத்தை மாற்றும்,
யாரும் இல்லை எதிர்த்துத் தடுப்பவர்.

தடுப்பவர் இல்லாதத் தனிப்போக்கு உடையதாம்,
காலத்துக்கோர் தடையைக் காட்டுபவர் இல்லையே,
மானிடர் எவரது முயற்சியும் மதியூகமும்,
வலுமிக்கதோர் காலத்தை வளைத்திட இயலாது.

இயலாது காலத்தை எதிர்த்து மாற்றுதல்,
திரண்டது அக்ஷௌஹிணி திறமிக்க பதினெட்டு,
நடந்தது பெரும்போர் நாட்கள் பதினெட்டளவு,
அழைந்தது கௌரவரின் அனைத்துப் படைகளும்.

படைகளும் அழிந்தன பெருவீரரும் அழிந்தனர்,
பீஷ்மரும் துரோணரும் பெருவீரன் கர்ணனும்,
கிருபரும் யுயுதானனும் கனவீரன் திருதஷ்டத்யும்னனும்,
பாண்டவர்தம் மைந்தர்கள் பெருவீரர நால்வரும்.

நால்வரும் பிறருடன் நடத்தினர் பேரழிவை,
அவ்விதம் பேரழிவி அகிலத்தில் உண்டாக்குபவர்,
காலமெனும் சக்தியன்றி கிடையாது வேறெவரும்,
க்ஷத்ரியர்தம் கடமை சாவதாகும் போரிலே.

போரிலே மேற்சொன்ன பெருவீரர் பலபேரும்,
தேருடனே குதிரைகளைத் தந்திகளை அசித்தனர்,
துரியோதனனே இதற்குத் தனியான காரணமென,
கூறுதலே தவறாகும் கௌரவரின் வேந்தரே.

வேந்தரே உம்மையும் விளம்பலாகாது காரணமென,
உமக்கே பணிசெய்த விநயமிக்க பணியாளரான,
கர்ணனுடனே சுவாலர்மகன் காரணம் இல்லையே,
கௌரவரிலே பெரியோரெலாம் காலத்தால் அழிந்தனர்.

அழிந்தனர் கௌரவரின் அனேக மூத்தவர்கள்,
வேந்தர் பல்லாயிரம்பேர் வீழ்ந்தனர் களத்திலே,
அனைவர் அழிவையும் ஏற்படுத்தியது காலமே,
எவருளார் இதைமறுத்து இல்லையென உரைப்பவர்?

உரைப்பவர் எவருளார் உம்செயல் தவறென்று?
உலகத்தோர் அனைவரும் உமையே குருவென்றும்,
ஆட்சியாளர் தாமென்றும் அன்புடன் ஏற்றோம்,
மைந்தர் செயல்குறித்து மன்னிப்பு அளிக்கிறோம்.

அளிக்கிறோம் பாவநிவர்த்தி அருமைமிகு மைந்தருக்கு,
வானுலகம் சென்றவர் வாழட்டும் மிகமகிழ்வில்,
தாங்களும் புண்ணியமும் தவபலமும் பெறுவீர்,
விரதபலம் உடையவரே வேதத்தைக் கடைப்பிடிப்பீர்.

கடைப்பிடிப்பீர் வேதத்தில் கூறப்படும் வழிகளை,
பாண்டுமைந்தர் ஆட்சிக்குப் பிறரெவரும் தேவையில்லை,
உம்மிடமோர் உதவியோ எம்மிடமோர் தேவையோ,
பெற்றிடாதவர் பாண்டவர் பாங்குடன் ஆளுவார்.

ஆளுவார் பாண்டவர் அமரர்களின் சொர்க்கத்தையும்,
மண்ணிலோர் ஆட்சி முடியாததா பாண்டவருக்கு?
நட்பானதோர் சூழலிலும் நட்பிலாப் பகையிலும்,
பாண்டவர் சொல்கேட்டு பணிவோம் மக்கள்.

மக்கள் பாண்டவரை மதித்துப் பணிவோம்,
பாண்டவர்கள் நன்னடத்தையே பேரணி அவர்களுக்கு,
மூத்தவர்கள் வழிபற்றி மண்ணாளும் பாண்டுமைந்தர்,

அளிக்கிறார் மதிப்புமிக்க அனேக தானங்களை.

தானங்களை வேல்வியில் தருகிறார் எங்களுக்கு,
ஸ்ரத்தத்தை நிகழ்த்தியும் செய்கிறார் தானங்கள்,
முந்தைக் காலத்தில் மேலான கௌவர்வர்கள்,
செய்ததைப் போலவே செய்கிறார் நல்லாட்சி.

நல்லாட்சி செய்யும் நிகரிலார் யுதிஷ்டிரன்,
தனையடக்கி வாழ்கிறார் தானங்களில் வைஸ்ராவணர்,
மென்மையாக்கி வார்த்தைகளை மொழிகிறார் இனிதாக,
அமைச்சராகி உடனிருப்போர் அனைவரும் சிறந்தவர்.

சிறந்தவர் இவ்வேந்தர் சத்ருவுக்கும் இறங்குபவர்,
தூயதோர் வழியிலே தான்வாழும் உன்னதர்,
இருக்கிறார் நேர்மையாக அளுகிறார் சட்டப்படி,
தந்தையார் தனையரையெனத் தருமப்படிக் காக்கிறார்.

காக்கிறார் தருமபுத்திரர் கவலை எமக்கில்லை,
பீமசேனர் அர்ஜுனர் பிறப்பிற அமைச்சர்,
அடங்குவர் யுதிஷ்டிரரிடம் ஆதலால் அவர்கள்,
செய்திடார் எங்களுக்கு சீர்கேடு எதனையும்.

எதனையும் மென்மையாக அன்புடன் செய்து,
காத்திடும் கடமையைக் கருத்துடன் புரிகிறார்,
எதிர்ப்புமிகும் சூழலிலே ஆலமுடைய அரவமென,
அழிக்கும் திறத்தையும் அடைந்துளார் பாண்டவர்.

பாண்டவர் உடையவர் பேராற்றலும் செயல்திறமும்,
அளிப்பவர் மக்களுக்கு அன்பான பாதுகாவல்,
செய்திடார் எங்களுக்கு சிறுதீங்கையும் இவர்கள்,
குந்தியார் பாஞ்சாலி கேடேதும் விளைத்திடார்.

விளைத்திடார் கேடெதையும் உலூபியான தேவியும்,
சத்வதர் இளவரசியும் செய்திடார் கெடுதல்கள,
இருந்தீர் எங்களிடம் அதிகப் பாசத்துடன்,
உம்மைந்தர் யுதிஷ்டிரனும் உமைவிடப் பாசமிக்கார்.

பாசமிக்கார் யுதிஷ்டிரரும் பாங்குமிக்க அன்புடையார்,
காத்துநிற்பார் எங்களைக் கண்ணும் கருத்துமாக,

நாட்டுநகரத்தார் எவரும் நொடிவுற்றிட விட்டிடாமல்,
காத்துநிற்கிறீர் உம்குலத்தார் கணநேரமும் மறவோம்.

மறவோம் உம்குலத்தின் மாண்புமிக்க ஆட்சியை,
நாங்களேதும் தவறுகளை நிலைகெட்டு செய்தாலும்,
தேர்வீரராம் குந்திமைந்தர் தள்ளமாட்டார் எங்களை,
எங்களிடம் அன்புகொண்டு எப்போதும் காப்பார்.

காப்பார் எங்களைக் குந்தியின் மைந்தர்கள்,
உமக்கோர் ஜயமும் வேண்டாம் எமைப்பற்றி,
இயற்றுவீர் தவத்தை எங்களுக்கெனக் கவலையின்றி,
சேர்ப்பீர் புண்ணியத்தை சீர்மிக்க வேந்தரே.

வேந்தரே என்று விளம்பினார் அம்மனிதர்,
குற்றமே இல்லாமல் கூறப்பட்டு வார்த்தைகள்,
நெறிகளுக்கே உட்பட்டதென நவின்றனர் அனைவரும்,
ஏற்பே இவர்சொல்லென அளித்தனர் பாராட்டை.

பாராட்டைச் சிறப்பெனப் பேசி மகிழ்ந்தனர்,
ஏற்பினைச் சொல்லி அரசர் திருதராஷ்டிரரும்,
கரங்களைக் குவித்து கனிவுடன் வணங்கினார்,
அவ்விடத்தை விட்டு அகன்று சென்றார்.

சென்றார் திருதராஷ்டிரர் சென்னி குளிர்ந்தவராய்,
நுழைந்தார் மாளிகைக்குள் நாட்டுமக்கள் பார்த்திருக்க,
உடனிருந்தார் காந்தாரியாம் உன்னதமிகு அரசி,
என்செய்தார் அதன்பின்னரென இயம்புகிறேன் கேளாய்.

(11)ஆஸ்ரமவசிக பர்வம், பகுதி 11

கேளாய் நிகழ்ந்ததைக் கூறுகிறேன் மேலுமென,
கோர்வையாய் வைசாம்பாயனர் கொடுத்தார் நிகழ்வுகளை,
இரவைக் கழித்தபின அரசன் திருதராஷ்டிரன்,
அம்விகை மைந்தன் அழைத்தான் விதுரரை.

விதுரரை அழைத்து விளம்பினான் திருதராஷ்டிரன்,
வேந்தனைக் கண்டு விளம்பவேண்டும் விவாங்களென,

அறிவினை உடையவர் ஆற்றல்மிக்க விதுரர்,
யுதிஷ்டிரனைக் கண்டார் அரசனின் மாளிகையில்.

மாளிகையில் விதுரர் மன்னவன் யுதிஷ்டிரனிடம்,
வனத்தில் வாழுதற்கு வேண்டிய முதற்படிகளை,
முடித்தல் செய்தார் மன்னவர் திருதராஷ்டிரன்,
கார்த்திகையில் பௌர்ணமிதினம் கிளம்புவார் வனத்துக்கு.

வனத்துக்குச் செல்லுமுன் வேகவதி மைந்தருக்கு,
துரோணருக்கு வல்ஹிகருக்குத் தனது மகன்களுக்கு,
சோமதத்தருக்கு மற்றபல சொந்தபந்த நட்பினருக்கு,
ஸ்ரத்தஞ்செய்து முடித்திட சிந்தனை கொண்டார்.

கொண்டார் எண்ணம் கேடன் ஜெயத்ரதனுக்கும்,
நீவிர் அனுமதித்தால் நடத்தலாம் ஸ்ரத்தமெனும்,
சந்தேகமானதோர் எண்ணமெனச் சொன்னார் என்னிடம்,
தருவீர் அதற்கான தனங்களைப் பொன்ப்பொருளை.

பொன்பொருளை வேண்டி பேசிய விதுரரின்,
வார்த்தைகளைக் கேட்டு வேந்தன் யுதிஷ்டிரனும்,
சுருள்குழலை உடையவன் ஜிஷ்ணுவெனும் அர்ஜுனனும்,
மகிழ்வை அடைந்து மெச்சினர் கருத்தை.

கருத்தை ஏற்கவில்லைக் கடுத்துநின்ற பீமன்,
கோபத்தை அடைந்து கனலை ஒத்தவனாய்,
வெம்மை காட்டினான் வ்ருகோதரன் அக்கணத்தில்,
ஏற்கவில்லை விதுரர்சொன்ன எதனையும் பீமன்.

பீமன் விதரர் பகர்ந்தவை எதனையும்,
ஏற்கதான் மனமின்றி எரிந்து விழுந்தான்,
துரியோதனன் செயல்பற்றித் தன்னுளத்தில் நினைந்து,
துடித்தவன் பீமனிடம் தனஞ்செயன் பேசினான்.

பேசினான் அர்ஜுனன் பீமனிடம் தலைதாழ்த்தி,
தந்தையின் வேண்டுதலைத் தட்டுதல் கூடாது,
வேந்தரின் நிலையிலே வாழ்ந்தவர் திருதராஷ்டிரர்,
வயோதிகத்தின் தாக்கத்தால் வலிமை இழந்தார்.

இழந்தார் மகிழ்வை ஏகுகிறார் வனத்துக்கு,

இறந்தவர் பலருக்கும் அவ்வுலகில் மேன்மைவர,
விரும்புகிறார் அதற்கு வழங்கலாம் தானமென்று,
வேண்டுகிறார் பொன்பொருளை வைத்திருப்பவன் நீதான்.

நீதான் வென்றதால் நிறையப் பொன்பொருளை,
அடைந்துதான் இன்று இருக்கிறாய் வளத்துடன்,
பீஷ்மருடன் பிறருக்குப் புரியப்படும் ஸ்ரத்தத்தில்,
தானந்தான் வழங்கிடத் தரவேண்டினார் பொருளை.

பொருளை வேண்டும் பார்வேந்தர் திருதராஷ்டிரருக்கு,
வேண்டியதைக் கொடுத்தல் விழுப்பமான செயலாகும்,
நம்மைப் பொருள்கேட்கும் நிலைமை அடைந்து,
வேண்டுதலை வைக்கிறார் வேந்தர் திருதராஷ்டிரன்.

திருதராஷ்டிரன் நம்மிடம் தரவேண்டும் பொருளென,
கேட்கதான் சூழல்கள் கொணர்ந்தன திருப்பத்தை,
காலத்தின் ஆற்றலால் கீழ்மேலான மாற்றங்கள்,
வேந்தரின் நிலையை வீழ்ந்திடச் சரித்தன.

சரித்தன காலம் செய்ததான மாற்றங்கள்,
உலகென இருந்ததை வேந்தராக ஆண்டவர்,
வனவாசமென முடிவெடுத்து வெளியேறிச் செல்கிறார்,
இறந்தவரான உறவினர்களுக்கு அளிக்கிறார் ஸ்ரத்தம்.

ஸ்ரத்தம் செய்வதற்கு சித்தம் கொண்டவரின்,
விருப்பம் நிறைவேற வழங்கவேண்டும் பொன்பொருளை,
மறுக்கும் செயலால் மிகப்பாவம் வந்துசேரும்,
உனதாகும் பெருமையும் வீழ்வுற்று சரியும்.

சரியும் உன்புகழ் சேரும் பெரும்பாவம்,
கடமையெனும் வழியைக் கடைப்பிடி பீமா,
அண்ணனும் பொன்பொருளை அளிக்க விரும்புகிறார்,
அதேவிதம் நீயும் அளிக்க ஒப்புவாய்.

ஒப்புவாய் பீமா வேண்டாம் மறுப்புகள்,
பரதரை ஆளும் பார்வேந்தர் குலத்தானே,
விழுப்பமாய் இருப்பதை விநயமாய்ச் செயலாக்கென,
பரிவாய் விபத்சு பகர்ந்தான் கருத்தை.

கருத்தை உரைத்தது கிரதின் வார்த்தைகளை,
சிறந்ததை சொன்னாயெனச் சிந்தை குளிர்ந்து,
பாராட்டுதலை அளித்தான் பார்வேந்தன் யுதிஷ்டிரன்,
மறுதலிப்பை பீமன் மொழிந்தான் பதிலாக.

பதிலாக உரைக்கிறேன் பல்குனா கேளாய்,
தானமாக இருப்பதைத் தரவேண்டியவர் நாமேதான்,
பீஷ்மரான பிதாமகர் பூரிஸ்ரவஸ் சோமதத்தர்,
வல்ஹிகரொடு துரோணருக்கு வழங்குவோம் இறுதிக்கடன்.

இறுதிக்கடன் செய்யட்டும் அன்னை குந்திதேவி,
மாவீரன் கர்ணனுக்கு மாதாவின் கரங்களால்,
தானந்தான் கொடுத்தல் தகுந்ததாகும் அர்ஜுனா,
திருதராஷ்டிரன் எதற்காதத் தரவேண்டும் ஸ்ரத்தம்?

ஸ்ரத்தம் செய்யவேண்டாம் சீரிலான் சுயோதனனுக்கு,
துரியோதனனும் அவனுடன் தொடர்புடைய பாவியரும்,
கேடுமிகும் நரகிலேயே கிடந்து உழலட்டும்,
சரியட்டும் நரகிலிருந்து சீர்கெட்டக் கொடுநரகிற்கு.

கொடுநரகிற்கு செல்லட்டும் கொடியவன் துரியோதனன்,
குலத்துக்குப் பெருநாசம் கொணர்ந்தவன் கொடும்பாவி,
உலகிற்குப் பேரழிவை உண்டாக்கிய முழுமுரடன்,
நாசத்துக்குக் காரணம் நீசமிக்க துரியோதனன்.

துரியோதனன் உடனிருந்தத் தீங்குமிக்கார் பலரால்,
ஆண்டுகாலம் பனிரண்டு அடவியிலே திரிந்திருந்தோம்,
துரௌபதியின் துயரத்தைத் துளியும் மறக்கவில்லை,
மறைந்துதான் அக்ஞாதவாசம் முடித்த காலத்தில்.

காலத்தில் நாமெலாம் கீழ்மைகள் அடைந்து,
வருத்தத்தில் கிடக்கையில் வந்தாரா திருதராஷ்டிரன்?
எவ்விடத்தில் இருந்தார் இந்த அன்புமிக்கார்?
உந்தன் உடலிலே உடுத்திருந்தாய்க் கருமாஞரி.

கருமாஞரி உடுத்துக் களைந்திருந்தாய் ஆபரணங்களை,
பாஞ்சாலி உன்னுடன் பாடுபட்டுக் கிடந்தாளே?
அன்பிலே மிக்கவர் அப்பனான திருதராஷ்டிரன்,
எவ்விடத்திலே இருந்தார் அந்த நேரத்தில்?

நேரத்தில் உதவாமல் நீசொல்லும் பீஷ்மர்,
எவ்விடத்தில் இருந்தார் எனக்கு இயம்புவாய்?
எவ்விடத்தில் பீஷ்மர் எவ்விடத்தில் சோமதத்தன்,
இருந்தார்கள் அப்போதென இயம்புவாய் வேந்தனே.

வேந்தனே உன்னை வேதனை வாட்டிட,
நெடிதாகவே பதின்மூன்றாண்டு நீயிருந்தாய் வனத்தில்,
காட்டிலே கிடைத்தக் கனிகிழங்கை உணவாக்கி,
பசிதாகத்திலே தவிக்கையில் பெரியதந்தை எங்கிருந்தார்?

எங்கிருந்தார் பாசமிக்க அப்பனான திருதராஷ்டிரர்?
தந்தையார் போலவே தனயரைக் காத்திடும்,
பார்வேந்தர் அப்போது பாருலகில் எங்குசென்றார்?
கேடுமிக்கார் விதுரரிடம் கேட்டவற்றை மறந்தீரோ?

மறந்தீரோ சூதாட்டத்தில் மாமன்னன் யுதிஷ்டிரனிடம்,
ஒவ்வொரு ஆட்டத்திலும் வென்றது என்னவென்று,
விதுரரோ மேன்மேலும் விளம்பக் கேட்டிருந்தவர்,
வந்தாரோ இப்போது வாஞ்சைமிக்க தந்தையாக.

தந்தையாக இப்போது தனத்தை வேண்டுபவர்,
தந்தையாக இல்லையே தவிக்கும் காலத்திலென,
கடுமையாகப் பேசினான் கொதிப்புற்ற பீமன்,
அமைதியாக இருப்பாயென அடக்கினான் யுதிஷ்டிரன்..

(12)ஆஸ்ரமவசிக பர்வம், பகுதி 12

யுதிஷ்டிரன் பீமனை அடக்கி நிறுத்தியபின்,
அர்ஜுனன் பேசினான் அண்ணன் பீமனிடம்,
பெரியவன் நீயெனக்கு பீமனே ஆதலால்,
உரியவன் மரியாதைக்கு உயர்ந்தவன் குருவென.

குருவென இருக்கும் குற்றமிலா மேலோனே,
பிறிதென்ன சொல்லுவேன் பேசமாட்டேன் வேறேதும்,
முன்சொன்ன வார்த்தைகளை மனதிலே சிந்திப்பாய்,
ராஜரிஷியான திருதராஷ்டிரர் மாமனிதரென மதிப்புளார்.

மதிப்புளார் திருதராஷ்டிரர் மண்ணாண்ட வேந்தர்,
நல்லவர் மேலோர் நடந்ததை நினைகையில்,
மற்றவர் செய்ததில் மிகவும் நல்லதையே,
எண்ணுவார் அதுதான் ஏற்றமிக்க சிந்தனை.

சிந்தனை ஒருபோதும் செலுத்திடார் மேலோர்,
நிந்தனை ஆகவே நீசமிக்க செயலேதும்,
புரிந்ததை எண்ணிப் பொருமிடார் மேலோர்,
நற்செயலை மட்டுமே நினைவார் உயர்ந்தவர்.

உயர்ந்தவர் வழியை உரைத்தான் விபத்சு,
மன்னவர் யுதிஷ்டிரன் மறுமொழியாய் விதுரருக்கு,
கௌரவர் வேந்தனிடம் கூறுவீர் என்பதிலை,
அன்னவர் மகனுக்கென அளிக்கட்டும் ஸ்ரத்தம்.

ஸ்ரத்தம் செய்யட்டும் சொந்தபந்தம் நட்புக்கென,
கருவூலம் திறந்துக் கேட்கும்பொருள் அனைத்தும்,
பெறட்டும் திருதராஷ்டிரர் தரட்டும் தானங்களை,
பீமனுக்கோர் வேண்டுகோள் பொருமாதே இதுகுறித்து.

இதுகுறித்து பொருமாது இருப்பது வேண்டுமென,
பீமனுக்கு அறிவுறுத்திய பார்வேந்தன் யுதிஷ்டிரன்,
அர்ஜுனனது வார்த்தைகளை அகமகிழ்ந்து பாராட்டினான்,
தனஞ்செயன்மீது கோபத்துடன் திரும்பினான் பீமசேனன்.

பீமசேனன் தனஞ்செயனைப் பார்த்தான் கோபத்துடன்,
யுதிஷ்டிரன் விதுரரிடம் இயம்பினான் கருத்தினை,
ஆற்றல்மிக்கான் பீமன்பற்றி அகத்தில் வருந்தாதீர்,
மழைவெம்மையின் தாக்கத்தில் மிகவாடினான் பீமன்.

பீமன் வனவாசத்தில் பெரிதும் இடர்பட்டான்,
உங்களின் கருத்திலே உணர்ந்திருப்பீர் நீவிரும்,
எந்தன் பொருட்டாக இயம்புவீர் திருதராஷ்டிரரிடம்,
வேண்டுவதெலாம் எடுத்து வழங்கட்டும் தானமாக.

தானமாக நல்குதற்குத் தேவையான பொன்பொருளை,
என்னகமாக இருப்பதில் எடுக்கட்டும் மனம்போல,
எவ்வளவாக வேண்டினும் எடுக்கட்டும் பொன்பொருளை,

வருத்தமாக வ்ருகோதரன் விளம்பியதைக் கருதாதீர்.

கருதாதீர் பீமசேனன் காரியத்தைப் பெரிதென்று,
மனதிலோர் பெருமிதத்துடன் மொழிந்தான் அவற்றை,
திருதாஷ்டிரர் வேண்டியதைத் தருகிறேன் என்னிடமிருந்து,
எடுப்பீர் என்னகத்தில் அர்ஜுனன் அகத்தில்.

அகத்தில் இருக்கும் அத்தனை பொருட்களும்,
அளித்தல் செய்கிறேன் அரசர் திருதராஷ்டிரருக்கு,
ஆதலால் திருதராஷ்டிரர் அளிக்கட்டும் தானங்கள்,
மனதில் விரும்பியதுபோல் மிகப்பொருள் கொடுக்கட்டும்.

கொடுக்கட்டும் தானத்தைக் கொஞ்சமும் தயங்காமல்,
மகன்களுக்கும் உறவினருக்கும் மற்றவர்க்கும் உரித்தான,
கடன்களெலாம் தீருதற்குக் கொடுக்கட்டும் தானங்கள்,
அதற்குமேல் என்னுடலும் அரசருக்கு உரித்தானது.

உரித்தானது வேந்தருக்கு உடல்பொருள் அனைத்தும்,
இதுகுறித்து சந்தேகம் எள்ளளவும் தேவையில்லை,
இயம்புவது வேண்டும் என்சொல்லை வேந்தரிடம்,
தயைகூர்ந்து வேந்தர் தரட்டும் தானங்கள்.

(13) ஆஸ்ரமவசிக பர்வம், பகுதி 13

தானங்கள் கொடுக்கத் தடங்கல்கள் இல்லையென,
விதுரரிடத்தில் யுதிஷ்டிரன் விளம்பிய தகவலுடன்,
திருதராஷ்டிரரிடத்தில் திருபித் தெரிவித்தார் விதுரர்,
யுதிஷ்டிரனிடத்தில் தகவலை எடுத்து உரைத்தேன்.

உரைத்தேன் அதனால் உவப்புற்ற யுதிஷ்டிரன்,
அளித்தான் அனுமதிகள் அகமகிழ்ந்து பாராட்டினான்,
விபத்சுவுடன் உங்களுக்கு வழங்குகிறான் தன்மாளிகையை,
பொன்பொருளுடன் தன்னாவியும் பகிருகிறான் உம்முடன்.

உம்முடன் யுதிஷ்டிரனும் உவந்து பகிருகிறான்,
தன்னிடம் இருக்கும் தனிப்பொருளை தேசத்தை,
தன்னுயிருடன் பொன்பொருளைத் தருகிறான் உமக்கு,

வேறேதும் வேண்டினும் வழங்குகிறான் மகிழ்வுடன்.

மகிழ்வுடன் பேசவில்லை மகனான பீமசேனன்,
வனவாசத்தின் காலத்தில் வருந்திய நிகழ்வுகளின்,
நினைவுடன் இப்போதும் நெஞ்சம் பதைக்கிறான்,
கடினத்துடன் உமக்குக் கொடுத்தான் அனுமதி.

அனுமதி கொடுத்தான் ஆழமானப் பெருமூச்சுகளுடன்,
ஒப்புதலை அளித்திட வ்ருகோதரனை வலியுறுத்தி,
வார்த்தைகளை உரைத்தனர் விபத்சுவும் யுதிஷ்டிரனும்,
உம்மிடத்தில் அன்புற்றிட வலியுறுத்திப் பேசினர்.

பேசினர் மூவரும் பகர்ந்தனர் ஒப்புதலை,
மன்னவர் யுதிஷ்டிரன் மொழிந்தான் உமக்காக,
வருந்தாதீர் பீமசேனன் விளம்பிய சொற்களால்,
கடந்ததோர் வருத்தத்தைக் கடக்கவில்லை பீமன்.

பீமன் கூத்ரியரின் போர்க்குணம் காட்டுகிறான்,
வ்ருகோதரன் சண்டைக்கு விருப்பம் உடையவன்,
அதனால்தான் இவ்விதம் ஆத்திரமாய்ப் பேசினான்,
எந்தன் அர்ஜுனனின் அன்பினை ஏற்கவேண்டும்.

ஏற்கவேண்டும் உங்களிடம் அளிக்கும் வேண்டுதலை,
உம்மிடம் மீண்டுமீண்டும் வேண்டுகிறோம் மன்னிப்பை,
கோபமிகும் வ்ருகோதரன் கூறியதான சொற்களை,
விட்டுவிடும் என்பதே வேண்டுகிறோம் உம்மிடம்.

உம்மிடம் எங்களுக்கு உண்டாகட்டும் கனிவு,
எங்களிடம் கனிவுற்று அளிக்கவேண்டும் மன்னிப்பை,
எமக்கெலாம் கடவுளாக இருக்கிறீர் நீவிர்,
எம்மிடம் இருப்பதெலாம் எடுத்தாளுவீர் உமதென்று.

உமதென்று உரைக்கிறோம் உள்ளபொருள் அனைத்தும்,
எடுத்தாண்டு விருப்பம்போல அளிக்கவேண்டும் தானம்,
மண்ணாண்ட வேந்தரே மாமன்னரே இத்தேசம்,
உமதென்று உள்ளது உரிமையுடன் எடுத்தாளுவீர்.

எடுத்தாளுவீர் பொன்பொருளை எல்லாவித உரிமையுடன்,
மக்களானோர் உம்மவர் மண்ணாட்சி உம்முடைத்து,

மைந்தர் நிமித்தமாக மனம்போல தானங்கள்,
கொடுப்பீர் எப்பொருளைக் கொடுக்க நினைத்தாலும்.

நினைத்தாலும் அப்பொருள் நினது பொருளாகும்,
அளிக்கலாம் பொன்னை அணிமணியை ரத்தினத்தை,
மாளிகையும் பசுக்களும் ஆடுகளும் அடிமைகளும்,
ஆண்பெண்ணாகும் பணியாளரும் அளிப்பீர் தானமாக.

தானமாக ஏழைகளுக்குத் தருவீர் பொன்பொருளை,
பார்வையாக இல்லாருக்கும் பாதிப்புற்ற மாந்தருக்கும்,
எவ்விதமாக விரும்பினும் அவ்விதமாக நல்குவீர்,
இதற்காக திடல்களை அமைக்கவேண்டும் விதுரர்.

விதுரர் அமைக்கும் வெகுபெருத்த திடல்களில்,
வைப்பீர் உணவுகளை உண்ணட்டும் அனைவரும்,
கொடுப்பீர் பானங்களைக் களிக்கட்டும் வந்தவர்கள்,
அமைப்பீர் நீர்நிலைகள் அனைவரும் பருகட்டும்.

பருகட்டும் உண்ணட்டும் வருகின்ற அனைவரும்,
மேன்மைமிகும் செயல்களை முடிப்பீர் என்பதாக,
என்னிடம் சொன்னான் அரசன் யுதிஷ்டிரன்,
தனஞ்செயனும் அதேவிதம் தெரிவித்தான் கருத்தை.

கருத்தை ஏற்றுக் கொடுப்பீர் தானங்களை,
கட்டளை இடுவீர் காரியங்கள் என்னென்ன,
அடுத்ததாய் செய்வதென்று அறிவிக்கும் விதமாயென,
வார்த்தை கேட்டதும் வெகுமகிழ்வு திருதராஷ்டிரருக்கு.

திருதராஷ்டிரருக்கு மகிழ்வு திரண்டது மனத்திலே,
கார்த்திகைமாதத்து பௌர்ணமியில் கொடுத்தார் தானங்கள்,
மனதுக்கு உகந்தவிதம் மிகப்பல பொருட்களை,
தானமீந்து திருதராஷ்டிரர் தன்னகம் மகிழ்ந்தார்.

(14)ஆஸ்ரமவசிக பர்வம், பகுதி 14

மகிழ்ந்தார் தன்னகத்தில் மாமன்னர் திருதராஷ்டிரரென,
தொடர்ந்தார் வைசம்பாயனர் தரணிவேந்தன் கேட்கவே,

பகர்ந்தார் விதுரர் பார்வேந்தன் உரைத்ததை,
வேந்தர் யுதிஷ்டிரனுடன் விபத்சுவைப் பாராட்டினார்.

பாராட்டினார் ஜிஷ்ணுவையும் பார்வேந்தன் யுதிஷ்டிரனையும்,
அழைத்தார் பல்லாயிரம் அறிவுமிக்க ரிஷிகளை,
பீஷ்மர் மகன்கள் பற்பல நட்புறவுக்கென,
அளித்தார் உணவுகளை அருந்தும் பானங்களை.

பானங்களை ஆடைகளைப் பெரிதான தேர்களை,
பற்பலரை அழைத்து பார்வேந்தர் அளித்தார்,
ஆடைகளைத் தங்கத்தை அணிகலன்களை ரத்தினங்களை,
ஆணடிமை பெண்ணடிமை அளித்தார் தாராளமாக.

தாராளமாகப் போர்வைகளைத் தந்தார் வேந்தர்,
விலைமதிப்பாக இருந்த வெகுபலப் பொருட்களுடன்,
நிலமாக கிராமங்களாக நல்கினார் தானங்கள்,
யானைகளாகக் குதிரைகளாக ஈந்தார் வாகனங்கள்.

வாகனங்கள் அணிமணிகள் வழங்கினார் அவற்றுடன்,
அழகில் மிகைத்த அணங்குகள் பலரையும்,
வானுலகில் இருப்போர் விழுப்பம்பெற வழங்கினார்,
கொடுக்கையில் எவருக்காகக் கொடுத்தாரெனக் கூறினார்.

கூறினார் துரோணரை கங்கைமைந்தர் பீஷ்மரை,
விளம்பினார் சோமதத்தனை வல்ஹிகரை துரியோதனனை,
அடுக்கினார் மகன்கள் அனைவர் பெயர்களையும்,
சிந்துவேந்தர் ஜெயத்ரதனையும் சொல்லி தானமீந்தார்.

தானமீந்தார் வரிசையாக தனது நட்புறவுக்கென,
கௌரவவேந்தர் யுதிஷ்டிரன் கொடுத்த அனுமதியால்,
ஸ்ரத்தமானதோர் நிகழ்வில் செய்ததான தானம்,
பெரிதானதோர் அளவெனப் பாராட்டினர் அனைவரும்.

அனைவரும் மகிழ்ந்தனர அளிக்கப்பட்டப் பொருட்களில்,
பொன்னும் நவமணியும் பலவிதப் பொருட்களும்,
துன்னும் பல்ப்பொருளும் ஈனும் வேளையில்,
சொல்லவும் எழுதவும் செயலாளர் இருந்தனர்.

இருந்தனர் தானமீன அதிகாரிகள் உடனாக,

வேண்டினர் திருதராஷ்டிரரிம் விளம்புவீர் தானத்தையென,
திருதராஷ்டிரர் கட்டளைப்படி தானங்கள் நல்கினர்,
யுதிஷ்டிரர் சொன்னதால் அளித்தனர் பத்துமடங்கு.

பத்துமடங்கு ஆக்கினர் பகர்ந்ததான தானத்தை,
நூறென்று நவின்றதற்கு நல்கினர் ஆயிரத்தை,
ஆயிரமென்று தரச்சொன்னால் அளித்தனர் பத்தாயிரம்,
பயிர்களுக்கு மழையெனப் பொழிந்தனர் தானங்களை.

தானங்களை அளித்தபின் தனது இல்லத்துக்கு,
வந்தவரை எல்லாம் வேந்தர் கவனித்தார்,
உணவுகளை பானங்களை வழங்கினார் தாராளமாக,
நால்வகை வருணத்தாரும் நன்கு மகிழ்ந்தனர்.

மகிழ்ந்தனர் அங்கிருந்த மக்கள் அனைவரும்,
திருதராஷ்டிரர் என்னும் தானப் பெருங்கடலில்,
ஆபரணங்கள் அணிமணிகள் ஆகின கடல்நீராக,
கிராமங்கள் நிலங்கள் கடல்நடுவே தீவுகள்.

தீவுகள் ஆகியத் தூயதான நிலங்களில்,
விலைமதிப்பில் மிகைத்தவை வாய்த்தன குகைகளாக,
யானைகள் குதிரைகள் ஆழிச்சுழலென முதலைகளென,
மிருதங்கங்கள் அக்கடல் மோதும் அலையோசை.

அலையோசை மிருதங்கங்கள் எழுப்பிய ஒலிகளே,
ஆடைகளை ஆபரணங்களை அலைகளென இயம்பலாம்,
பூமியை ஆட்கொண்ட பெருங்கடல் இதுவாகும்,
இந்தவகை நிகழ்வாக இருந்தது ஸ்ரத்தம்.

ஸ்ரத்தம் இவ்விதத்தில் சிறப்புடன் நடந்தது,
நண்பரின் உறவினரின் நலத்தை விரும்பி,
பித்ருலோகம் சேர்ந்தவர்கள் பெறவேண்டும் மேன்மையென,
வெகுதானம் கொடுத்தார் வேந்தர் திருதராஷ்டிரர்.

திருதராஷ்டிரர் காந்தாரியுடன் தந்தார் தானங்களை,
ஓய்ந்தார் இறுதியில் வெகுதானம் நல்கியதால்,
முடித்தார் சடங்குகளை முழுமைபெற்ற நிலையிலே,
கௌரவர் வேந்தர் களித்தார் தானமீந்து.

தானமீந்து பொன்பொருளை திருதராஷ்டிரர் கொடுக்கையில்,
நிறுத்தாது அவ்விடத்தில் நாட்டியமும் இசையொலியும்,
நடந்தது வந்தவரின் நெஞ்சம் மகிழ்ந்திட,
அளிக்கப்பட்டது உணவுடன் அநேகவித பானங்கள்.

பானங்கள் உணவுகள் பலவிதத்தில் அளித்தனர்,
அவ்விதத்தில் பத்துதினம் அளிக்கப்பட்டது தானதருமம்,
நீத்தார்கள் கடன்களை நல்கி முடித்ததாக,
மனத்தில் மகிழ்ந்தார் மன்னவர் திருதராஷ்டிரன்.

(15)ஆஸ்ரமவசிக பர்வம், பகுதி 15

திருதராஷ்டிரன் வனவாசத்துக்கு தகுந்த நாளிலே,
அழைத்தான் பாண்டவரை அரசனின் மாளிகைக்கு,
காந்தாரியின் துணையுடன் கொடுத்தான் வரவேற்பு,
புரிந்தான் சடங்குகளை பிரிந்து செல்லுமுன்.

செல்லுமுன் செய்வதான சடங்குகள் அனைத்தையும்,
வேதியரின் உதவியால் விளைத்தான் வேந்தன்,
கார்த்திகையின் பௌர்ணமியெனக் குறித்த தினத்தில்,
வேந்தனின் அக்கினியை வேலையாட்கள் எடுத்தனர்.

எடுத்தனர் வேந்தன் அனுதினம் தொழுது,
பாவகர் பூசையைப் புரியும் அக்கினியை,
வேந்தனார் திருதராஷ்டிரன் உடுத்தினார் மானுரியை,
மன்னவர் அணிமணிகளை முழுதாய்க் களைந்தார்.

களைந்தார் திருதராஷ்டிரர் கனகமணி ஆபரணங்களை,
அணிவித்தனர் மரவுரியை அல்லது மானுரியை,
விசித்ரவீர்யர் மைந்தர் வெளியேறி அவ்விதம்,
கிளம்பினார் அக்கணத்தில் கிளம்பியது அழுகையொலி.

அழுகையொலி எழுந்தது அணங்குகள் நடுவிலே,
பாண்டவரில் கௌரவரில் பெண்டிர் அனைவரும்,
ஒரேகுரலில் எழுப்பினர் ஓலமான பேரொலியை,
நெற்பொரி கரமெடுத்தார் நாடாண்ட திருதராஷ்டிரர்.

திருதராஷ்டிரர் இதுகாறும் தானிருந்த மாளிகைக்கு,
கொடுததர் பூசைகள் கரத்தில் மலரெடுத்து,
அளித்தார் நெற்பொரியை அந்த மாளிகைக்கு,
பணியாளர் மகிழும்படி பெரும்பொருள் ஈந்தார்.

ஈந்தார் பணியாளருக்கு அனேகவித தானங்களை,
சென்றார் வனத்திலே செய்யவேண்டும் தவமென்று,
கிளம்பினார் அப்போது கலங்கினான் யுதிஷ்டிரன்,
தருத்துக்கோர் உறைவிடமாம் தரணிவேந்தர் எங்குசெல்வீர்?

எங்குசெல்வீர் என்று எழுப்பிய வினாவுடன்,
பாண்டுமைந்தர் ஐவரில் பெரியவன் யுதிஷ்டிரன்,
மயங்கியதோர் நிலையிலே மண்ணில் விழுந்தான்,
வருத்தமானதோர் நிலையிலே விஜயன் நின்றான்.

நின்றான் சோகத்துடன் நெடுமூச்சு விடுத்தபடி,
அண்ணன் நிலைகண்ட அர்ஜுனன் அண்ணனிடம்,
இவ்விதந்தான் நீசெய்தல் அரசருக்குப் பொருந்தாதென,
உரைத்தான் யுதிஷ்டிரனிடம் உளத்தில் கலங்கினான்.

கலங்கினான் அர்ஜுனன் கனத்த மனத்துடன்,
திருதராஷ்டிரன் சென்றதும் தொடர்ந்தான் யுதிஷ்டிரன்,
வ்ருகோதரன் அர்ஜுனனுடன் வலுமிக்க இரட்டையரும்,
விதுரருடன் சஞ்சயனும் வந்தனர் அரசருடன்.

அரசருடன் வந்தான் யுயுத்சுவான மைந்தனும்,
வைசியரின் குலத்திலே உதித்தவனான மைந்தனுடன்,
கிருபரும் தெளமியரும் கணக்கிலா வேதியரும்,
சோகமிகும் மனத்துடன் சக்ரவர்த்தியைத் தொடர்ந்தனர்.

தொடர்ந்தனர் அனைவரும் திருதராஷ்டிர வேந்தரை,
கண்ணிலோர் துணியைக் கட்டிய காந்தாரிக்கு,
முன்சென்றார் குந்தி முதலாக வழிகாட்ட,
தோளிலோர் கரம்வைத்து தொடர்ந்தார் காந்தாரி.

காந்தாரி கரங்களைக் குந்திமீது வைத்தபடி,
முன்னேறி நடக்கையில் மன்னவர் திருதராஷ்டிரன்,
கரத்தை வைத்தார் காந்தாரி தோளிலே,
நடையைத் தொடர்ந்தார் நாடுவிட்டு காடுநோக்கி.

காடுநோக்கி நடந்தார் கௌரவரின் வேந்தர்,
துருபதரின் மகளான தூயவள் கிருஷ்ணை,
சத்வதரின் திருமகள் சுபத்திரை இவர்களுடன்,
உத்தரை ஆகியோர் வந்தனர் பின்தொடர்ந்து.

பின்தொடர்ந்து சித்ராங்கதாவும் பேரரசருடன் வந்தாள்,
அரசரது மாளிகையின் அணங்குகள் பலரும்,
அரசரொடு சென்றனர் அணியான வரிசையில்,
அவர்கலது அழுகுரல் அலறல் பெரிதானது.

பெரிதானது அழுகுரல் பார்வேந்தர் பிரிவினால்,
நால்வருணத்து மக்களும் நாடாண்ட வேந்தருக்கு,
மரியாதைசெய்து திரண்டனர் மன்னவரின் வழிநெடுக,
ஹஸ்தினாபுரத்து மக்களுக்கு ஏற்பட்டது பெருஞ்சோகம்.

பெருஞ்சோகம் பாண்டவர்கள் பகடையில் தோற்றபின்,
பிரிந்துபோகும் நேரத்தில் பாண்டவரின் பிரிவினால்,
எந்தவிதம் மக்களுக்கு ஏற்பட்டதோ சோகம்,
அதேவிதம் இப்போதும் அனைவரும் வருந்தினர்.

வருந்தினர் மாதர்கள் வேந்தன் பிரிவுக்காக,
ஒருசிலர் சூரியனை அம்புலியை இதுகாறும்,
கண்டிலர் ஆகினும் கௌரவரின் வேந்தருக்கென,
வந்தனர் வெளியிலே வழங்கினர் மரியாதை.

(16)ஆஸ்ரமவசிக பர்வம், பகுதி 16

மரியாதை அளித்தனர் மக்கள் வேந்தனுக்கு,
பேதமில்லை ஆண்பெண்ணென புலம்பி அழுததில்,
பேரோசை எழுந்தது பார்வேந்தன் பிரிவுக்கென,
உப்பரிகை அனைத்திலும் வெகுதிரளாய் நின்றனர்.

நின்றனர் தரையிலும் நெடிதான வழிமுழுதும்,
வேந்தனார் திருதராஷ்டிரர் வரும்போது அனைவருக்கும்,
கூப்பினோர் கரங்களைக் கும்பிட்டார் அன்புடன்,
நடுங்கினோர் பலவீனத்தால் நடந்தார் சிரமத்துடன்.

சிரமத்துடன் நடந்து சென்றார் திருதராஷ்டிரர்,
நகரத்தின் முக்கியத்தெருவில் நடந்த வேந்தரை,
காணத்தான் ஆண்பெண்கள் கடலெனத் திரண்டனர்,
வெளியேறிதான் சென்றார் வளநகர் ஹஸ்தினாபுரத்தை.

ஹஸ்தினாபுரத்தைக் கடந்த அரசர் திருதராஷ்டிரர்,
மக்களைத் திரும்புமாறு மீண்டுமீண்டும் வேண்டினார்,
அரசரைத் தொடர்ந்திட அகங்கொண்டார் விதுரர்,
அதேவிதமாய் சஞ்சயனும் அரசருடன் சென்றார்.

சென்றார் கவல்கணியின் சீர்மகன் சஞ்சயனும்,
சூதர் குலத்தினர் சக்ரவர்த்தியின் முதலமைச்சர்,
பேரரசர் செல்லுகையில் பணிவுடன் தொடர்ந்தார்,
திருதராஷ்டிரர் அனுமதியைத் தரவில்லை கிருபருக்கு.

கிருபருக்கு யுயுத்சுவுக்குக் கொடுக்கவில்லை அனுமதி,
செல்லுமென்று இருவரையும் சொல்லியே திருப்பினார்,
யுதிஷ்டிரனது கரங்களில் அளித்தார் இருவரையும்,
மக்களது திரளும் மீண்டது நகருக்குள்.

நகருக்கு உட்சென்றனர் நிரம்பிநின்ற குழுக்கள்,
அதையடுத்து யுதிஷ்டிரனும் ஹஸ்தியெனும் நகருக்கு,
திருதராஷ்டிரரது கட்டளையைத் தலையாயதென மதித்து,
மீளுதற்கு எண்ணினான் மனதிலே பாரத்துடன்.

பாரத்துடன் யுதிஷ்டிரன் போகலாம் நகருக்கென,
திரும்பதான் விழைகையில் தனது அன்னையாகிய,
குந்திதான் நடந்தார் காந்தாரியுடன் மேலுமென,
கண்டுதான் அன்னையிடம் கூறினான் விருப்பத்தை.

விருப்பத்தை உரைக்கிறேன் விழுப்பமிக்க அன்னையே,
வேந்தரைத் தொடர்ந்து வனத்திலே வாழுதற்கு,
பயணத்தை மேற்கொள்வேன் ப்ரீதாவே நீயோ,
நகரத்தை நோக்கி நடையைத் திருப்பவேண்டும்.

திருப்பவேண்டும் நடையைத் தாயே இப்போது,
நாடாளும் அரசியே நீதான் இப்போது,
திரும்புதல்தான் சரியாகும் தட்டாதே என்சொல்லை,

மருகள்களும் நீயும் மீண்டுசெல் நகருக்குள்.

நகருக்குள் மீண்டுசெல் நிகரிலா மாதரசி,
தவஞ்செய்வதில் கருத்துற்று தரணிவேந்தர் செல்கிறார்,
இதற்குமேல் செல்லாதே அகத்துக்குத் திரும்பென்று,
அன்னையிடத்தில் கோரினால் அழுகை மேலிட.

மேலிடப் பேசினான் மிகைத்த பாசம்,
சொல்லிட பதிலின்றி சென்றார் குந்தி,
காந்தாரியிடம் விலகாது குந்தி உடன்சென்றார்,
நின்றிட மனமின்றி நவின்றார் பதிலை.

பதிலை உரைக்கிறேன் பிரியமிகு மைந்தனே,
சகாதேவனை எப்போதும் சிரத்தையாய் கவனி,
அலட்சியத்தைக் காட்டாதே அந்தத் தம்பியிடம்,
என்னைப் பொறுத்தவரை அவனே செல்லமகன்.

செல்லமகன் எனக்கு சகாதேவன் ஆனதால்,
அன்னவனின் நலத்திலே அக்கறை காட்டுவாய்,
உன்னிடமவன் கொண்டான் உன்னதப் பாசம்,
அதனால்தான் அவனை அன்புடன் கவனி.

கவனி மேலும் கூறும் கருத்தினை,
போரில் எப்போதும் பின்வாங்கி செல்லாதவன்,
வீரரில் சிறந்தவன் வெகுதீரன் கர்ணனை,
நினைவில் எப்போதும் நிறுத்து மைந்தனே.

மைந்தனே கர்ணன் மடிந்ததன் காரணம்,
சிறுமதியே கொண்ட சீரிலாள் நானேதான்,
இரும்பிலே செய்ததான இதயமே எனதாகும்,
சூரியனாலே பிறந்த சிறந்தவனை இழந்தேனே.

இழந்தேனே அதன்பின்னும் என்னுடைய இதயம்,
துண்டுகளே ஆயிரமாயத தகர்ந்து உடையாமல்,
இருக்கிறதே இன்னும் இதனால்தான் சொன்னேன்,
இரும்பாலே செய்த இதயமே எனதென்று.

எனதென்று இருந்த ஈடிலாப் பெருவீரன்,
சூரியனது ஆற்றலால் சிறப்புபல பெற்றவன்,

காணாது மறைந்தானே கனத்துயர் கொண்டேனே,
இங்கிருந்து இப்போது எனக்கென்ன ஆகவேண்டும்?

ஆகவேண்டும் செயலென்ன அனைத்தும் முடிந்தபின்?
சூரியர்தம் மைந்தன் சூதபுத்ரன் அல்லவென்றும்,
முதல்மகன் எனக்கென்றும் முன்னரே அனைவருக்கும்,
வெளிப்படையாகும் விதத்தில் உரைத்திருக்க வேண்டும்.

வேண்டும் கர்ணனுக்கென உந்தன் கரிசனம்,
சூரியர்தம் மகனுக்கென செய்யவேண்டும் தானங்கள்,
திரௌபதியிடம் அன்புற்று தூயவள் மனதுக்கு,
உகந்தவிதம் நடக்கவேண்டும் உன்னதனே நீதான்.

நீதான் பீமனையும் நிகரிலான் அர்ஜுனனையும்,
நகுலனுடன் சகாதேவனையும் நன்கு காக்கவேண்டும்,
குருவம்சத்தின் பெரும்பாரம் கனக்கிறது உன்மீது,
காந்தாரியுடன் நானும் கானகத்தில் வாழுவேன்.

வாழுவேன் வனத்தில் வெகுதவம் செய்தபடி,
பூசுவேன் உடலில் புழுதியை அழுக்கை,
மாமனாரின் மாமியாரின் மனங்கோண விடாமல்,
அவர்களின் கடமைகளை அனுதினம் செய்வேன்.

செய்வேன் பெரியோர்களுக்கு செயத்தகும் கடமைகளை,
செல்வேன் வனத்துக்கென சொன்னார் குந்திதேவி,
அன்னையின் சொல்கேட்டு அதிர்ந்தான் யுதிஷ்டிரன்,
புலன்களின் செயலடங்க பெருஞ்சோகம் அடைந்தான்.

அடைந்தான் சோகத்தை அரசன் யுதிஷ்டிரன்,
அறிவுமிக்கான் அப்போது அளிக்கவில்லை பதிலேதும்,
சிந்தித்தான் நெடிதாக சீர்தூக்கி ஆராய்ந்தான்,
உரைத்தான் அன்னையிடம் உளத்தில் சோகத்துடன்.

சோகத்துடன் கூறுகிறேன் சத்வதரின் குலமாதே,
எண்ணுகிறேன் நீயெனக்கு இயம்பிவை விந்தையென,
வனவாசத்தின் முடிவு வந்ததேன் உன்மனதில்?
அளித்திடேன் உனக்கு அடவிசெல்லும் அனுமதி.

அனுமதி கிடையாது அன்புமிக்க அன்னையே,

கருணையை எங்களிடம் காட்டவேண்டும் நீதான்,
அழிவினில் சிக்குண்டு அடவியில் கிடந்தோமே,
அக்கணத்தில் நீங்கள்தான் இயம்பினீர் விதுலபுராணம்.

விதுலபுராணம் உரைத்து வெற்றிபெறத் தூண்டிவிட்டு,
சொன்னவிதம் நாங்கள் செய்தபின்னர் எங்களை,
விட்டகலும் உம்செயல் ஒவ்வாததாகும் எங்களுக்கு,
அவ்விதம் உரைத்தல் அடாததாகும் உமக்கும்.

உமக்கும் ஒவ்வாதே வனவாசம் இப்போது,
வென்றோம் நீவிர் விளம்பிய வார்த்தைகளால்,
இவ்விதம் இப்போது எங்களைத் தவிக்கவிட்டு,
சென்றிடும் காரணமென்ன சக்ரவர்த்தி ஆகினேன்.

ஆகினேன் வேந்தனாக அன்னையின் சொற்படியே,
வாசுதேவனின் வாயிலாக விளம்பியன கேட்டுதான்,
விளைத்தேன் பெரும்போரை வென்றேன் தேசத்தை,
இப்போதுன் மனதிலே என்னதான் குழப்பம்?

குழப்பம் அடைந்தீரோ குந்திதேவி நீவிர்?
வாசுதேவனிடம் சொன்ன வீரமிக்க வார்த்தைகள்,
இக்கணம் என்னாகின ஏனிந்த விந்தைச்செயல்?
கூத்ரியர்தம் வழிபற்றச் சொன்னசொல் மாறியதோ?

மாறியதோ மனது மாதரசி உங்களுக்கு?
வேண்டாமோ கூத்ரியரின் வீரமிக்க வாழ்வுவழி?
எதற்கோ போர்செய்ய எங்களைத் தூண்டினீர்?
வென்றதோ நாங்கள்தான் வந்ததென்ன மாற்றம்?

மாற்றம் அடைந்த மனநிலை கொண்டுநீர்,
எங்களையும் தேசத்தையும் உங்களின் மருமகள்களையும்,
விட்டகலும் மனதுடன் வனவாசம் செல்வதேன்?
மாற்றவேண்டும் முடிவை மீளவேண்டும் எங்களுடன்.

எங்களுடன் வாருமென அழைத்த யுதிஷ்டிரனிடம்,
பதிலேதும் அளிக்காமல் ப்ரீதா சென்றதால்,
அன்னையிடம் பீமசேன் அன்புடன் பேசினான்,
எங்களிடம் அரசாட்சி இருந்தும் செல்வதேன்?

செல்வதேன் அரசியாக சீர்பெற்று ஆளாமல்?
உந்தன் மகிழ்வுக்கென வென்றோம் தேசத்தை,
உந்தன் மகன்களின் வெற்றியின் பலன்களை,
அனுபவிக்கதான் மனமின்றி அடக்குவிக்குதான் போவதேன்?

போவதேன் எங்களைப் போர்புரியத் தூண்டியபின்?
உங்களின் வார்த்தைக்கென உலகைமே அழிந்ததே?
வென்றதன் பின்னதாக விளந்ததான மாற்றமென்ன?
எங்களின் நாடுவிட்டு அடவிக்குள் செல்வதேன்?

செல்வதேன் அடவிக்கு சீர்மிகுந்த அன்னையே?
அடவியில்தான் பிறந்தோம் ஐந்து மைந்தர்கள்,
எதற்குதான் எங்களை அழைத்துவந்தீர் நாட்டுக்கு?
குழந்தைகளின் வாழ்வு கானகத்திலே தொடர்ந்திருக்குமே?

தொடர்ந்திருக்குமே எங்களுக்கு தனியான வனவாழ்வு?
மாத்ரியாருக்கே பிறந்த மைந்தர்கள் இருவரும்,
வெகுசோகமே கொண்டு வருகிறாரே உங்களுடன்,
வெகுபுகழே கொண்டவரே வரவேண்டும் எங்களுடன்.

எங்களுடன் வந்து அரசாட்சியின் வளமைகளை,
அனுபவிக்கதான் வேண்டும் அன்னையே நீவிரும்,
வலிமையின் வாயிலாக வென்றதான அரசாட்சி,
யுதிஷ்டிரரெனும் நல்லாரிடம் இருக்கிறது இப்போது.

இப்போது அரசாட்சியை அனுபவிப்பது வேண்டுமென,
கனிவோடு வ்ருகோதரன் கூறினாலும் அதுகேட்டு,
மனதுக்கு மாற்றமின்றி மாதா குந்திதேவி,
காந்தாரியோடு சென்றார் கானகத்துப் பாதையில்.

பாதையில் மாற்றமின்றி ப்ரீதா செல்லும்போது,
அவரருகில் பாஞ்சாலியும் அழகுமங்கை சுபத்ரையும்,
அழுகைகள் ஓலங்களுடன் அவரைத் தொடர்ந்தனர்,
வனவாசத்தில் குந்தியின் உறுதியோ மாறவில்லை.

மாறவில்லை குந்தியின் மனது எள்ளளவும்,
இவ்வுலகை விடுத்து அடவிக்குள் செல்லுதற்கு,
பார்வையை மகன்களிடம் போகவிட்டு நோக்கியபடி,
காந்தாரியை ஒட்டி குந்திதேவி நடந்தார்.

நடந்தார் குந்திதேவி நடையில் மாற்றமின்றி,
வந்தனர் மகன்களென வருத்தம் மேலிட்டவராய்,
அன்னவர் திரும்புதற்கு அகங்கொண்ட குந்திதேவி,
இயம்பினார் மைந்தரிடம் இந்த வார்த்தைகளை.

(17)ஆஸ்ரமவசிக பர்வம், பகுதி 17

வார்த்தைகளை உரைக்கிறேன் வேந்தனே உனக்கு,
பெருவலிமை பெற்றவனே பாண்டுவின் மைந்தனே,
உன்சொல்லை ஒப்புகிறேன் உரைத்தவை உண்மைதான்,
அச்சூழலைக் கருதினால் உன்னிடத்தில் மகிழ்வில்லை.

மகிழ்வில்லை அப்போது மிகவாட்டம் கொண்டிருந்தாய்,
உன்னாட்சியை மற்றவர்கள் உன்னிடம் பறித்துவிட்டார்,
அச்சூழலைக் கருதி உன்னைத் தூண்டிவிட்டேன்,
தேசத்தை மீட்டெடுக்கத் தேவையானது செயல்வேகம்.

செயல்வேகம் கொண்டு செய்யவேண்டும் மோதலென்றும்,
பகடையாடும் சூதிலே பறித்ததான அனைத்தையும்,
மீட்கவேண்டும் நீயென்று மொழிந்தேன் அவ்விதம்,
உனக்கும் உன்னுறவுக்கும் உகந்ததை உரைத்தேன்.

உரைத்தேன் அப்போதைய உனதுநிலை கருதியே,
உந்தன் தேசத்தையும் உன்னிடம் பிடுங்கினர்,
மகிழ்வேதும் இல்லாமல் மிகவாட்டம் கொண்டிருந்தீர்,
உங்களின் நிலைமாற்ற உகந்ததை உரைத்தேன்.

உரைத்தேன் வீரத்தால் உன்மனது பொங்கியெழ,
உகந்துதான் இருந்த வார்த்தைகளை உன்னிடம்,
அவ்விதந்தான் உன்மனது அடைந்தது மேன்மையை,
என்வார்த்தைகளின் உள்நோக்கம் உங்களின் நல்வாழ்வு.

நல்வாழ்வு வரவேண்டும் நல்லவரான பாண்டுவின்,
மைந்தராகும் உங்களுக்கு மண்ணுலகில் என்பதற்கே,
உரைத்தது அச்சொல் உட்கருத்து வேறில்லை,
ஐந்து மைந்தர்களும் இந்திரனுக்கு நிகரானவர்.

நிகரானவர் நீவிரே நற்குணத்தில் தேவருக்கு,
ஆற்றலுளோர் நீவிரெலாம் அமரர்களின் சமராவீர்,
மற்றவர் முகத்தை மருவியே நோக்கியபடி,
இழிவானதோர் நிலையிலே இடர்படாது தவிர்த்தேன்.

தவிர்த்தேன் உங்களைத் தாழ்வுகள் வருத்தாமல்,
நெறிகளின் வழியிலே நடந்திடும் நீவிரெலாம்,
வாசவனின் சமத்தார் வனவாசத்தில் மீண்டும்,
வாடதான் கூடாதென விளம்பினேன் வார்த்தைகளை.

வார்த்தைகளை உங்களுக்கு விளம்பினேன் எழுச்சியுடன்,
யானை பத்தாயிரத்தின் அதிபலத்தைக் கொண்டிருக்கும்,
பெரும்புகழை உடைய பீமசேனன் மீண்டும்,
வீழ்வைச் சாராதிருக்க வழங்கினேன் வழிமுறை.

வழிமுறை உங்களுக்கு விளம்பினேன் பொருத்தமாக,
பீமசேன அடுத்துப் பிறந்தவன் விஜயனும்,
வருத்தத்தை அடையாதிருக்க வழங்கினேன் அறிவுரை,
நலத்தைக் காக்கவேண்டும் நகுலனுக்கென நவின்றேன்.

நவின்றேன் சகாதேவன் நசியாது மேன்மைபெற,
பெரியோரின் கட்டளையைப் பின்பற்றும் குழந்தைகள்,
பசிதாகத்தின் தாக்கத்தால் பெரிதும் வாடாதிருக்க,
உரைத்தேன் உங்களுக்கு உகந்த சொற்களை.

சொற்களை அப்போது சொன்னதன் காரணம்,
பேரழகை உடையவள் பெருங்கண் கொண்டவன்,
பாஞ்சாலியை சபைநடுவே பாடுபடுத்திய துஷ்சாசனன்,
தண்டனையை அனுபவிக்கத் தகுந்தவிதம் செயல்பட.

செயல்படத் தூண்டினேன் சீர்பெற்று நீர்வாழ,
பாடுபடப் பாஞ்சாலியின் பிடரியைப் பிடித்திழத்த,
ஈனமுள துஷ்சாசனன் அழிந்துவிட வேண்டுமென,
வீரமுள வார்த்தைகளை விளம்பினேன் அப்போது.

அப்போது மாதவிடாய் அல்லல் கொடுத்திட,
அடிமையென்று பாஞ்சாலியை அடாதவிதம் இழுத்துவந்த,
துஷ்சாசனனுக்கு பதிலடி தரவேண்டும் என்பதாக,

உங்களுக்கு உரைத்தேன் ஊக்கந்தரும் வார்த்தைகளை.

வார்த்தைகளை அவ்விதம் விளம்பியதன் காரணம்,
வேறில்லை என்பதை விளங்கிக்கொள் மனதிலே,
இவற்றை என்மனதில் எண்ணமிட்டு முடிவெடுத்து,
உங்களை வெல்லவைக்க உரைத்தேன் கருத்தினை.

கருத்தினை உரைத்ததன் காரணம் பாஞ்சாலி,
உடலின் அங்கங்கள் உள்ளவள் அளவாக,
இடரின் சூழலில் அழுது புலம்பியே,
புயலின் வயப்பட்டு பசுமரமென வாடினாள்.

வாடினாள் வாழைமரம் வெகுபுயலில் சிக்கியதாய்,
மாதவிடாய் காலத்தில் மாதரசி திரௌபதியை,
ஆணவமாய் இழுத்துவந்தான் அடாதவன் துஹ்சாசனன்,
தஞ்சமாய் ஆதரவைத் தரவேண்டினாள் திரௌபதி.

திரௌபதி அழுதுத் துடித்து நொடிகையில்,
காப்பாற்றி தஞ்சத்தைக் கொடுக்க இயலாமல்,
மௌனமாகி வருத்தமாகி மருவினார் மாமனாரும்,
என்னகத்தில் மகிழ்வில்லை ஐம்புலன் ஒடுங்கினேன்.

ஒடுங்கினேன் நிகழ்ந்ததான அடாத செயல்கண்டு,
அறிவிலாதவன் துஹ்சாசனனின் அடாத காரியத்தை,
நினைந்துதான் உனக்கு நானுரைத்தேன் அறிவுரை,
கூத்ரியரின் முறைப்படி செய்யவேண்டும் மோதலென.

மோதலென நிகழ்த்தி மிகப்புகழ் எய்திட,
விதுலனென இருந்தவனின் வார்த்தைகளை விளம்பினேன்,
வீரமான மனத்துடன் வைரிகளை அழிப்பதற்கு,
போதுமான உளபலத்தைப் பகர்ந்தேன் உங்களுக்கு.

உங்களுக்கு அன்று உரைத்தன அனைத்தும்,
வீரமிகு பாண்டுவுக்கு வம்சமென்று ஏதுமின்றி,
அழிந்து நீங்களெலாம் இல்லாது போகாமல்,
பிழைத்து வாழ்நதிருக்க பொருத்தமான வார்த்தைகள்.

வார்த்தைகள் உரைத்தது வாழவேண்டும் நீங்களென,
குழந்தைகள் நீவிரெலாம் சுதாகலத்தில் வாழ்ந்திருக்க.

கௌரவர்கள் குலத்தில் கேடுகள் நேராதிருக்க,
பித்ரிக்கள் மேலுலகில் பாடுபடாது காத்தேன்.

காத்தேன் பித்ரிக்களைக் கேடுகள் தாக்காதவிதம்,
வம்சத்தின் பேரன்கள் வீணான கேடரெனில்,
முன்னோரின் நிலைமை மோசமாகும் வானுலகில்,
அன்னவரின் நிலைகாக்க அளித்தேன் அறிவுரை.

அறிவுரை அளித்தது அனைவரின் நலத்துக்கே,
என்னைப் பொருத்தவரை எந்தன் கணவருடன்,
வளமைகளை எல்லாம் வெகுவாக அனுபவித்தேன்,
என்னகுறை எனக்கென இயம்பிட ஏதுமில்லை.

ஏதுமில்லை குறைபாடு எந்தன் வாழ்விலே,
வேள்விகளை நிகழ்த்தி வழங்கினோம் தானங்களை,
சோமரசத்தை அறுந்தினோம் சீர்மிக்க வேள்விகளில்,
விதுலனுரை வாசுதேவனிடம் வழங்கியது எனக்கில்லை.

எனக்கில்லை ஆசையேதும் இனிமேல் அனுபவிக்க,
உங்களைக் காக்கவே உரைத்தேன் சொற்களை,
விதுலனுரை கூறி உங்களைத் தூண்டியது,
உங்களை நலத்துடன் வாழ்விக்க விரும்பியே.

விரும்பியே நாடவில்லை வளத்தை உங்கள்மூலம்,
நீங்களே வென்றபின்னர் நானவற்றை அனுபவிக்க,
மனதிலே விரும்பி மொழியவில்லை சொற்களை,
ஆதலாலே உங்கள்மூலம் எப்பலனும் விரும்பவில்லை.

விரும்பவில்லை நீங்கள் வென்றதான வளங்களை,
என்கணவரை அண்டியே அடைந்தேன் பெருமேன்மை,
மூத்தவர்களை விலகாது மருமகளாய் அவர்களுக்கு,
கடமைகளைச் செய்து கானகத்தில் வாழுவேன்.

வாழுவேன் கானகத்தில் வாழச்செல்லும் இருவருடன்,
புரிவேன் பெருந்தவம் புலனைந்தை அடக்குவேன்,
இளைப்பேன் உடலளவில் அருந்தவத்தின் விளைவாக,
எந்தன் பின்னாலே இனிமேல் தொடராதீர்.

தொடராதீர் மகன்களே தனியளாகச் செல்லுகிறேன்,

செல்லுவீர் நீயும் சீர்மிக்கான் பீமனும்,
மற்றவர் உடன்வர மன்னவனும் தம்பியரும்,
செல்லுவீர் நாட்டுக்கு செய்வீர் அரசாட்சி.

அரசாட்சி செய்வீர் அறவழி விலகாமல்,
உன்மனதில் மேன்மைமட்டும் உண்டாக வழிகொடு,
வெகுமாட்சி கொண்டு வையத்தை ஆளுவீர்,
திரும்பி செல்வீரெனத் தெரிவித்தார் விருப்பத்தை.

(18)ஆஸ்ரமவசிக பர்வம், பகுதி 18

விருப்பத்தை அன்னை விளம்பியதைக் கேட்டதும்,
அவமானத்தை அடைந்தனர் ஐந்து சகோதரரும்,
அன்னைசொல்லைக் கேட்டு ஐவருடன் பாஞ்சாலி,
தொடர்வதை நிறுத்தித் தங்கினர் பின்னதாக.

பின்னதாகத் தங்கினர் பாண்டவரும் பஞ்சாலியும்,
முன்னதாகக் குந்திதேவி மனமாற்றம் இல்லாமல்,
வனவாசமாக வாழுதற்கு வைத்தார் எண்ணமென,
மாதராக இருந்தவர்கள் மனங்குமுறிக் கதறினர்.

கதறினர் அழுதனர் கனத்த மனத்துடன்,
பாண்டவர் ஐவரும் பார்வேந்தர் திருதராஷ்டிரரை,
தொழுதனர் வலம்வந்து தந்தனர் மரியாதை,
நின்றனர் ப்ரீதாவை நிறுத்துதல் இயலாதென.

இயலாதென பாண்டவர் இதயம் வாடுகையில்,
அம்விகையான மாதின் அன்புமகன் திருதராஷ்டிரன்,
காந்தாரியான மாதிடமும் கனிவுமிக்க விதுரரிடமும்,
திண்ணமான வார்த்தைகளில் தெரிவித்தார் விருப்பத்தை.

விருப்பத்தை உரைத்தார் வேந்தர் திருதராஷ்டிரர்,
இருகரத்தை இருவர்மீதும் அழுத்தி வைத்தபடி,
காந்தாரியை விதுரரைக் கனிவுடன் அழைத்து,
குந்தியைக் குறித்துக் கூறினார் கருத்தை.

கருத்தை உரைக்கிறே குந்தியான ராஜமாதா,

நம்மைத் தொடராது நாட்டுக்குத் திரும்பட்டும்,
வார்த்தை யுதிஷ்டிரன் உரைத்தான் அவையெலாம்,
உண்மை ஆதலால் வரவேண்டாம் குந்தி.

குந்தி மைந்தர்கள் கொண்ட வளமைகளில்,
இருந்து மகிழ்ந்து இவ்வுலகில் வாழாமல்,
வருந்தி வாடுதற்கு வனத்துக்கு வருவதேன்?
அறிவின்றி சிறுமதியார் அவ்விதம் செய்வார்.

செய்வார் மூளை சிறிதுமிலார் இவ்விதம்,
பாண்டவர் அன்னை புகுவதேன் வனத்துக்குள்?
வளத்துக்கோர் குறைவிலா வாழ்வுக்கு நடுவிலே,
மனதுக்கோர் அமைதிவர முயலலாம் தவவாழ்வை.

தவவாழ்வை இயற்றி தானங்களை அளித்து,
மிகமேன்மை அடையலாம் மன்னவனின் அன்னையாக,
வனவாழ்வைத் தேர்ந்தெடுத்து வாடுதல் தேவையில்லை,
என்சொல்லைக் கேட்டு அரசனுடன் திரும்பட்டும்.

திரும்பட்டும் ப்ரீதா தரணியாளும் வேந்தனுடன்,
இன்றுமட்டும் குந்தி எனக்கு அளித்ததான,
பணியெலாம் எனக்குப் போதுமென மனமுவந்தேன்,
மருமகளாம் குந்திதேவி மீளட்டும் நாட்டுக்கு.

நாட்டுக்கு மீளட்டும் நல்லவள் குந்தியென்று,
எடுத்துரைத்து குந்தியை அனுப்பிவை யுதிஷ்டிரனுடன்,
அறத்துக்கு உறைவிடமாய் அமைந்தவளே காந்தாரி,
அன்புகூர்ந்து குந்தியை அனுப்பு மகன்களுடன்.

மகன்களுடன் குந்தி மண்ணாளப் போகட்டும்,
நம்முடன் வந்தால் நவிவுதான் வனத்திலென,
அன்புடன் திருதராஷ்டிரர் அன்னை காந்தாரியிடம்,
சொன்னதும் அவற்றைச் சுவாலர்மகள் ஏற்றார்.

ஏற்றார் காந்தாரி அரசனின் சொற்களை,
அழைத்தார் குந்தியை அறிவித்தார் கருத்துக்களை,
சேர்த்தார் அவற்றுடன் சீலமிக்காள் தன்கருத்தை,
முயன்றாள் குந்தியை மகன்களுடன் அனுப்பிவிட.

அனுப்பிவிட முயன்றாலும் அதற்கு இயலவில்லை,
திரும்பிவிட மனமில்லை தூயவள் குந்திக்கு,
புகுந்துவிட நினைத்தாள் பெருவனத்தில் காந்தாரியுடன்,
தவமியற்ற மனங்கொண்டு தொடர்ந்தாள் பயணத்தை.

பயணத்தை நிறுத்தாமல் புத்தியில் மாறாமல்,
உறுதியாய் ப்ரீதா வனவாசம் செல்வதில்,
மாற்றத்தைக் கொணர்ந்திட முடியாதென உணர்ந்து,
கௌரவரைச் சேர்ந்த காரிகையர் கதறினர்.

கதறினர் தமது கணவன்மார் அப்போது,
அன்னவர் குழாத்துடன் அங்கே இல்லையென,
ஆடவர் எவரும் அவர்களுடன் வாராததால்,
நின்றனர் தாமெலாம் நின்றிடார் குந்தியென.

குந்தியென இருந்த குலமாது தொடர்ந்து,
உறுதியான மனத்துடன் வனவாசம் சென்றதால்,
ஆடவரென மகளிரென அனைவரும் நின்றனர்,
திருதராஷ்டிரனான வேந்தன் தொடர்ந்து நடந்தான்.

நடந்தான் திருதராஷ்டிரன் நெருங்கினான் வனத்தை,
பாண்டுவின் மைந்தர்கள் பாவையர் குழாத்துடன்,
வருத்தத்தின் தாக்கத்துடன் வந்தனர் ஹஸ்தினாபுரம்,
வேந்தன் குழாத்துடன் வனத்துக்குள் சென்றான்.

சென்றான் திருதராஷ்டிரனும் சோகமிக்க மனத்துடன்,
பாண்டுவின் மைந்தர்கள் பிறரும் மாதரும்,
நகரத்தின் எல்லைக்குள் நடந்து செல்லுகையில்,
மக்களின் மனதிலும் மன்றியது சோகம்.

சோகம் கவிந்தது சிறுவரிடம் பெரியோரிடம்,
ஆடவரும் பெண்டிரும் அகத்திலே கலங்கினர்,
ஹஸ்தினாபுரம் முழுவதும் அழுகுரலே கேட்டது,
எவரிடமும் மகிழ்வில்லை எங்குமில்லைக் கொண்டாட்டம்.

கொண்டாட்டம் களிப்புகள் கிடையாது எங்குமே,
பாண்டவரிடமும் மகிழ்வில்லை பலங்குன்றி நலிந்தனர்,
ஆற்றலேதும் இல்லாமல் ஆழ்ந்தனர் துயரத்தில்,
அன்னையாகும் குந்திக்கென அழுதனர் துயரத்தில்.

துயரத்தில் ஆழ்ந்து துடித்தனர் பாண்டவர்கள்,
கன்றுகள் பசுவைக் காணாமல் துடிப்பதுபோல்,
பாண்டவர்கள் அன்னையின் பிரிவினால் வாடினர்,
அக்கணத்தில் திருதராஷ்டிரர் அடவியை அடைந்தார்.

அடைந்தார் திருதராஷ்டிரர் அடர்ந்த வனப்பரப்பை,
வந்தார் பாகீரதியாம் வேகவதியின் கரைக்கு,
ஓதினர் பிராமணர்கள் வேதத்து மந்திரங்களை,
மூட்டினர் அக்கினியை மாண்புமிக்க முனிவர்கள்.

முனிவர்கள் மூட்டிய மிகப்புனித அக்கினி,
அழகில் மிளிர்ந்து எழுந்தது மேல்நோக்கி,
கௌரவர்கள் வேந்தர் கொணர்ந்த அக்கியும்,
அவ்விடத்தில் எரிந்தது அருகிர்ந்தார் திருதராஷ்டிரர்.

திருதராஷ்டிரர் அக்கினிக்குத் தந்தார் ஆகுதிகளை,
மாலைவந்து சூரியன் மறையும் தருணத்தில்,
சூரியனுக்கு வணக்கங்கள் செய்தார் திருதராஷ்டிரர்,
அதன்பின்பு அனைவருக்கும் அமைத்தனர் படுக்கைகள்.

படுக்கைகள் குசப்புல்லைப் பரப்பி அமைத்தனர்,
கௌரவர்கள் வேந்தருகில் காந்தாரி படுத்தார்,
காந்தாரியருகில் படுத்தார் குந்திதேவி அமைதியாக,
கேட்குந்தூரத்தில் விதுரரும் களைத்துப் படுத்தார்.

படுத்தார் அனைவரும் பாங்குமிக்க விதருடன்,
யஜகர் என்பதாக இயம்பப்படும் வேதியர்கள்,
படுத்தனர் அருகருகில் படுத்து உறங்குமுன்னர்,
ஓதினர் வேதங்களை வழங்கினர் ஆகுதிகளை.

ஆகுதிகளை அளித்து அக்கினியைத் தொழுது,
புனிதத்துவத்தை அளித்தனர் பெருவனத்துப் பரப்புக்கு,
அவ்விரவை பிரமியிரவாய் ஆக்கினர் யஜகர்கள்,
அதிகாலை எழுந்து அனைவரும் தயாராகினர்.

தயாராகினர் காலையில் தொழுகை புரிவதற்கு,
அளித்தனர் அக்கினிக்கு ஆகுதிகள் பலவற்றை,
பயணத்தைத் துவக்கினர் பெருவனத்துக்கு உள்ளாக,

கடினமாய் உணர்ந்தனர் கானகத்தில் முதல்தினத்தை.

முதல்தினத்தைக் கடினமாக மாற்றியது மனத்துயரம்,
நகரத்தைச் சேர்ந்தவர் நலிந்து துடித்ததாலும்,
கிராமங்களைச் சேர்ந்தோர் கதறி அழுததாலும்,
வருத்தத்தைப் பெருக்கியது வனவாழ்வின் முதல்தினம்.

(19)ஆஸ்ரமவசிக பர்வம், பகுதி 19

முதல்தினம் சிரமமாக முடிவுக்கு வந்ததென்று,
நடந்தவிதம் நிகழ்வுகளை நவின்றார் வைசம்பாயனர்,
அதற்குமேலும் நடந்தவற்றை அறிவித்தார் மாமுனிவர்,
அனைவரும் பாகீரதிக்கு அருகிலே தங்கினர்.

தங்கினர் விதுரர் தந்ததான அறிவுரைப்படி,
புனிதத்துக்கோர் இடமான பாகீரதி நதிக்கரையில்,
தருமமிக்கோர் தங்கும் தூயதான நிலப்பரப்பில்,
திருதராஷ்டிரர் அன்றிரவு தங்கி ஓய்வெடுத்தார்.

ஓய்வெடுத்தார் திருதராஷ்டிரர் வேகவதி நதிக்கரையில்,
வந்திருக்கிறார் திருதராஷ்டிரரென வந்ததான தகவலால்,
காண்பதற்கோர் ஆர்வத்துடன் குழுமினர் மக்கள்,
க்ஷத்ரியர் வைசியர் சூத்திரர் பேதமில்லை.

பேதமில்லை அங்குவந்த பெருந்திரள் மக்களிடம்,
வேந்தரைக் காண்பதற்கு வந்திருந்த மக்களிடம்,
மகிழ்வாய்ப் பேசினார் மாமன்னர் திருதராஷ்டிரர்,
மேலோரை பிராமணரை முறைப்படி வணங்கினார்.

வணங்கினார் அதன்பின்னர் வந்தவர்கள் அனைவருக்கும்,
வழங்கினார் அனுமதியை வந்தவழி மீளுதற்கு,
செம்றார் காந்தாரியுடன் சந்தியில் தொழுவதற்கு,
இறங்கினார் பாகீரதியில் அளித்தார் வந்தனங்கள்.

வந்தனங்கள் கூறி வணக்கங்கள் உரைத்து,
பாவங்கள் அகலுதற்குப் புரிந்தார் வேண்டுதல்,
குளித்தார்கள் அனைவரும் கங்கையின் பிரவாகத்தில்,

அவ்விடத்தில் அவர்களுடன் இருந்தார் குந்தி.

குந்தி திருதாஷ்டிரனை காந்தாரியைப் பற்றி,
வழிகாட்டி நடந்தாள் வாஞ்சைமிக்க மகளென்று,
அன்னை தந்தையென அரசியும் அரசனும்,
குந்தியைப் பற்றிக் கரையேறி வந்தனர்.

வந்தனர் யஜகரென வழங்கப்படும் பிராமணர்கள்,
பொழிந்தனர் ஆகுதிகளைப் புனிதமிக்க அக்கினியில்,
வயோதிகர் ஆகினும் வேந்தர் திருதராஷ்டிரர்,
வந்தார் குருக்ஷேத்திரத்துக்கு கண்டார் சதயுபரை.

சதயுபரைக் கண்டார் சக்ரவர்த்தி திருதராஷ்டிரர்,
கேகேயரை ஆண்ட கோனான சதயுபர்,
தேசத்தைத் தனது தனயனுக்கு அளித்துவிட்டு,
வனவாசத்தை ஏற்று வாழ்ந்துவந்தார் குருக்ஷேத்திரத்தில்.

குருக்ஷேத்திரத்தில் வந்த கௌரவரின் வேந்தனை,
கண்டதில் மிகவும் களிப்புற்ற சதயுபன்,
வரவேற்புகள் அளித்து வியாசரிடம் கொணர்ந்தான்,
அவ்விடத்தில் வனவாசத்துக்கு அளித்தனர் தீட்சை.

தீட்சை அளித்தனர் திருதராஷ்டிர வேந்தனுக்கு,
சடங்கை முடித்தபின்னர் சதயுபனின் ஆசிரமத்துக்கு,
திரும்புதலைச் செய்தான் திருதராஷ்டிர வேந்தன்,
வனவாசத்தைக் குறித்து விளம்பினார் சதயுபர்.

சதயுபர் வியாசர் சொன்ன கட்டளைப்படி,
விளம்பினார் வனத்தில் வாழும் முறைகளை,
திருதராஷ்டிரர் தவமியற்றத் தகுந்த வழிகலை,
கேட்டறிந்தார் அதுபோல கூடவந்த அனைவரும்.

அனைவரும் சதயுபர் அறிவுரையை ஏற்றனர்,
காந்தாரியும் குந்தியும் களைந்தனர் நல்லாடைகளை,
மரவுரியும் மானுரியும் மாண்புடன் அணிந்தனர்,
காந்தாரியும் திருதராஷ்டிரருடன் கடைப்பிடித்தார் விரதங்களை.

விரதங்களைக் கடைப்பிடித்தார் உன்னதர் காந்தாரி,
என்னவகை விரதங்களை அரசன் திருதராஷ்டிரன்,

செய்வதாய் இருந்தாலும் சகியான காந்தாரியும்,
அன்னவகை விரதங்களை அனுசரித்தோர் உடனாக.

உடனாக காந்தாரியும் உகந்தவிதம் விரதமிருந்து,
புலனான ஐந்தையும் புத்திமனம் வாக்கையும்,
முறையாக அடக்கி மூடினார் கண்களை,
ரிஷியென திருதராஷ்டிரர் இயற்றினார் பெருந்தவம்.

பெருந்தவம் செய்தார் புனிதமிகும் திருதராஷ்டிரர்,
உடல்மனம் கட்டி உடலிளைத்து தவமியற்றி,
சதையெலாம் சுருங்கிச் சருகான கூடுபோல,
எலும்பாகும் நிலையிலே இருந்தார் திருதராஷ்டிரர்.

திருதராஷ்டிரர் சிரத்திலே தரித்தார் சடைமுடியை,
அணிந்திருந்தார் மானுரியை அல்லது மரவுரியை,
விதுரர் சஞ்சயர் உடனிருந்தனர் வேந்தருடன்,
அவ்விருவர் உடல்களும் இளைத்து மெலிந்தன.

மெலிந்தன உடல்கள் மன்னருக்கும் மற்றோருக்கும்,
ஆடையென மரிவுரியை அல்லது கந்தையை,
அணிந்தனர் அனைவரும் அந்த வனத்திலே,
உயர்வான தவத்திலே உளத்தைச் செலுத்தினர்.

(20)அனுசாசன பர்வம், பகுதி 20

செலுத்தினர் மனத்தை சீர்மிக்க தவத்திலென,
கௌரவர் குழுவின் கானக வாழ்வினை,
மாமுனிவர் வைசம்பாயனர் மொழிந்தார் தொடர்ச்சியாய்,
வந்தனர் அவ்விடத்துக்கு வானவரின் பெருமுனிகள்.

பெருமுனிகள் நாரதர் பர்வதர் தேவலர்,
வந்தனர் திருதராஷ்டிர வேந்தனைக் காணுதற்கு,
வியாசர் சீடர்களை உடனழைத்து வந்திருந்தார்,
மாமுனிவர் பலபேர் மகிழ்வுடன் திரண்டனர்.

திரண்டனர் ஞானமுற்ற தூயவர் பலபேர்,
சதயுபர் என்னும் சீர்மிக்க வயோதிகரும்,

வந்திருந்தார் ரிஷிகளின் உன்னதக் குழுவுடன்,
பூசைகளை அளித்தார் ப்ரீதாவெனும் குந்தி.

குந்தி பூசித்ததில் களித்தனர் ரிஷிகள்,
மகிழ்ந்து திருதராஷ்டிரரிடம் மனமுவந்து பேசினர்,
நெறிகுறித்து பேசினர் நேர்மைபற்றி உரைத்தனர்,
அப்போது நாரதர் அளித்தார் கருத்தை.

கருத்தை உரைத்தார் கேடிலாத நரதர்,
அனைத்தை உணரும் ஆற்றல்மிக்க மாமுனிவர்,
நிகழ்வொன்றை உரைத்தார் நடந்தது பழங்காலத்தில்,
கேகயத்தை ஆண்டதோர் கோனிருந்தார் சஹஸ்ரசித்யரென.

சஹஸ்ரசித்யரென இருந்த சீர்மிக்க பெருவேந்தர்,
வளமென அனைத்தும் வீரதீர பராக்கிரமும்,
தனதென உடையவர் தூயவர் தருமவான்,
சதயபுரென நம்மோடிருக்கும் சிறந்தவரின் பாட்டனார்.

பாட்டனார் சஹஸ்ரசித்யர் பாராண்டு முடித்தபின்,
அளித்தார் நாட்டின் ஆட்சியை முதல்மகனுக்கு,
நெறிக்கோர் உதாரணமாக நின்றவர் சஹஸ்ரசித்யர்,
புகுந்தார் வனத்தில் புரிந்தார் பெருந்தவம்.

பெருந்தவம் புரிந்து புரந்தரரின் மண்டலத்தில்,
வாழ்ந்திரும் பேறுபெற்று வானுலகில் புகுந்தார்,
இந்திரராம் அரசருடன் இருந்தார் நெடுங்காலம்,
பாவமேதும் இலாரைப் பார்த்துளேன் பலமுறை.

பலமுறை இந்திரரின் பெருஞ்சபைக் கூடத்தில்,
சஹஸ்ரசித்யரைக் கண்டுளேன் சக்ரனின் நண்பராக,
அதேவகை நிலையிலே அறிந்துளேன் சைலாலயரை,
பகதத்தனை அன்னவர் பேரனாக உடையவர்.

உடையவர் ப்ரிஷதரெஜும் வேந்தரும் தவபலத்தை,
இடிதனை ஏந்திவரும் இந்திரருக்கு நிகராக,
பலத்தினை உடையவர் புரிந்தார் பெருந்தவம்,
வானுலகை அடைந்தபின் வெகுமேன்மை பெற்றார்.

பெற்றார் புருகுத்சர் பெருமேன்மை வானுலகில்,

மைந்தர் அவர்தான் மண்டத்ரியெனும் வேந்தனுக்கு,
அன்னவர் மனைவியாக அமைந்தார் நர்மதைநதி,
இவ்வனைவர் உயர்ந்தது இவ்வனத்தில் தவஞ்செய்து.

தவஞ்செய்து மேன்மைபெற்ற தரணிவேந்தர் வரிசையில்,
சசலோமனென்று ஒருவேந்தன் செய்தான் கடுந்தவம்,
வானவரது சொர்க்கத்தில் வாழ்வினைப் பெற்றான்,
உனக்கு அதேபோல உண்டாகும் சொர்க்கவாழ்வு.

சொர்க்கவாழ்வு உனதாகும் சீர்மிகுந்த வேந்தனே,
த்வைபாயத்துப் பிறந்தவர் தூயவர் வியாசமுனி,
துணைசெய்து உனக்குத் தவவழியைக் காட்டுவார்,
காந்தாரியொடு உனக்கும் கிடைக்கும் சொர்க்கவாழ்வு.

சொர்க்கவாழ்வு நிச்சயம் சீர்மிகுந்த வேந்தனே,
உனக்கு முன்னதாக வானுலக சொர்க்கத்தில்,
வாழ்வதற்கு சென்றவர்போல் வெல்லுவார் சொர்க்கத்தை,
வலனை அழித்தவனொடு வாழுகிறார் பாண்டு.

பாண்டு வானுலகில் பாசத்துடன் உன்னையே,
நினைந்து கிடக்கிறார் நிகரிலாத வேந்தனே,
உனது மருமகளாய் உள்ளவள் ப்ரீதாவும்,
பாண்டுவொடு சேர்ந்து பொன்னுலகில் மகிழுவார்.

மகிழுவார் யுதிஷ்டிரனை மகனாக அடைந்தவர்,
தருமதேவர் வடிவமே தூயவன் யுதிஷ்டிரன்,
ஞானியர் ஆதலால் நாங்கள் அனைவரும்,
தருமர் யுதிஷ்டிரனெனத் தெரிந்துளோம் ஞானத்தால்.

ஞானத்தால் உயர்ந்தவன் நல்லவன் விதுரன்,
யோகத்தால் ஏகுவான் யுதிஷ்டிரனின் உடலுக்குள்,
வானுலகில் நுழைவான் உன்னதன் சஞ்சயனும்,
ஆதலால் உங்களுக்கு அமரருலகில் இடமுண்டு.

இடமுண்டு சொர்க்கத்தில் உங்கள் அனைவருக்குமென,
உரைசெய்து முடித்தார் உன்னதமுனி நாரதர்,
தொடர்ந்து வைசம்பாயனர் தொகுத்துரைத்தார் நடந்தவற்றை,
கௌரவரது வேந்தன் களிப்புற்றான் அவ்வுரையால்.

அவ்வுரையால் மகிழ்ந்த அரசன் திருதராஷ்டிரன்,
பக்தியால் நாரதரைப் பணிந்து வணங்கினான்,
மரியாதைகள் செய்து மனமுவந்து பணிந்தான்,
வந்தவர்கள் அனைவருக்கும் வெகுமகிழ்வு அவ்விடத்தில்.

அவ்விடத்தில் நாரதரை அனைவரும் போற்றினர்,
திருதராஷ்டிரரிடத்தில் மனமகிழ்வு தளும்பி வழிந்திட,
போற்றுதல்கள் செய்துப் பணிந்தனர் நாரதரை,
நாரதரிடத்தில் சதயுபர் நவின்றார் சந்தேகத்தை.

சந்தேகத்தை உரைத்தார் சதயுபர் நாரதரிடம்,
பக்தியை பலமாக்கினீர் பார்வேந்தர் திருதராஷ்டிரரிடம்,
சந்தேகத்தை வினவுகிறேன் சற்று பதிலளிப்பீர்,
திருதராஷ்டிரரைக் குறித்து துளிர்த்தது ஐயம்.

ஐயம் என்னவென அறிவிக்கிறேன் திருதராஷ்டிரரே,
அனைத்தையும் அறிந்தவரே அதிமேன்மை ஞானியே,
இந்திரரிடம் செல்லுவதே இவர்களின் நோக்கமென்று,
சொன்னாலும் அதன்பின்னர் சொல்லவில்லை மண்டலங்களை.

மண்டாங்களைக் குறித்து மொழியவில்லை நீவிர்,
எவ்விடங்களை அடைவார்கள் இவர்கள் எனதாக,
தகவலைக் கொடுத்தால் தலைப்படும் மிகமகிழ்வு,
தயவைக் காட்டி தெரிவிப்பீர் மண்டலங்களை.

மண்டலங்களைக் குறித்து மொழியவேண்டும் அதனுடன்,
அவற்றை இவரெலாம் அடைந்திடும் காலத்தையும்,
தெளிவாய் உரைக்கவேண்டும் தூயவரே நீவிரென,
விளக்கத்தை வேண்டினார் வெகுத்தவர் சதயுபர்.

சதயுபர் எழுப்பிய சந்தேகத்துக்கு பதிலாக,
வானவர் உலகிலே வலம்வரும் வேளையில்,
சசிக்கோர் சகாவான சக்ரனைக் கண்டேன்,
இவ்வரசர் தம்பியும் இருந்தார் சபையில்.

சபையில் பாண்டுவும் சக்ரனுடன் அமர்ந்திருந்தார்,
அவ்விடத்தில் திருதராஷ்டிரனின் அருந்தவம் குறித்து,
உடையாடல் எழுந்தது அந்த உரையாடலில்,
வானவர்கள் இந்திரன் விளம்பினான் கருத்தை.

கருத்தை உரைத்தான் கண்ணாயிரம் கொண்டவன்,
மூன்றாண்டை தவத்திலே முடிப்பார் திருதராஷ்டிரர்,
அக்காலத்தை முடித்தபின் அவரது ஆயுளானது,
முழுமையை அடைந்து மண்வாழ்வை விடுவார்.

விடுவார் மண்வாழ்வை வருவார் குபேரனிடம்,
வேந்தர் வாழ்நாட்களில் உள்ள மூன்றாண்டுகளில்,
பொசுக்குவார் தன்னைப் பற்றிய பாவங்களை,
அணிவார் வானவரின் அணிமணிகள் அனைத்தையும்.

அனைத்தையும் சிறப்பாக அடைவார் திருதராஷ்டிரர்,
நினைத்தவிதம் தானாகவே நகரும் தேரிலே,
காந்தாரியும் திருதராஷ்டிரரும் குபேரனின் பட்டினத்தில்,
மதிப்புடன் வாழுவார் மிகவும் மேன்மையாக.

மேன்மையாக அனைத்தையும் மாண்புடன் பெறுவார்,
ரிஷியாக இருக்கும் ஈடிலாரின் திருமகன்,
புண்ணியமாக அனைத்தையும் பெற்ற மேலோர்,
பாவமாக இருப்பவற்றைப் பொசுக்கி அழித்தார்.

அழித்தார் பாவங்களை அடைந்தார் புண்ணியங்களை,
உடையார் தருமத்தை உயிரின் மூச்சாக,
அமரர் கந்தர்வர் அரக்கர் உலகங்களில்,
வலம்வருவார் மனம்போலென உரைத்தார் இந்திரன்.

இந்திரன் உரைத்ததை இயம்பினேன் உம்மிடம்,
வானவரின் ரகசியத்தை உரைத்தேன் மாமுனியே,
உம்மிடம் மரியாதை உள்ளதால் இவற்றை,
இவர்களின் குழுவிலே இயம்பினேன் நடந்தவிதம்.

நடந்தவிதம் உரைத்தேன் நல்லவரின் சபைநடுவே,
இங்கிருக்கும் அனைவரும் அழித்தீர் பாவங்களை,
ஸ்ருதிகளாம் மநத்ரங்கள் சொல்லும் புண்ணியத்தை,
உடையவராம் உங்களுக்கு உரைத்தேன் ரகசியத்தை.

ரகசியத்தை உரைத்தேன் பாவங்களை அழித்தோர்க்கு,
தவத்தைச் செய்து தகுதியை மேம்படுத்தி,
உயர்வை அடைந்தோரே உங்களுக்கு வானவரின்,

நிகழ்வை உரைத்தேன் நினைவில் பதிப்பீர்.

பதிப்பீர் மனதிலென பகர்ந்தார் நாரதர்,
அனைவர் மனத்திலும் ஆனந்தம் உண்டானது,
திருதராஷ்டிரர் மனதிலே திரண்டது மகிழ்வு,
நிறைவுற்றார் தன்மனதில் நிகரிலார் திருதராஷ்டிரர்.

திருதராஷ்டிரர் குறித்து தங்களுக்குள் பேசியபடி,
வந்திருந்தோர் அனைவரும் வந்தவழி திரும்பினர்,
அனைவர் மனதிலும் ஆனந்தம் குடிகொண்டது,
மேலானதோர் நிலைபெற்ற மாமுனிகள் சென்றனர்.

(21)ஆஸ்ரமவசிக பர்வம், பகுதி 21

சென்றனர் தம்போக்கிலெனச் சொன்னார் வைசம்பாயனர்,
திருதராஷ்டிரர் வனத்திலே தவம்புரிய சென்றபின்,
அன்னையார் பிரிவாலும் அரசரின் பிரிவாலும்,
வாடினர் வருந்தினர் வீழ்ந்தனர் சோகத்தில்.

சோகத்தில் ஆழ்ந்தனர் சக்ரவர்த்தியும் மக்களும்,
பேசினர் மக்கள் பரிவான உளத்துடன்,
வயோதிகர் திருதராஷ்டிரர் வனத்திலே எத்தனை,
இடர்படுவோர் தனியராக எவர்துணையும் இல்லாமல்.

இல்லாமல் போனது எத்துணையும் காந்தாரிக்கும்,
எவ்விதத்தில் குந்திதேவி இருப்பார் வனத்திலே?
ராஜரிஷிகள் வம்சத்தில் அரசாண்ட திருதராஷ்டிரர்,
இதுவரையில் வளத்துடன் இருந்து பழகியவர்.

பழகியவர் திருதராஷ்டிரர் பெருவள வாழ்வுக்கு,
வருந்துவார் இப்போது வனத்தின் சூழலில்,
அன்னவர் கண்பார்வை அற்றவர் ஆதலால்,
இடர்படுவோர் அவ்வனத்தில் எல்லையில்லை துயருக்கு.

துயருக்கு ஆட்பட்டு துடிப்பாரே குந்திதேவி,
வளம்பெற்று அரசாளும் வேந்தரான மைந்தர்களை,
பிரிந்துவிட்டு வனத்தில் புகுந்தத குந்தியின்,

தியாகத்துக்கு ஈடில்லை தூயவர் குந்திதேவி.

குந்திதேவி போலவே கடினமான நிலையிலே,
வருந்திக் கிடப்பார் விதுரராம் தூயவரும்,
சிரமேந்தி பணிசெய்வார் சக்ரவர்த்தி அண்ணனுக்கு,
எவ்விதத்தில் தாளுவார் அடர்வனத்தின் சூழலை.

சூழலை சமாளிப்பது சிரமமே சஞ்சயருக்கும்,
கவல்கனியைத் தந்தையாகக் கொண்டவர் உன்னதர்,
கட்டளை ஏற்று கடமைசெய்வார் வேந்தருக்கு,
எந்நிலை அடைந்தாரோ அறியோம் அடர்வனத்தில்.

அடர்வனத்தில் அவர்கள் இருக்கும் நிலைகுறித்து,
ஆடவர்கள் பெண்டிர் அழுகின்ற குழந்தைகளென,
மக்கள் மனத்திலே மன்றியது கடுஞ்சோகம்,
காணுமிடத்தில் எல்லாம் கதைத்தனர் இதுகுறித்து.

இதுகுறித்து பாண்டவரும் எப்போதும் வருந்தினர்,
வயோதிகத்து காலத்தில் வனம்புகுந்த அன்னையும்,
தவம்புரிந்து வாழும் திருந்தராஷ்டிரரும் காந்தாரியும்,
நகரத்துச் சூழலில் நொடியும் மகிழவில்லை.

மகிழவில்லை தனது மைந்தர்களை இழந்துவிட்ட,
மன்னவனை காந்தாரியை மனமெண்ணி வாடியதால்,
விதுரரைக் குறித்தும் வருந்தினர் அனைவரும்,
ஆட்சியைச் செய்தாலும் அடைந்தது வருத்தமே.

வருத்தமே அடைந்தனர் வஞ்சியரும் மாளிகையில்,
வயோதிகமே அடைந்த வேந்தனும் காந்தாரியும்,
எவ்விதமே வாழ்வாரெனும் எண்ணம் மேலிட்டதால்,
களத்திலே இறந்துவிட்ட கணவரையும் நினைந்தனர்.

நினைந்தனர் அபிமன்யுவை நொடிந்தனர் மனதளவில்,
எண்ணினர் கர்ணனை எப்போதும பினனிடானை,
கருதினர் திரௌபதியின் குழந்தைகள் ஐவரை,
நினைந்தர் தத்தமது நட்புறவோர் அழிந்ததை.

அழிந்ததை நினைந்து அகத்தில் மருவியதால்,
மகிழ்வினை அடையாது மனதளவில் வாடினர்,

அகத்தை மேன்மேலும் அழுத்தியது பெருஞ்சோகம்,
பூமியை விட்டுப் பெருவீரரெலாம் அகன்றனர்.

அகன்றனர் புவிவிட்டு அதிதீரர் வீரரெலாம்,
புவியிலோர் வளமின்றி பஞ்சம் உண்டானதே,
இழந்தனர் மகன்களை அன்னையர் அனைவரும்,
வருந்தினர் பாஞ்சாலியும் வடிவழகி சுபத்திரையும்.

சுபத்திரையும் திரௌபதியும் சோகத்தில் வாடினர்,
ஆகினும் விராடர்தம் அன்புமகள் வாயிலாக,
பிறந்ததாம் குழந்தை பரீட்சித்தை நினைந்ததால்,
உயிரோட்டம் சிறிதளவில் இருந்தது பாட்டன்களுக்கு.

(22)ஆஸ்ரமவசிக பர்வம்: பகுதி 22

பாட்டன்களுக்கு மனமைதி பேரன் பிறந்ததாலென,
நிகந்தது குறித்து நவின்றார் வைசம்பாயனர்,
அன்னைக்கு மகிழ்வை அளிக்கும் பாண்டவர்கள்,
வருத்தமுற்று மிகவும் வாடினர் மனத்தில்.

மனத்தில் வருந்திய மாண்புமிக்க பாண்டவர்கள்,
ஆட்சியில் மனமின்றி ஆழ்ந்தனர் சோகத்தில்,
ஆழ்மனத்தில் வெகுசோகம் அழுத்திய காரணத்தால்,
கேட்டவர்கள் கேள்விகட்கும் கொடுக்கவில்லை பதிலேதும்.

பதிலேதும் சொல்லாமல் பாராமுகமாய் இருந்தனர்,
பெருங்கடலெனும் அளவுக்கு பலமிகுந்து வீரர்கள்,
இந்நேரம் இக்கணத்தில் அடைந்தனர் சோகத்தை,
அன்னையார்தம் நிலைகுறித்து அடைந்தனர் கலக்கம்.

கலக்கம் உண்டானது கானகத்தில் அன்னையார்,
வயோதிகம் அடைந்தவர் வேந்தருக்கும் அரசிக்கும்,
எவ்விதம் பணிகளை அனுதினம் செய்தாரென,
அரசரும் அரசியும் இழந்தனர் மகன்களை.

மகன்களை இழந்து மனவாட்டம் அடைந்துவிட்ட,
அரசரை அரசியை எண்ணியும் வருந்தினர்,

அத்தனை மைந்தரும் அழிந்தனரே வேந்தருக்கு,
இத்தனை சோகத்தை எவ்விதம் தாங்குகிறார்?

தாங்குகிறார் காந்தாரியும் தாங்கொணா சோகத்தை,
ஆதரிப்பார் இல்லாமல் அடைந்தனர் கானகத்தை,
கோரமிக்கதோர் விலங்கினம் கூட்டமாகத் தாக்கலாம்,
எவ்விதமிவர் இருக்கிறார் ஆபத்துமிகும் வனத்தில்?

வனத்தில் எவ்விதத்தில் வாழுகிறார் காந்தாரி?
குழந்தைகள் அனைவரும் காலனிடம் சென்றபின்னர்,
பார்வைகள் இல்லாதவர் பார்வேந்தர் செல்லுகையில்,
தொடருதல் செய்வது தூயவருக்கு இயலுமோ?

இயலுமோ என்று இதயமே துடித்திட,
பாண்டவரோ ஹஸ்தினாபுரத்தில் பரிதவித்து வாடினர்,
இந்நிலையோ பேரிடரென எண்ணியே பாண்டவர்,
மனங்களோ வாடியதால் முடிவெடுத்தனர் மனதில்.

மனதில் நினைந்தனர் மன்னவர் குழாத்துடன்,
எவ்விதத்தில் இருக்கிறார் அடர்வனத்தில் என்பதை,
காணுதல் வேண்டும் கானகம் ஏகியென,
அக்கணத்தில் சகாதேவன் அரசனிடம் பேசினான்.

பேசினான் அண்ணனிடம் பணிவுமிக்க தம்பி,
அண்ணனின் மனதிலே அல்லாடும் எண்ணத்தை,
உணருகிறேன் தாங்கள் வனத்திலே இருக்கும்,
தந்தையாரின் நிலைகுறித்துத் தவித்து வருந்துகிறீர்.

வருந்துகிறீர் ஆதலால் வனத்திற்கு சென்று,
தந்தையார் நிலையைத் தெரிந்துகொள்ளத் துடிக்கிறீர்,
அண்ணனார் உமக்கு அளிக்கும் மரியாதையால்,
இயம்புதற்கோர் காலம்வர இதுவரை காத்திருந்தேன்.

காத்திருந்தேன் இதுவரையில் குறிப்பிட்டு உரைத்திட,
இதுதான் தருணம் இங்கிருக்கும் நாமெலாம்,
வனத்தின் உட்சென்று வேந்தரைக் காணுதற்கு,
காணுவேன் நானும் குந்திதேவி அன்னையை.

அன்னையைக் காணுதற்கு ஆர்வத்துடன் இருக்கிறேன்,

தவத்தைப் புரிந்து தலையில் சடாமுடியுடன்,
உடலை இளைக்கவைத்து உருக்கமாய்த் தவமிருந்து,
தர்ப்பைப் புல்லிலே தூங்குகிறார் அன்னை.

அன்னை மாளிகையில் அனைத்து வளங்களுடன்,
வாழ்வை நடத்தியவர் வாட்டம் அறியாதவர்,
அவரை கவனிக்க அனேகர் இருந்தனரே,
அத்தனை சிறப்புடையார் அல்லாடுகிறார் வனத்தில்.

வனத்தில் வாடுகிறார் வாஞ்சைமிக்க அன்னையார்,
வளத்தில் வாழ்ந்திருந்த வாழ்வுநிலை மாறியே,
இவ்விதத்தில் வாடுகிறார் என்னே மனிதவாழ்க்கை?
நிலைத்தல் இல்லாமல் நிதமும் மாறுகிறதே.

மாறுகிறதே வாழ்க்கை மிகவும் வேகமாக,
கடினத்திலே வாழுகிறார் கானகத்திலே குந்தியென,
தான்கிடவே இயலாமல் துடித்தான் சகாதேவன்,
அதைப்போலவே திரௌபதியும் அளித்தாள் கருத்தை.

கருத்தை உரைக்கிறேன் கௌரவரின் வேந்தரே,
குந்தியைக் காண்பேனோ குழம்புகிறது என்மனம்,
இதுவரை அம்மாது இருந்தார் உயிரோடெனில்,
அம்மாதைக் காணாவிடில் அழிவானது என்வாழ்வு.

என்வாழ்வு வீணானது அன்புமிக்க ப்ரீதாவை,
காணாது விட்டாலெனக் கதறினாள் திரௌபதி,
ஒருமுறையாவது ப்ரீதாவை உயிருடன் காணவேண்டும்,
இவ்வாறு நீவிடும் எண்ணுவீர் வேந்தரே.

வேந்தரே நீவிர் வரமாக இதனை,
வழங்கியே எங்களை வாழ்த்திட வேண்டும்,
வனத்திலே இருந்து வாடும் ப்ரீதாவை,
காணவே மாதரெலாம் கொண்டோம் விருப்பம்.

விருப்பம் கொண்டோம் வருகிறோம் உங்களுடன்,
குந்தியும் காந்தாரியும் கௌரவரின் வேந்தரும்,
எவ்விதம் உள்ளாரென அறிந்திடும் விருப்பத்தால்,
வருகிறோம் உம்முடன் வனத்துக்கு செல்லுவோம்.

செல்லுவோம் என்று சொன்ன திரௌபதியின்,
பேரார்வம் கண்ட பார்வேந்தன் அப்போதே,
படைநடத்தும் தலைவர்களைப் பெருஞ்சபைக்கு அழைத்தான்,
புறப்படட்டும் படைகளெனப் பகர்ந்தான் கட்டளை.

கட்டளை கொடுக்கிறேன் கிளம்பட்டும் படைகள்,
தேர்களை வேழங்களைத் திரட்டி வரவேண்டும்,
வனத்தை அடைந்து வேந்தர் திருதராஷ்டிரரை,
காணுவதைச் செய்யவேண்டும் கிளம்புவீர் இப்போதே.

இப்போதே புறப்படுமென இன்னொரு முறையாக,
அணங்குகளுக்கே பணிசெய்யும் ஆட்களிடமும் உரைத்தான்,
பயணத்துக்கே வேண்டிய பொருட்களையே திரட்டுவீர்,
ஆடையணிகளே வைத்திடும் அலமாரிகளை எடுத்துவாரும்.

எடுத்துவாரும் குப்பையை ஏந்தும் கலன்களை,
கொண்டுவாரும் சமைப்பதற்கு காய்கறி தானியங்களை,
கருவூலம் கூடக் கிளம்பட்டும் நம்முடன்,
பழுதுநீக்குவோரும் இப்போதே புறப்படட்டும் நம்முடன்.

நம்முடன் மக்களும் நாடலாம் வனத்தை,
குருக்ஷேத்திரம் செல்லும் கானகப் பாதையை,
கருவூலம் வைத்திருப்போர் கடக்கட்டும் முதலாவதாக,
எவரெலாம் விரும்பினாலும் அவரெலாம் வரலாம்.

வரலாம் அனைவரும் வேந்தரைக் காணுதற்கு,
அனைவரும் வரலாம் அதிலேதும் விலக்கில்லை,
பாதுகாப்புடன் செல்லுவோம் பார்வேந்தரைக் காணுதற்கு,
சமைப்பவரும் உதவியாளரும் சேர்ந்து வரட்டும்.

வரட்டும் அரண்மனையில் வகைவகை சமையலை,
புரிந்திடும் அனைவரும் பலவிதக் கருவிகளுடன்,
பானங்களும் உணவுகளும் போகட்டும் வண்டிகளில்,
செல்லுகிறோம் நாளையென சொல்லுவீர் மக்களிடம்.

மக்களிடம் பயணத்தை மொழியவேண்டும் விவரமாக,
தாமதமேதும் இல்லாமல் துவக்கவேண்டும் பயணத்தை,
அமைக்கவேண்டும் தங்குமிடங்கள் உறங்கும் கூடங்கள்,
இதிலேதும் மாற்றமில்லை எல்லோரும் தயாராகும்.

தயாராகும் என்று தரணிவேந்தன் ஆணையிட்டு,
காலநேரம் வந்ததும் கிளம்பினான் நகரெல்லைக்கு,
சகோதரரும் மாதரும் செல்லுதற்குத் தயாராகி,
ஐந்துதினம் எல்லையிலே இருந்தனர் மக்களுக்காக.

மக்களுக்காகக் காத்திருந்தான் மன்னவன் யுதிஷ்டிரன்,
விருப்பமாக இருந்தோரெலாம் வருவதற்கு ஏதுவாக,
நகர்ப்புறமாக இருந்ததில் நாட்கள் ஐந்துவரை,
காத்திருப்பாகத் தங்கியபின் கிளம்பினான் வேந்தன்.

(23)ஆஸ்ரமவசிக பர்வம், பகுதி 23

வேந்தன் அதன்பின்னர் வலுமிக்க படைகளுடன்,
கிளம்பினான் அங்கிருந்து கானகம் நோக்கியே,
படைகளின் தலைமையில் பலமிக்கான் அர்ஜுனனும்,
பாதையில் புறப்பட்டனர் பேரொலி உண்டானது.

உண்டானது படைகளின் ஓசைகள் பெரிதாக,
கிளம்பென்று கிளம்பென்று கூறினர் ஒருசிலர்,
பூட்டுமென்று பூட்டுமென்று புரவிகளைத் தேர்களில்,
பிணைப்பது செய்துப் புறப்பட்டனர் திரளாக.

திரளாக சென்றனர் திடமிகுந்த வீரர்கள்,
காற்றாகப் பறந்தனர் குதிரைகளில் அமர்ந்தபடி,
தங்கமாக மின்னும் தேர்களிலும் சென்றனர்,
நெருப்பாக மிளிர்ந்தபடி நகர்ந்தன தேர்கள்.

தேர்கள் போலவே திடமிக்க வேழங்கள்,
வீரர்கள் அமர்ந்திருக்க வேகத்துடன் சென்றன,
ஒட்டகங்கள் மீதும் ஒருசிலர் சென்றனர்,
வெறுங்காலில் சென்றனர் வேங்கைபோன்ற காலாட்கள்.

காலாட்கள் நகங்கள் கூறியதாய் நீண்டதாய்,
கொண்டவர்கள் படையிலே கால்நடையாய் சென்றார்கள்,
நகர்ப்புறத்தில் இருப்போரும் நடந்தனர் படையுடன்,
நகரமக்கள் பலரும் நகர்ந்தனர் வனம்நோக்கி.

வனம்நோக்கி அனைவரும் வந்தனர் திரளாக,
வேந்தராகிய திருதராஷ்டிரரை வனத்திலே காணுதற்கு,
விருப்பமாகி மக்களெலாம் வந்தனர் பாண்டவருடன்,
பயணமாகி வந்ததோ பலவிதமாகிய வாகனங்கள்.

வாகனங்கள் பலவற்றில் வந்தனர் மக்கள்,
பிறப்பில் கௌதமருக்குப் பிள்ளையாய் உண்டானவர்,
களத்தில் திறங்காட்டும் கௌதமரும் புறப்பட்டார்,
கௌரவர்கள் வேந்தன் கூறியபடி புறப்பட்டார்.

புறப்பட்டார் குருவான பெருமுனிவர் கிருபரும்,
கௌரவர் வேந்தனைக் களிப்பூட்டும் விதத்திலே,
சூதர் பாணர் செய்தனர் இசையொலிகள்,
மகதர் பலபேர் மொழிந்தனர் பெருமைகளை.

பெருமைகளைப் பாடினர் பாணருடன் மகதர்,
வாதுகளை வழங்கியபடி வந்தனர் வேதியர்கள்,
வெண்குடை பொருத்திய வெகுபெருத்த தேரிலே,
பயணத்தை செய்தான் பார்வேந்தன் யுதிஷ்டிரன்.

யுதிஷ்டிரன் தேருடன் ஏனையத் தேர்களும்,
சூழ்ந்துதான் சென்றன செறிவான வேகத்தில்,
வாயுதேவரின் மைந்தன் வ்ருகோதரன் வந்ததோ,
மலையின் வடிவுடைய மாக்கரியில் அமர்ந்தபடி.

அமர்ந்தபடி வந்த அதிதீரன் வ்ருகோதரனின்,
வேழத்தில் இருந்தன வில்லம்பு ஆயுதங்கள்,
தாக்குதல் செய்யவும் தடுத்து நிறுத்தவும்,
படைக்கலங்கள் அனைத்தும் பொருத்தியது அவ்வேழம்.

அவ்வேழம் செல்லுகையில் அசலமே அசைந்ததென,
எண்ணும் விதத்திலே இருந்தன அசைவுகள்,
மாத்ரேயராம் இரட்டையரும் மிகவேகம் வந்தனர்,
காற்றாகும் வேகத்தைக் கொண்டதாம் குதிரைகளில்.

குதிரைகளில் பதாகைகள் கொண்டுவந்தார் மாத்ரேயர்,
ஆற்றலில் மிகுந்த அர்ஜுனனாம் மாவீரன்,
புலன்கள் அடக்கியே பெருந்தேரில் பயணித்தான்,

பரிதிபோல் ஒளியைப் பொழிந்தது அத்தேர்.

அத்தேர் அருகிலே அனேகவிதத் தேர்களில்,
வந்தனர் மாதர்கள் வந்தவரில் முதலாவதாக,
துருபதர் மகளான திரௌபதி இருந்தாள்,
காத்தனர் அவர்களைக் காரிகைக் காவலர்.

காவலர் புடைசூழ கௌரவர் சென்றனர்,
இறைத்தனர் பல்பொருளை அவர்களின் செல்லுகையில்,
பயணித்தனர் தேர்களில் புரவிகளில் வேழங்களில்,
இசைத்தனர் கொம்புகளை இனிதான வீணைகளை.

வீணைகளை மீட்டியதால் வந்தந்தான இசையொலிகள்,
இனிமையைக் கொடுத்தன அழகுமிக்க அணிக்கு,
வேகத்தைக் காட்டாமல் வந்தனர் நிதானமாக,
தங்குமிடங்களை அடைந்ததும் தங்கி ஓய்வெடுத்தனர்.

ஓய்வெடுத்தனர் உண்டனர் உறங்கி எழுந்தனர்,
பயணித்தனர் அனைவரும் பெரிதான திரளாக,
தங்கினர் நகரத்திலே தௌமியரும் யுயுத்சுவும்,
காத்தனர் நகரத்தை கௌரவர் பயணித்ததால்.

பயணித்ததால் கௌரவர்கள் பொறுமையாக முன்னேறி,
வந்தார்கள் குருக்ஷேத்திரமாம் உன்னதத் தலத்துக்கு,
கடந்தார்கள் யமுனையைக் கானகத்தில் புகுந்தார்கள்,
அவ்விடத்தில் யுதிஷ்டிரன் குடில்களைக் கண்டான்.

கண்டான் குடில்களை கௌரவரின் வேந்தன்,
புகுந்தான் வனத்திலே பெருத்த ஆர்வத்துடன்,
மகிழ்வின் உச்சியில் மன்னவனும் மற்றவரும்,
இசைகளின் ஒலிகளுடன் ஏகினர் குடிலருகில்.

(24)ஆஸ்ரமவசிக பர்வம், பகுதி 24

குடிலருகில் வந்ததும் கௌரவர்கள் படையினர்,
வாகனங்களில் இருந்து விரைவாக இறங்கினர்,
சிறுதொலைவில் இறங்கியபின் சென்றனர் கால்நடையாய்,

குடிலருகில் செல்லுகையில் குனிந்தனர் மரியாதையாக.

மரியாதையாக வந்தனர் மன்னவரும் மற்றவரும்,
படைகளாக வந்தோரும் பணிவுடன் நடந்தனர்,
கௌரவரது தலைவர்களுடன் குனிந்தபடி மனைவியரும்,
ஆசிரமமாக இருப்பிடத்தை அடைந்து நின்றனர்.

நின்றனர் மான்கள் நிறைந்த உறைவிடத்தில்,
கண்டனர் வாழைகள் கொழித்த அவ்விடத்தை,
வந்தனர் உள்ளிருந்து வெகுபல தவசிகள்,
நோக்கினர் ஆர்வத்துடன் நடந்துவந்த கூட்டத்தை.

கூட்டத்தைக் காணக் குழுமினர் தவசிகள்,
பாண்டவரைக் கண்டு பரவசம் கொண்டனர்,
ஆர்வத்தைக் காட்டினர் அரசனைக் காணுதற்கு,
கண்ணீரை உகுத்தபடி கூறினான் அரசன்.

அரசன் யுதிஷ்டிரன் அங்கிருந்த தவசிகளிடம்,
வினவினான் கௌரவரின் வேந்தர் எங்கேயென,
யமுனையின் கரையருகில் இருக்கிறார் வேந்தரென,
யுதிஷ்டிரனின் வினாவுக்கு இயம்பினர் பதிலை.

பதிலைக் கேட்டதும் பர்வேந்தன் யுதிஷ்டிரன்,
யமுனைக் கரையருகே ஏகினர் விரைவாக,
நீரை முகந்திடவும் நன்மலரைக் கொணர்ந்திடவும்,
நதிக்கரை சென்றவரை நெருங்கினர் பாண்டவர்.

பாண்டவர் ஐவரில் பாசமிக்க சகாதேவன்,
அன்னையார் ப்ரீதாவிடம் அதிவேகமாய் ஓடினான்,
கண்ணீர் விட்டுக் கால்தொட்டு வணங்கினான்,
விழிநீர் கன்னங்களில் வழிந்து விழுந்தது.

விழுந்தது கண்ணீர் வாஞ்சைமிகும் அன்னைக்கும்,
அன்புமிகு மைந்தனை அருகிலே கண்டதால்,
கண்பனித்து அன்னை கனிவுடன் நோக்கினாள்,
தரைவிழுந்து பணிந்தவனைத் தாங்கித் தூக்கினாள்.

தூக்கினாள் சகாதேவானைத் தாயான குந்திதேவி,
அறிவித்தாள் காந்தாரிக்கு அன்புமகன் சகாதேவன்,

அவ்விடத்தில் வந்தானெனும் ஆனந்தமிகும் தகவலை,
நோக்கினாள் குந்திதேவி நெருங்கிவந்த மைந்தர்களை.

மைந்தர்களை நோக்கினாள் மாதா குந்திதேவி,
பீமசேனனை அர்ஜுனனை பிரியமகன் நகுலனை,
அருகாமை ஆகினரென அறிந்து மகிழ்ந்தாள்,
குந்தியைத் தொடர்ந்தனர் காந்தாரியும் திருதராஷ்டிரரும்.

திருதராஷ்டிரரும் காந்தாரியும் தனக்குப் பின்வர,
இருவரையும் இழுத்தபடி அன்னை முன்னேறினாள்,
அன்னையிடம் பணிந்தனர் ஐந்து பாண்டவரும்,
திருதராஷ்டிரரும் ஐவரையும் தெரிந்துகொண்டார் குரல்மூலம்.

குரல்மூலம் தொடுதல்மூலம் கண்டறிந்தார் ஐவரையும்,
அறிவாற்றலும் திறமும் அமைந்தவர் திருதராஷ்டிரர்,
ஆறுதல்தரும் வார்த்தைகளை இயம்பினார் மகன்களிடம்,
காந்தாரியிடமும் பணிந்தனர் கனிவுமிக்க பாண்டவர்.

பாண்டவர் அவர்களிடம் பரிவுடன் அண்டிவந்து,
வாங்கினர் அவர்கள் வைத்திருந்த குடங்களை,
பெரியவர் சுமந்துவந்த பாரத்தை தாமேற்று,
நடந்தனர் பெரியோருடன் நீர்நிறைந்த குடங்களுடன்.

குடங்களுடன் பாண்டவர்களைக் கண்டனர் வந்திருந்தோர்,
அவர்களுடன் வேந்தரையும் அனைவரும் கண்டனர்,
நகரத்தாரும் மாதரும் நகர்ப்புறத்தைச் சார்ந்தோரும்,
வேந்தருடன் யுதிஷ்டிரன் வருவதைக் கண்டனர்.

கண்டனர் வேந்தனை களித்தனர் அனைவரும்,
வேந்தனார் திருதராஷ்டிரரிடம் விளக்கினான் யுதிஷ்டிரன்,
எவரெவர் வனத்துக்கு ஏகினர் தம்மோடென,
அனைவரும் பெயர்களுடன் அறிவித்தான் குடும்பவழி.

குடும்பவழி உரைத்து குறிப்பிட்டான் பெயர்களை,
வந்தவரை எல்லாம் வேந்தருக்கு அறிவித்தபின்,
தந்தையை வணங்கினான் தரணிவேந்தன் யுதிஷ்டிரன்,
தன்னைச் சூழ்ந்தோரை திருதராஷ்டிரர் அறிந்தார்.

அறிந்தார் திருதராஷ்டிரர் அங்கிருந்தோர் அனைவரையும்,

உகுத்தார் விழிநீரை உவகை பெருக்கினால்,
உணர்ந்தார் ஹஸ்தினாபுரத்தில் உள்ளதுபோல் மகிழ்வை,
மாமனார் பாதத்தை மருமகள்கள் வணங்கினர்.

வணங்கினர் கிருஷ்ணைமுதல் வந்திருந்த மருமகள்கள்,
திருதராஷ்டிரர் காந்தாரி திளைத்தனர் மகிழ்விலே,
குந்தியார் மனதிலும் களிப்பு மிகைத்தது,
வனந்தர் அவ்வனத்தில் வேந்தரின் குடிலருகே.

குடிலருகே சித்தருடன் குழுமினர் சரணரும்,
நாடுநகரிலே இருந்தோரெலாம் நாடிவந்து குழுமினர்,
காணுதற்கே ஆர்வத்துடன் குழுமினர் மக்கள்,
வானத்திலே விண்மீன்களென வனத்திலே மிளிர்ந்தனர்.

(25)ஆஸ்ரமவசிக பர்வம், பகுதி 25

மிளிர்ந்தனர் கௌரவரின் மாதர் குழுக்களாக,
தொடர்ந்தார் வைசம்பாயனர் தொகுப்பான நிகழ்வுகளை,
அமர்ந்தார் பாண்டுவின் ஐந்து மைந்தருடன்,
அமர்ந்தனர் முனிவர்கள் அனேகர் வேந்தருடன்.

வேந்தருடன் அமர்ந்திருந்த வேத்முனி பலரும்,
அவ்விடந்தான் வந்திருந்தார் அண்டங்கள் பலவற்றிலிருந்து,
பாண்டவரின் குழாத்தில் பலபேர்கள் இருந்ததால்,
ரிஷிமுனிகள் வினவினர் எவரெவர்கள் உள்ளாரென.

உள்ளாரென கௌரவரின் வேந்தன் யுதிஷ்டிரனை,
பீமனான பலசாலியைப் பார்த்தனை இரட்டையரை,
புகழுடைரான திரௌபதியைப் பகரவேண்டும் எவரென,
சொன்னதான வார்த்தைகளுக்கு சஞ்சயன் பதிலளித்தான்.

பதிலளித்தான் சஞ்சயன் பெருந்தவமிகு ரிஷிகளுக்கு,
தங்கத்தின் வடிவுடையான் தோன்றுபவன் சிம்மமென,
நீண்டுதான் நீர்மமிகும் நாசியை உடையவன்,
தாமிரத்தின் வண்ணத்தின் தோன்றும் கண்ணுடையான்.

கண்ணுடையான் பெரிதாக கௌரவரின் வேந்தன்,

அருகில்தான் வேழம்போல் அதிரவைக்கும் அடிவைத்திடும்,
சூடாக்கியதாம் தங்கமெனச் சிவந்த உடலுடையான்,
பெருமைதான் மிகுந்தவன் பெருங்கரத்தான் வ்ருகோதரன்.

வ்ருகோதரன் கரங்கள் வெகுநீண்டு பெருத்தவை,
அன்னவன் வடிவத்தை அனைவரும் காணுவீர்,
வ்ருகோதரன் அருகிலே வில்லாளன் இருக்கிறான்,
கறுத்தவன் இளைஞன் கரிக்குழுத் தலைவன்.

தலைவன் போலவே தோன்றும் மாவீரன்,
விளையாடும் வேழமென வேகத்துடன் செல்லுபவன்,
கண்களின் தோற்றமோ கமலத்தின் இதழ்களென,
விரிதுதான் தோன்றுபவன் விஜயனெனும் அர்ஜுனன்.

அர்ஜுனன் வில்லிலே ஆற்றல் படைத்தவன்,
குந்தியின் அருகிலே காணப்படும் இருவரும்,
விஷ்ணுவின் இந்திரனின் வடிவுடைய இரட்டையர்,
இருவரின் அழகுக்கும் ஆற்றலுக்கும் ஈடில்லை.

ஈடில்லை பலத்துக்கும் அறிவுக்கும் நடத்தைக்கும்,
இருவிழிகைளைப் பதுமமென அடைந்திருக்கும் இம்மாது,
நடுவயதை அடைந்தவள் நீலவண்ணத் தாமரையென,
உடல்நிறத்தைப் பெற்றவள் உம்பர்தம் தேவதை.

தேவதை விண்விட்டுத் தோன்றினாள் மண்ணிலென,
தோற்றத்தை அளிப்பவள் திரௌபதியெனும் கிருஷ்ணை,
அவதாரத்தை எடுத்து அம்மாதின் வடிவத்தில்,
இருப்பவரை நீவிர் இலக்குமியென அறிவீர்.

அறிவீர் அம்மாதின் அருகிலே இருப்பவரை,
தோன்றுகிறார் வெண்மதியின் தூயதான கிரணமென,
அன்னவர் சக்கரமேந்தும் அச்சுதனின் தங்கை,
அருகிலுளார் தங்கம்போன்ற அரவவேந்தன் திருமகள்.

திருமகள் அரவங்களுக்கு தனஞ்செயனின் மனைவியார்,
மதுகமலரில் செய்ததுபோல் மிகப்பொலிவு உடையவளை,
அறிவீர்கள் இளவரசி அழகுமிகு சித்ராங்கதையென,
அவ்விடத்தில் தாமரையென இருப்பவர் அழகுமிக்கார்.

அழகுமிக்கார் கண்ணனை எதிர்த்தவனின் தங்கை,
மனைவியாவார் வ்ருகோதரனெனும் மாவீரன் பீமனுக்கு,
அருகிலுளார் சம்பகமெனும் அழகுமிக்க மாதரசி,
மகதவேந்தர் ஜராசந்தனின் மகளாவார் இம்மாது.

இம்மாது மத்ராவதியின் இளையமகனின் மனைவி,
அவ்விடத்து தாமரையின் அடர்சிவப்பு வண்ணத்தில்,
அழகொடு அமர்ந்திருக்கும் அணங்கு மத்ராவதியின்,
முதல்மகனுக்கு மனைவி மிகச்சிறந்த பேரழகி.

பேரழகி அவ்விடத்தில் பார்க்கிறீர் குழந்தையுடன்,
தனதுமடி மீதாகத் தனையனை அமர்த்தியபடி,
தங்கத்தில் வடிவமைத்தத் தாரகையெனத் தோன்றுவது,
விராடர்கள் வேந்தனின் வாஞ்சைமிக்க திருமகள்.

திருமகள் விராடனுக்கு துணையானவள் அபிமன்யுவுக்கு,
ஆயுதங்கள் இல்லாது அமருதற்குத் தேரின்றி,
வெறுந்தரையில் நின்றவனை வீரமிக்க துரோணர்,
பலபேர்கள் துணைகொண்டு பயங்கரமாய்க் கொன்றார்.

கொன்றார் அபிமன்யுவாம் காளையைப் பலவீரர்,
உள்ளார் விராடர் உற்றமகள் இவ்விடத்தில்,
அன்னவர் அபிமன்யுவின் அன்புக்குரிய மனைவி,
அருகுளார் மாதர்கள் எடுத்திலார் தலைவகிடு.

தலைவகிடு இல்லாமல் திருதராஷ்டிரரின் மருமகள்கள்,
தங்களது கணவரைத் தனயரை இழந்தவர்,
வேந்தரது நூறுமைந்தர் வீழ்வுற்ற காரணத்தால்,
வாழ்விழந்து தவிக்கும் வஞ்சியர் இவரெலாம்.

இவரெலாம் எவ்வெவரென அடுத்தடுத்து வரிசையாக,
அனைவரையும் பெயருரைத்து அறிமுகம் செய்துவைத்து,
வந்தவர்தம் குழுவினரை விளம்பினார் சஞ்சயன்,
அனைவர் மனதிலும் அழுககாறு கிடையாது.

கிடையாது பாவங்கள் காணும் இம்மாதரிடம்,
உள்ளது ஆத்மசுத்தி உன்னதர் இவர்களிடம்,
வந்தது எவரெவரென வரிசையாக உரைத்தேன்,
கௌரவரது குடும்பத்தாரைக் குறிப்பிட்டு உரைத்தேன்.

உரைத்தேன் என்று முடித்தான் சஞ்சயன்,
இவ்விதந்தான் கௌரவரின் அரசன் திருதராஷ்டிரன்,
அறிந்தான் தனது அருமைக் குடும்பத்தை,
கேட்டறிந்தான் மைந்தர்களின் குடும்பத்துச் சூழலை.

சூழலைக் கேட்டான் சுகநிலை அறிந்தான்,
பாண்டவரை அண்டிவந்த படையினர் அனைவரும்,
இடங்களைத் தேடி அமர்ந்தனர் ஓய்வெடுக்க,
விலங்குகளைத் தண்ணீர் வழங்கிக் கட்டினர்.

கட்டினர் விலங்குகளைக் நிறுத்தினர் தேர்களை,
இறங்கினர் மாதரும் இளைஞரும் குழந்தைகளும்,
வயோதிகர் குழுக்களும் வந்தனர் அவ்விடத்துக்கு,
அமர்ந்தனர் திருதராஷ்டிர அரசனுக்கு அருகிலே.

(26) ஆஸ்ரமவசிக பர்வம், பகுதி 26

அருகிலே அமர்ந்த அனைத்து மாந்தரையும்,
அன்பாலே உபசரித்தார் அரசர் திருதராஷ்டிரர்,
வினவவே செய்தார் வேந்தன் யுதிஷ்டிரனிடம்,
அமைதியிலே மகிழ்விலே இருக்கிறாரா சகோதரர்கள்.

சகோதரர்கள் ஐவருடன் சகமாந்தர் நகரத்தார்,
புறநகரில் வசிப்பவர்கள் பெருமகிழ்வில் உள்ளனரா?
உன்னாதரவில் வாழுவோர் உள்ளனரா மகிழ்வாக?
உங்கள் அமைச்சர்கள் உளமகிழ்வு கொண்டனரா?

கொண்டனரா மகிழ்வு கனிந்து மூத்தவர்கள்?
வழிகாட்டியாய் இருப்போர்க்கும் வாய்த்ததா மனமகிழ்வு?
அச்சமிலா வாழ்வை அடைந்தனரா மக்களெலாம்?
பிழையிலா மூதாதையர்போல் பாருலகை ஆள்கிறாயா?

ஆள்கிறாயா உலகத்தை அரசநெறி வழுவாமல்?
தருமநெறியாய் ராஜநீதியாய் தரப்பட்ட கட்டுப்பாட்டை,
வழுவாய்க் கடைப்பிடித்து வையத்தை ஆள்கிறாயா?
கருவூலத்தை நிறைத்து கருத்துடன் காக்கிறாயா?

காக்கிறாயா ஆதரவு கொடுக்கும் வேந்தர்களை,
நடக்கிறாயா எதிரிகளிடம் நடக்கவேண்டிய முறைப்படி?
நடுநிலையாய் இருப்போரை நடத்துகிறாயா நெறிப்படி?
வழங்கினாயா அனைவருக்கும் உயர்வான தானங்கள்?

தானங்கள் முதலில் தருகிறாயா பிராமணருக்கு?
எதிரிகள் கூட எதிர்த்திடாது மனமகிழ,
ஆட்சிகள் செய்யும் அரிமாவே உந்தன்,
உறவுகள் நட்புகள் உளமகிழ்வில் வாழுவார்.

வாழுவார் பணியாளரும் வளத்துடன் நலத்துடன்,
எதிர்ப்பவர் கூட அகமகிழ வேண்டுமென,
தருமத்துக்கோர் நெறிமுறை தளர்த்தாது கடைப்பிடிக்கும்,
வேந்தர்கள் சிம்மமே வணங்கினாயா பித்ரிக்களை.

பித்ரிக்களை தேவர்களை பணிந்து தொழுதாயா?
உணவுகளை பானங்களை விருந்தினருக்கு அளித்தாயா?
தருமசிந்தை மாறாமல் தூயவராய்க் கடமைசெய்து,
நெறிமுறை வழிவாமல் நடக்கிறாரா பிராமணர்கள்?

பிராமணர்கள் போலவே பலகுந்த ஷத்ரியர்கள்,
வைசியர்கள் சூத்திரர்கள் வாழ்கிறாரா கடமைசெய்து?
மாதர்கள் குழந்தைகள் மூப்படைந்தோர் அபலைகள்,
வருத்தங்கள் ஏதுமின்றி வாழ்கிறாரா நாட்டில்?

நாட்டில் நன்னெறி நிறைந்து இருப்பதுபோல்,
வீட்டில் மாதருக்கு வழங்கினாயா மரியாதை?
ராஜரிஷிகள் வம்சத்தில் அரசாட்சியில் அமர்ந்தவனே,
மேன்மைகள் குன்றாவிதம் முறைமையாய் ஆளுகிறாயா?

ஆளுகிறாயா என்று அரசர் திருதராஷ்டிரர்,
முறையாய் கௌரவரின் மன்னவன் யுதிஷ்டிரனை,
நெடுமையாய் விசாரித்து நலத்தைக் கேட்டார்,
தருமவானாய் யுதிஷ்டிரன் தந்தான் பதிலை.

பதிலை அளித்தான் பேச்சிலே வல்லவன்,
வார்த்தை உரைக்கையிலே வேந்தர் திருதராஷ்டிரரின்,
நலத்தை விசாரித்தபடி நவின்றான் பதிலை,

திருதராஷ்டிரரை நோக்கி தெரிவித்தான் யுதிஷ்டிரன்.

யுதிஷ்டிரன் உரைத்தான் அரசர்களின் பேரரசே,
உங்களின் மனவமைதி உள்ளதா உறுதியாக?
மனதின் அமைதியும் முறையான தன்னடக்கமும்,
உயர்வுதான் அடைந்ததா வேந்தே உரைப்பீர்.

உரைப்பீர் உமக்கு உடனிருந்து பணிசெய்யும்,
அன்னையார் ப்ரீதா அயர்வின்றி உங்களுக்கு,
தேவையானதோர் பணிவிடையைத் தளர்வின்றி செய்கிறாரா?
இளைத்தார் உடலளவில் இந்தப் பேரரசி.

பேரரசி காந்தாரி பிள்ளைகளை எண்ணியே,
பிதற்றி வருந்தி பரிதவித்து அழுகிறாரா?
குளிரில் வெம்மையில் கிடந்து தவஞ்செய்து,
நடைகளில் தளர்ந்தவர் நெஞ்சம் தேறினாரா?

தேறினாரா மனதளவில் தூயவரான பேரரசி?
கூத்திரியர் நெறியிலே சிறிதளவும் வழுவாமல்,
வீழ்ந்தனர் தனது வாஞ்சை மைந்தர்கள்,
அன்னவர் வீழ்வுக்கு எங்களைப் பழிக்கிறாரா?

பழிக்கிறாரா எமைப்போன்ற பாவியரை கோபத்திலே,
இருக்கிறாரா விதுரர் அரசர் உம்மருகிலே?
சஞ்சராய் இருப்பவர் சாந்தத்துடன் இருக்கிறாரென,
நம்பிக்கையாய் உரைக்கிறேன் நடக்கிறதா யோகதவம்?

யோகதவம் நடக்கிறதா ஏதொரு குறைவற்றென,
வினவிடும் வேந்தனுக்கு விளம்பினார் திருதராஷ்டிரர்,
மாண்புமிகும் மைந்தனே மனக்கலக்கம் வேண்டாம்,
கடுந்தவம் செய்கிறான் கானகத்திலே விதுரன்.

விதுரன் காற்றையே உண்டு வாழுகிறான்,
வேறேதும் உணவுகளை உண்பது கிடையாது,
இளைத்தான் உடல்மெலிந்து எலும்புதோல் ஆகினான்,
இரத்தத்தின் குழாய்களுடன் எடுபட்டன நரம்புகள்.

நரம்புகள் தெரியும்படி நலிந்துளிந்தான்,
வனத்தில் சிலநேரம் வருகிறான் எதிரிலே,

பிராமணர்கள் விதுரனைப் பார்த்ததாக சொல்கிறாரென,
விவரங்கள் உரைக்கையில் வந்துநின்றான் விதுரன்.

விதுரன் தொலைவிலே வந்து நின்றுவிட்டான்,
சிகையின் முடியெலாம் சடைமுடையாய் முடிந்திருந்தான்,
வாயின் உள்ளாக வைத்திருந்தான் கற்களை,
இளைத்திருந்தான் அவனுடலில் இல்லை ஆடையேதும்.

ஆடையேதும் இல்லாமல் அங்கிருந்தான் விதுரன்,
உடல்முழுதும் புழுதியும் அழுக்கும் மலர்களும்,
ஒட்டியதாம் நிலையிலே வந்திருந்தான் விதுரன்,
விதுரர்தம் வரவினை விளம்பினர் யுதிஷ்டிரனிடம்.

யுதிஷ்டிரனிடம் விதுரன் ஏகியதான விவரத்தை,
உரைத்தகணம் விதுரனும் வந்திருந்தோரை நோக்கினான்,
மிகப்பெரும் திரளாக மக்களெலாம் இருந்ததால்,
வெகுவேகம் எடுத்து ஓடினான் அங்கிருந்து.

அங்கிருந்து யுதிஷ்டிரனும் எழுந்து ஓடினான்,
பின்தொடர்ந்து விதுரனுடன் போகின்ற வேளையிலே,
உம்மன்பு பெற்றவன் யுதிஷ்டிரன் நானேதான்,
ஓடுவது வேண்டாம் விதுராவென தொடர்ந்தான்.

தொடர்ந்தான் யுதிஷ்டிரன் தெறித்தோடும் விதுரனை,
சென்றான் விதுரன் செரிவான வேகத்திலே,
நின்றான் தனியாக நிலைத்த சிலைபோல,
பிடித்தான் ஒருகரத்தால் பெருத்த மரத்தை.

மரத்தைப் பிடித்திருந்த மாதவன் விதுரனின்,
உடலைக் கண்டால் ஒருதுளியும் அவனிடம்,
இல்லை மனிதனெனும் அடையாளம் பெரிதாக,
இளைப்பை அடைந்து ஏதோபோல் இருந்தான்.

இருந்தான் விதுரன் அடையாளம் தெரியாவிதம,
ஆகினும் யுதிஷ்டிரன் அடையாளம் கண்டறிந்து,
உரைத்தான் நானே யுதிஷ்டிரன் என்பதாக,
வனங்கினான் விதுரனை வாஞ்சைமிக்க யுதிஷ்டிரன்.

யுதிஷ்டிரன் வந்ததும் அழுத்தமான பார்வையுடன்,

நோக்கினான் விதுரன் நலமிக்க யுதிஷ்டிரனை,
யோகத்தின் பலத்தினால் அசையாதுதான் நின்றான்,
உடலின் கூடுவிட்டு வெளியேறினான் விதுரன்.

விதுரன் யோகத்தால் வந்தான் யுதிஷ்டிரனுக்குள்,
புகுந்தான் உடலுக்குள் பாகங்கள் பொருந்தும்படி,
கொணர்ந்தான் உயிராற்றலையும் கௌரவரின் வேந்தனுக்குள்,
யுதிஷ்டிரன் உடலுக்குள் இணைத்தான் தன்னாற்றலை.

தன்னாற்றலை யுதிஷ்டிரனுக்குள் தானிணைத்தான் விதுரன்,
மரத்தைப் பிடித்தபடி மரித்த உடலானது,
இறப்பை அடைந்து இருந்ததைக் கண்டதும்,
வேதனை அடைந்தான் வேந்தன் யுதிஷ்டிரன்.

யுதிஷ்டிரன் தனக்குள் இருந்த யோகபலம்,
பெருத்துதான் பலவிதத்தில் பலத்தினை அடைந்ததாக,
உணர்ந்தான் தனக்குள் உன்னதப் பேராற்றலை,
பிறக்குமுன் இருந்ததெலாம் புரிந்தது யுதிஷ்டிரனுக்கு.

யுதிஷ்டிரனுக்கு இதற்குமுன் இருந்ததான நிலைகள்,
தெரிந்தது அத்துடன் திரண்டது தவபலமும்,
வியாசரிடத்து யோகவித்தை வேந்தன் அறிந்திருந்தான்,
ஞானத்துக்கு உறைவிடமாய் நிறைவுற்றது அறிவாற்றல்.

அறிவாற்றல் மிகுந்தவன் அரசன் யுதிஷ்டிரன்,
ஈமச்சடங்குகள் விதுரருக்கு ஆற்றுதல் வேண்டுமென,
துவங்குங்கால் அவ்விடத்தில் தெரிவித்தது அசரீரி,
வேந்தர்கள் வேந்தே விதுரனை எரிக்காதே.

எரிக்காதே விதுரனை ஏனெனில் அன்னவன்,
உனதுருவே ஆகினான் விழுப்பத்திலே மேலோன்,
தருமத்தையே வடிவமாகத் தரித்தவன் விதுரன்,
சந்தனிகமென்றே அழைக்கப்படும் சீருலகம் சென்றான்.

சென்றான் மேலுலகம் சீர்மிக்கான் விதுரன்,
வாழ்ந்தான் யதிகள் வாழ்ந்திடும் நெறிப்படி,
அன்னவன் இறப்புக்கு அழுது வருந்தாதே,
மேலோன் பெற்றான் மென்மைகள் அனைத்தையும்.

அனைத்தையும் கேட்டறிந்த அரசன் யுதிஷ்டிரன்,
நடந்தவிதம் அனைத்தையும் நவின்றான் திருதராஷ்டிரரிடம்,
விசித்ரவீர்யர்தம் மைந்தரும் வ்ருகோதரனும் மற்றோரும்,
அதிசயமிகும் நிகழ்வென இயம்பினர் இதுகுறித்து.

இதுகுறித்து கேட்டு அதிசயித்தார் அனைவரும்,
அடுத்தது திருதராஷ்டிரர் அளித்தார் உணவுகளை,
கனிகிழங்கு நீருடன் கொடுக்கிறேன் யுதிஷ்டிரா,
விருந்தினருக்கு தன்னுணவை வழங்குவது தருமம்.

தருமம் ஒருவர் தன்னுணவை அளித்து,
வந்திடும் விருந்தினரை ஓம்புதல் வேண்டுமென,
உரைத்ததும் யுதிஷ்டிரன் வழங்கினான் பதிலை,
ஆகட்டும் நீவிர் இயம்பியவிதம் அனைத்தும்.

அனைத்தும் ஏற்பென அரசன் யுதிஷ்டிரன்,
கனிகளும் கிழங்குகளும் கொண்டான் உணவாக,
அனைவரும் உண்டபின் அல்பொழுது நேரத்தில்,
மரங்களின் அடிப்புறத்தை அடைந்தனர் ஓய்வெடுக்க.

ஓய்வெடுக்க மரத்தடியில் விரித்தனர் படுக்கைகளை,
இரவுநேர காலத்தை அமைதியாகக் கழித்தனர்,
தவமிக்க முனிவர்களும் தரணியை ஆளுவோரும்,
வந்திருந்த மக்களும் உறங்கினர் அமைதியாக.

(27)ஆஸ்ரமவசிக பர்வம், பகுதி 27

அமைதியாக உறங்கினர் அடவியில் அனைவருமென,
தொடர்ச்சியாக வைசம்பாயனர் தெரிவித்தார் விவரங்களை,
புனிதமாக கோள்களெலாம் புலப்பட்டதான நல்லிரவில்,
தவசியாக இருந்தோருடன் தங்கினர் மக்கள்.

மக்கள் பேசினர் மறைகுறித்து நெறிகுறித்து,
பொன்பொருள் குறித்தும் பேசினர் மகிழ்வாக,
வார்த்தைகள் குதூகலமாய் வந்தன இனிமையுடன்,
ஸ்ருதிகள் உரைப்பவற்றைச் சொன்னார்கள் மேற்கோளாக.

மேற்கோளாக வேதத்தின் மறைகளைக் காட்டினர்,
பாண்டவராக ஐந்துபேர் ப்ரீதாவின் அருகிலே,
வெறுந்தரையாக இருந்ததில் வரிசையாகப் படுத்தனர்,
உணவாக திருதராஷ்டிரர் வழங்கியதை உண்டனர்.

உண்டனர் உணவுகளை வனவாசத்துக்கு உகந்ததாக,
கழித்தனர் இரவினைக் களிப்பான உரையாடலில்,
எழுந்தனர் காலையில் ஐந்து பாண்டவரும்,
சுற்றினர் வனத்தின் சூழலைக் காணுதற்கு.

காணுதற்குச் சென்றனர் காரிகையரும் அரசனுடன்,
அரசனது பூசாரிகள் அரசனுடன் சென்றனர்,
பணியேற்று நடப்போரும் பார்வேந்தனைத் தொடர்ந்தனர்,
திருதராஷ்டிரரது கட்டளைப்படித் தெரிந்துகொண்டனர் வனத்தை.

வனத்தைச் சுற்றி வருகின்ற வேளையில்,
வேள்விசாலை பலிபீடங்கள் வழியிலே தென்பட்டன,
புனிதமாய் அக்கினி புலப்பட்டது குண்டங்களில்,
வேதமுறை ஆகுதிகளை வழங்கினர் தவசிகள்.

தவசிகள் தேவர்களைத் துதிகளால் வணங்கி,
அக்கினியில் இட்டனர் ஆகுதிகள் பலவற்றை,
பசுநெய்யில் உண்டான புகையானது அவ்விடத்தில்,
சுருள்சுருள் ஆகவே சென்றது மேல்நோக்கி.

மேல்நோக்கி புகைமூட்டம் முட்டியே சென்றது,
அவ்விடத்தில் தவசிகள் அருமறைகளின் வடிவெடுத்து,
வேதங்கள் வனத்துக்கு வந்ததெனும் விதத்திலே,
தோற்றங்கள் தந்தனர் தூயவராய் சகோதரராய்.

சகோதரராய் அங்கிருந்தோர் சீருடன் வாழ்ந்தனர்,
கூட்டமாய் மான்களெலாம் களித்துப் புல்மேய்ந்து,
அங்கிங்காய் நடந்தன அசைவின்றி படுத்தன,
அச்சமாய் ஏதுமில்லை அழகுமிக்க மான்களிடம்.

மான்களிடம் அச்சமில்லை மனம்போலத் திரிந்தன,
இசைபாடும் பறவைகளும் அவ்விடத்தில் குழுமின,
மயில்களும் குயில்களும் மிகையெழில் தத்யுகங்களும்,
பாடலும் ஆடலுமாய்ப் பெருமகிழ்வில் திரண்டன.

திரண்டனர் பறவைகளும் தூயதான வனத்தீலே,
இசைத்தனர் பிராமணர்கள் அருமறை சந்தங்களை,
கொணர்ந்தனர் வனத்திலிருக்கும் கனிகிழங்கை அனேகர்,
முனிவர் அனைவருக்கும் மன்னவன் தானமீந்தான்.

தானமீந்தான் பொன்னில் தாமிரத்தில் குடுவைகளை,
மான்தோலுடன் மரக்கரண்டிகளை மன்னவன் வழங்கினான்,
கமண்டலத்துடன் மரத்தட்டுகள் கொடுத்தான் தவசிகட்கு,
குடத்துடன் வாணலிகளும் கொடுத்தான் அனைவருக்கும்.

அனைவருக்கும் இரும்பிலே அமைத்ததான பாத்திரங்கள்,
பெரிதாகவும் சிறிதாகவும் பார்வேந்தன் வழங்கினான்,
கிண்ணங்களும் கொடுத்தான் கேட்கும் அளவுக்கேற்ப,
வேண்டுமெனும் அளவுக்கு வழங்கினான் தானங்கள்.

தானங்கள் அளித்தபின் திரும்பினான் திருதராஷ்டிரரிடம்,
தயாராகிதான் அமர்ந்திருந்தார் திருதாஷ்டிரர் காலையில்,
கடமைகள் முடித்தபின்னர் காந்தாரியுடன் அமர்ந்திருந்தார்,
அவ்விடத்தில் குந்தியும் அமர்ந்திருந்தார் காந்தாரியுடன்.

காந்தாரியுடன் அமர்ந்திருந்த குந்தியின் தலையோ,
மரியாதையுடன் சாய்ந்திருக்க மாணாக்கர் குருவிடம்,
காட்டுவதாம் மரியாதையுடன் குந்திதேவி இருந்தார்,
யுதிஷ்டிரன் வேந்தனை அடிபணிந்து பெயருரைத்தான்.

பெயருரைத்தான் வேந்தரிடம் பணிவது யுதிஷ்டிரனென,
அமரவைத்தான் வேந்தன் யுதிஷ்டிரனைத் தன்னருகில்,
குசப்புல்லின் ஆசனத்தில் கௌரவரின் வேந்தன்,
அமர்ந்தவுடன் சகோதரர்கள் அடிபணிந்தனர் வேந்தரை.

வேந்தரை பீமனும் வணங்கி நின்றான்,
அனுமதியை அளித்து அமருங்கள் என்பதாக,
ஒவ்வொருவரா வேந்தர் உட்கார அனுமதித்தார்,
பாண்டவரின் நடுவிலே புரந்தரரென மிளிர்ந்தார்.

மிளிர்ந்தார் திருதராஷ்டிரர் மகேந்திரன் வடிவத்தில்,
வ்ருஹஸ்பதியார் வேதத்தின் ஒளிமிகுந்து இருப்பதுபோல்,
வேந்தர் திருதராஷ்டிரர் ஒளியுடன் இருந்தார்,

வந்தனர் சதயுபருடன் வேதமுனிகள் பலபேர்.

பலபேர் குருக்ஷேத்திரமாம் புண்ணிய பூமியில்,
வாழுவோர் அவ்விடம் வந்தனர் அப்போது,
வியாசர் அவர்களுடன் வந்திருந்தார் தலைமையாக.

தலைமையாக வியாசருடன் தூயதான சீடர்கள்,
அருகாக இருந்தனர் அருமறைகள் ஓதியபடி,
தவமான வடிவுடையார் தூயதான ஆற்றல்மிக்கார்,
வானவராக இருப்போரும் வணங்குவார் வியாசரை.

வியாசரை வரவேற்க ஆசனத்தை விட்டெழுந்து,
மரியாதை காட்டினார் மாமன்னர் திருதராஷ்டிரர்,
அதேவகை மரியாதையுடன் யுதிஷ்டிரனும் பீமனும்,
வணங்கத்தை அளித்தனர் விஜயனுடன் இரட்டையருடன்.

இரட்டையருடன் ஐவரும் இன்முகத்துடன் வணக்கிட,
சீடர்களுடன் வந்திருந்த சீர்மிக்கார் வியாசர்,
திருதராஷ்டிரரிடம் விளம்பினார் தூயவனே அமருவாயென,
குசப்புல்லின் ஆசனத்தில் கிருஷ்ணமுனி அமர்ந்தார்.

அமர்ந்தார் கரியதான அழகுமிக்க மானுரியில்,
பரப்பியதோர் குசப்புல் பரப்பியதான ஆசனத்தில்,
வியாசர் அமர்ந்தபின்னர் வணங்கினர் அனைவரும்,
அவரவர் ஆசனங்களில் அமர்ந்தனர் பக்தியுடன்.

(28)ஆஸ்ரமவசிக பர்வம், பகுதி 28

பக்தியுடன் அமர்ந்த பாண்டவரையும் பிறரையும்,
கண்டதும் வியாசர் கனிவுடன் பேசியதை,
நடந்தவிதம் வைசம்பாயனர் நவின்றார் தொடர்ச்சியாக,
சத்யவதியார்தம் மைந்தர் சொன்னார் திருதராஷ்டிரரிடம்.

திருதராஷ்டிரரிடம் வினவினார் த்வைபாயனர் வியாசர்,
பலமிகும் கரத்தானே பெருந்தவத்தின் நற்பலன்,

உன்னிடம் வந்ததா உரைப்பாய் என்னிடம்,
மனநிறைவும் வந்ததா மாதவத்தின் பலனாக?

பலனாக மனம்விட்டுப் போனதா பெருஞ்சோகம்?
மைந்தராகப் பிறந்தவர்கள் மாவீரர் நூறுபேர்,
களமாக குருக்ஷேத்திரத்தில் காலனிடம் சென்றதால்,
உண்டான சோகம் உனைவிட்டு அகன்றதா?

அகன்றதா சோகம் ஏற்பட்டதா மனவமைதி?
உறுதிபெற்றதா உன்மனம் அடவியிலே வாழ்ந்ததால்?
மருமகளார் காந்தாரி மேன்மேலும் வருந்துகிறாரா?
ஞானமிக்காள் என்மருமகள் நன்கறிவாள் அறம்பொருளை.

அறம்பொருளை அறிவதுபோல் அறிவுமிக்க அம்மாது,
நட்புபகை குறித்தும் நன்கு அறிந்தவர்தான்,
வருத்தத்தை இன்னும் வைத்துளாரா மனதிலே?
பணிகளைப் பணிவுடன் புரிகிறாரா குந்தி?

குந்தி மூத்தோரிடம் கொண்டிருந்த மரியாதையால்,
சொந்த மகன்களையும் சுகவாழ்வையும் விட்டுவிட்டு,
இந்த வனத்துக்கு ஏகினாள் பணிசெய்ய,
அந்த நன்மாது அளிக்கிறாளா பணிவிடை?

பணிவிடை செய்கிறாரா ப்ரீதா உங்களுக்கு?
தருமதேவதை மைந்தன் தூயவன் யுதிஷ்டிரனுடன்,
பீமனை அர்ஜுனனை பிழையிலார் இரட்டையரை,
அமைதியைப் பெறும்படி அளித்தாயா ஆறுதல்?

ஆறுதல் கொடுத்தாயா ஐந்து சகோதரருக்கும்?
அவர்கள் வந்ததால் அகமகிழ்வு கொண்டாயா?
களங்கங்கள் இல்லாமல் கொண்டாயா நன்மனம்?
ஞானத்தால் உன்மனதில் நிறைந்ததா புனிதத்துவம்?

புனிதத்துவம் உண்டானதா பார்வேந்தன் உன்மனதில்?
அஹிம்சையும் உணமையும் ஆத்திரம் இல்லாமையும்,
ஒவ்வொருவரும் கடைப்பிடிக்க வேண்டியதாம் விரதங்கள்,
வனவாசம் இப்போதும் வதைக்கிறதா உன்னை?

உன்னைக் காப்பதற்கு உணவுகளைக் கொணர்தற்கு,

வலிமை இருக்கிறதா உந்தன் உடலிலே?
உபவாசத்தைக் கடைப்பிடித்தால் உபாதை உண்டாகிறதா?
முடிவை அடைந்தான் மாண்புமிக்க விதுரன்?

விதுரன் முடிவு வாய்த்தது எங்ஙனமென,
உந்தன் மனது உணர்ந்ததா வேந்தனே?
தர்மன் வடிவானவன் தூயவன் இவ்வுலகை,
நீத்தான் அதன்மூலம் நீயேதும் உணர்ந்தாயா?

உணர்ந்தாயா மாண்டவ்யர் உரைத்ததான சாபத்தால்,
விதுரனாய் இவ்வுலகில் வாழ்ந்தவன் தருமனென்று?
அறிவாற்றலை உடையவன் அதிமேன்மை தவத்தினன்,
மனத்தூய்மை ஜொண்டவன் மிகநுண்ணிய அறிவாளன்.

அறிவாளன் விதுரனுக்கு அமரர்களின் வ்ருஹஸ்பதியும்,
அசுரரின் சுக்ரரும் ஆகிடார் ஈடிணையாய்,
மாண்டவ்யரின் சாபத்தால் மண்ணுலகில் பிறந்தான்,
அம்முனிவரின் தவபலத்தை இழந்தார் சாபமளித்து.

சாபமளித்து இழந்தார் சேர்த்துவைத்த தவபலத்தை,
பலகாலத்து தவத்தினால் பெற்றிருந்த பலத்தினை,
செலவழித்து தருமனை சபித்தார் அம்முனிவர்,
பிரமரது கட்டளையால் பிறப்பித்தேன் தருமனை.

தருமனை என்மூலம் தரணிக்குக் கொணருதற்கு,
கட்டளை பிரமதேவர் கொடுத்ததான காரணத்தால்,
விசித்ரவீர்யனைச் சார்ந்த விளைநிலத்தில் விதைத்து,
தரமதேவனை விதுரனெனத் தரணியிலே பிறப்பித்தேன்.

பிறப்பித்தேன் விதுரனை பூவுலகிலே உனக்குப்பின்,
தம்பியானான் உனக்கு தருமதேவனே விதுரனாக,
தாரணையுடன் தியானத்தைத் தளர்விலாது செய்துவந்தான்,
ஆதலால்தான் அவனை அறிந்தனர் ஞானியர்.

ஞானியர் அறிந்திருந்த நல்லவன் விதுரன்,
வளர்வுக்கோர் காரணம் உண்ஜயுடன் தன்னடக்கம்,
அகதிலோர் அமைதியும் அன்பும் தானங்களும்,
தருமதேவர் வளரத் தேவையான சூழல்கள்.

சூழல்கள் எவ்விதமெனினும் செய்துவந்தான் தவத்தை,
நித்தியத்துவத்தில் இருப்பவன் நெறிகாக்கும் தரமதேவன்,
யோகமெனும் தவத்தினால் ஏற்றம் மிகைத்தவன்,
கௌரவர்தம் வேந்தனும் கருணைமிக்க தருமனே.

தருமனே யுதிஷ்டிரனும் தரணியிலே பிறந்தாலும்,
இவ்வுலகிலே அவ்வுலகிலே இரண்டிலுமே இருப்பவன்,
நெருப்புபோலே காற்றுபோலே நீர்போலே மண்போலே,
வான்போலே எங்குமே விரவியது தருமமும்.

தருமமும் தவமும் துலங்கும் யுதிஷ்டிரன்,
நினைத்தகணம் நினைக்குமிடம் நண்ணும் திறத்தினன்,
அகிலாண்டம் முழுவதிலும் அருவமாக நிறைந்துளான்,
வானோரிலும் மேலோரே உணரவல்லார் தருமனை.

தருமனை உணருதற்குத் தூயமனம் வேண்டும்,
தவமுறை வெற்றியை தருமன் பெற்றுவிட்டான்,
தருமனை விதுரனெனத் தெரிந்துகொள் வேந்தனே,
விதுரனை பாண்டுமகன் யுதிஷ்டிரனாய் அறிந்துகொள்.

அறிந்துகொள் யுதிஷ்டிரனை அறிவாற்றலின் உதவியால்,
நலங்கள் நிறைந்தவராய் நீசங்கள் அற்றவராய்,
பாவங்களை முழுதாகப் போக்கியோராம் புண்ணியரே,
தருமனை உணர்ந்திடத் தகுதிகளைப் பெற்றவர்.

பெற்றவர் யோகபலத்தைப் பெருமைமிக்க விதுரர்,
அன்னவர் யோகத்தால் அரசன் யுதிஷ்டிரனின்,
உட்புகுந்தார் ஆதலால் உள்ளார் அவனுக்குள்,
அவ்விருவர் ஒன்றானதால் அதிபெருத்த நலமுண்டு.

நலமுண்டு உனக்கு நானிங்கு வந்ததால்,
உனக்கென்று உண்டானத் உள்மனத்து சந்தேகங்களை,
நானின்று தீர்த்துவைக்க நெஞ்சத்தில் விரும்பினேன்,
தவபலத்து மேன்மையைத் தரணிவேந்தே காணுவாய்.

காணுவாய் இதுகாறும் காணாததொரு பெருநிகழ்வை,
காட்சியாய் உனக்குக் காட்டுவேன் சிலவற்றை,
ரிஷிகளாய் இருப்போரும் இதுகாறும் செய்யாததான,
நிகழ்ச்சிகளை நடத்துவேன் நவிலுவாய் விரும்புவதை.

விரும்புவதை என்னிடம் விளம்பினான் செய்விப்பேன்,
எச்செயலை உனக்கென இயற்றவேண்டும் இத்தினத்தில்?
விரும்புவதை உரைப்பாயென விளம்பினார் வியாசர்,
பாவத்தை அழித்தவனே பூர்த்தியாகும் உன்விருப்பம்.

(29)ஆஸ்ரமவசிக பர்வம், பகுதி 29: புத்ரதர்சன பர்வம்

உன்விருப்பம் என்னவென உன்னதர் வியாசர்,
மைந்தனிடம் மொழிந்தாரென மாதவர் வைசம்பாயனர்,
நிகழ்வானதாம் விவரங்களை நவின்றார் தொடர்ச்சியாய்,
அதைக்கேட்டதும் ஜனமேஜெயன் எழுப்பினான் வினாவை.

வினாவை உரைக்கிறேன் வேதமுனியே பதிலளிப்பீர்,
அதிசயத்தை உடைத்தான எச்செயலை அவ்விடத்தில்,
ஆற்றலைக் காட்டி இயற்றினார் வியாசர்,
வேந்தனை மகிழ்விக்க வழங்கிய வரமாக.

வரமாக திருதராஷ்டிரனுக்கு வழங்கிட விரும்பியே,
வாக்குறுதியாகக் கொடுத்த வியாசர் அவ்விடத்தில்,
வயோதிக வேந்தனுக்கு விளைத்த நிகழ்வென்ன?
வனவாச நிலைபட்ட வேந்தனின் விருப்பமென்ன?

விருப்பமென்ன என்று வினவிய மாமுனியிடம்,
மனைவியான காந்தாரியுடன் மருமகளான குந்தியுடன்,
விதுரனான யோகசீலன் வேந்தனுக்குள் புகுந்தபின்னர்,
பாண்டவரான ஐவர்முன்பு பகர்ந்ததென்ன விருப்பமாக.

விருப்பமாக திருதராஷ்டிரர் விளம்பியது எதனை?
வனமான அப்பரப்பில் வேந்தன் யுதிஷ்டிரன்,
தினங்களாக எத்தனைநாள் தங்கினார் மக்களுடன்?
விவரமாக அனைத்தையும் விளம்பவேண்டும் மாமுனியே.

மாமுனியே அந்த மிகப்பெரும் வனத்திலே,
எதனையே உண்டு இருந்தனர் பாண்டவர்கள்,
விளக்கியே அனைத்தையும் விளம்புதல் வேண்டுமென,

வினவியே பணிந்தான் வேந்தன் ஜனமேஜெயன்.

ஜனமேஜெயன் வினாவுக்கு சொன்னார் பதிலை,
தவபலத்தின் வடிவான தூயவர் வைசம்பாயனர்,
கௌரவரின் வேந்தன் கொடுத்த அனுமதியால்,
அவ்வனத்தின் பகுதிகளில் அனைவரும் தங்கினர்.

தங்கினர் வனத்திலே உண்டனர் கனிகிழங்கை,
பருகினர் பானங்களை படுத்தனர் வெறுந்தரையில்,
இருந்தனர் அவ்விதமாய் ஒருமாத காலத்துக்கு,
கழித்தனர் காலத்தைக் களிப்பு மிகைத்திட.

மிகைத்திட மகிழ்ந்த மாதம் ஒன்றானது,
முடிந்திடப் போகுங்கால் மாமுனிவர் வியாசர்,
வந்திடச் செய்தார் வனத்தில் அவ்விடத்துக்கு,
குழுமிடச் செய்த கௌரவர்கள் கதைத்திருக்க.

கதைத்திருக்கச் செய்தனர் களிப்புமிக்க கௌரவர்கள்,
மதிப்புமிக்க மாமுனிவர் மன்னவனிடம் வந்தாரென,
குவிந்துநிற்கத் துவங்கினர் கௌரவரின் மக்கள்,
தவமிக்க ரிஷிகளும் திரண்டனர் குழுவாக.

குழுவாக வந்திருந்த கனத்தவ ரிஷிகளில்,
தேவலோக நாரதரும் தேவலரும் பர்வதரும்,
தவமிக்க விஸ்வாவசுவும் தும்புருவும் சித்ரசேனரும்,
அடவிக்கு வந்தனர் ஆற்றல்மிக்க வியாசருடன்.

வியாசருடன் வந்திருந்த வானுலக ரிஷிகளை,
திருதராஷ்டிரரின் அனுமதியுடன் துதித்தான் யுதிஷ்டிரன்,
அவ்விதம் துதித்து அரசன் பணிந்ததும்,
அனைவரும் அமர்ந்தனர் அவரவர்தம் ஆசனத்தில்.

ஆசனத்தில் அமர்ந்தனர் அவையோ மயிலிறகால்,
அழகுகள் மிக்கதாக அமைத்த ஆசனங்கள,
அவர்கள் அமர்ந்தபின்னர் அரசன் திருதராஷ்டிரனும்,
பாண்டவர்கள் புடைசூழப் பணிவுடன் அமர்ந்தான்.

அமர்ந்தான் திருதராஷ்டிரன் அருகிலே காந்தாரியுடன்,
குந்தியும் திரௌபதியும் சத்வதர்தம் மாதரசியும்,

அரர்தம் குலத்தின் அணங்குகள் அனைவரும்,
அவ்விடம் வந்து அமர்ந்தனர் குழுவாக.

குழுவாக அமர்ந்தவர்கள் கதைத்தனர் நற்பொருளை,
தவமாக யோகமாகத் தூயதான வழிகுறித்தும்,
தேவாசுர நிகழ்வுகளையும் தமக்குள்ளே பேசினர்,
இறுதியாக வியாசர் அரசனிடம் பேசினார்.

பேசினார் வியாசர் பேராற்றல் மிக்கவர்,
வேதமறிந்தவர் சொல்வல்லார் வேந்தனிடம் உரைத்தார்,
உன்மைந்தர் குறித்து உளத்திலே கொதிக்கிறாய்,
உனக்கோர் வரந்தருவேன் உளக்கிடக்கையை என்ன?

என்ன உன்மனதில் இருக்கும் ஆசையென,
சொன்ன மாத்திரத்தில் செய்கிறேன் உகந்ததை,
இன்னம் நில்லாது அகத்திலே வருந்தும்,
அன்னை காந்தாரியின் அகக்கிடக்கை அறிவேன்.

அறிவேன் குந்தியின் அகத்திலிருக்கும் வாட்டத்தை,
திரௌபதியின் மனதைத் துளைக்கும் சோகத்தையும்,
கண்ணனின் தங்கையின் காரிகை சுபத்திரை,
மைந்தனின் மறைவால் மனமுற்ற வாட்டமும்.

வாட்டமும் சோகமும் வருத்தமும் உற்றதான,
உனதுமனம் மகிழ்ந்திட உகந்ததை செய்வதற்கே,
கௌரவர்தம் குடும்பம் குழுமியிருக்கும் நேரத்தில்,
உன்னிடம் வந்தேன் வேண்டுவதை விளம்புவாய்.

விளம்புவாய் உனக்கு வேண்டியது என்னவென,
நெடிதாய்த் தவமிருந்து நான்சேர்த்த புண்ணியத்தின்,
பலனாய் வருவதைப் பார்க்கட்டும் தேவர்கள்,
கந்தர்வராய் இருப்போரும் காணட்டும் தவபலத்தை.

தவபலத்தைக் காட்டித் தருகிறேன் வரத்தை,
விருப்பத்தை உரைத்தால் விரும்பியதை நல்குவேன்,
விரும்புவதை வழங்கிடும் வல்லமை எனக்குண்டு,
உளக்கிடக்கை என்னவென உரைப்பாய் இக்கணமே.

இக்கணமே உனக்கு என்னவேண்டும் என்பதை,

உரைக்கவே வேண்டுமென வியாசமுனி வினவியதும்,
தனமனதிலே ஒருகணம் தீர்க்கமாக சிந்தித்து,
பதிலையே தந்தான் பார்வேந்தன் திருதராஷ்டிரன்.

திருதராஷ்டிரன் உரைத்தான் தூயவரே உங்களின்,
கருணையே பெற்றதால் கடைத்தேறினேன் நானும்,
கொடுத்தே வைத்தவர்க்குக் கிடைக்கும் உயர்வை,
பெற்றதே எனக்குப் பெருத்த பாக்கியம்.

பாக்கியம் உடையவன் பார்வாழ்வின் வெற்றியை,
இத்தினம் அடைந்தேன் ஈடிலார் உம்மால்,
வெகுத்தவம் கொண்டவர் வந்தீர் நலஞ்செய்ய,
இதுகாறும் காத்திருந்த ஆவல் நிறைவேறும்.

நிறைவேறும் என்னாவல் நிகரிலார் உம்மருளால்,
பெருந்தவம் உடையப் பெருமுனிவர் நீவிரெலாம்,
பிரமராகும் பிதாமகரின் பிரதியென பலமுடையீர்,
வெல்லும் நாளின்று வந்தது என்வாழ்வில்.

என்வாழ்வில் இதுகாறும் இருந்துவந்த பாவங்கள்,
கரைதல் ஆகிக் கிடைத்தது புண்ணியம்,
மகரிஷிகள் அனைவரும் மாண்புடன் இவ்விடத்தில்,
இருக்கிறீர்கள் அதுதான் இதற்குச் சான்றாகும்.

சான்றாகும் உம்வரவு சிறப்பான முடிவிற்கு,
இனிமேலும் என்மனதில் என்முடிவு என்னாகுமென,
ஜயம் ஏதுமில்லை அகதிடம் உண்டானது,
மைந்தரிடம் வாஞ்சைகொண்டு மிகவும் வாடுகிறேன்.

வாடுகிறேன் மகன்களிடம் வைத்திருக்கும் பாசத்தால்,
நினைகிறேன் மகன்களை நொடிநேரமும் ஓய்வின்றி,
ஆகினும் என்மகன் அடங்காதவன் துரியோதனின்,
கெடுசெயலின் நினைவுகளால் கனக்கிறது என்மனம்.

என்மனம் வாடுகிறது ஈனனின் செயல்களால்,
அறிவேதும் இல்லாதவன் அடாதவன் துச்சன்,
பெரும்பாவம் செய்தான் பாண்டவரை வாட்டினான்,
அகிலமுழுதும் அழிந்தது அறிவிலானின் தவற்றால்.

தவற்றால் உலகையே தவிடுபொடி ஆக்கினான்,
வீரர்கள் மட்டுமின்றி வேழங்கள் குதிரைகளும்,
வேந்தர்கள் பலருடன் வீழ்ந்தன மண்ணிலே,
என்மகன்பால் இரக்கமுற்று இறந்தனர் பலவேந்தர்.

பலவேந்தர் அவரவர்தம் பிரியமிக்க மனைவியரை,
தந்தையார் மைந்தரெனத் தமக்குற்ற உறவுகளை,
இழந்தனர் இந்த ஈனனின் பொருட்டாக,
விழுந்தனர் தமது உயிர்மூச்சு இல்லாமல்.

இல்லாமல் போனார்கள் ஏனைய அரசர்கள்,
இறந்தவர்கள் அனைவருக்கும் என்னானது மகரிஷியே,
நட்பினால் ஈர்ப்புற்று நீசன் துரியோதனனுக்கு,
உதவிகள் செய்ததால் உயிர்விட்டு மாண்டனர்.

மாண்டனர் எனது மைந்தர்கள் நூறுபேரும்,
அவர்கள் நிலையென்ன அவ்வுலகில் இப்போது?
இவ்விதத்தில் பேரழிவு ஏற்படக் காரணமென,
இருந்தால் என்மனதில் இருக்கிறது பெருஞ்சோகம்.

பெருஞ்சோகம் உண்டானது பீஷ்மர் இறந்ததால்,
சந்தனுவாம் வேந்தரின் செல்லமகன் பீஷ்மருடன்,
பிராமணர்கள் நடுவிலே பீடுமிக்கார் துரோணரும்,
என்மகனால் அன்றோ அழிந்து வீழ்ந்தனர்.

வீழ்ந்தனர் என்மகனின் வீணான கர்வத்தால்,
பாவியர் நடுவிலே பெரும்பாவி என்மகன்,
நண்பர் பலரை நசித்து வீழ்வித்தான்,
கௌரவர் மகுடத்துக்கு கொண்டான் பேராசை.

பேராசை கொண்டதால் பலபேரை அழித்தான்,
குலத்தை நாசமாக்கிக் கொணர்ந்தான் பேரழிவை,
இவற்றை எண்ணியெண்ணி என்மனம் வாடுகிறது,
அமைதியை இழந்து அல்லலில் உழல்கிறேன்.

உழல்கிறேன் வாட்டத்தில் வருத்தத்தில் எந்நேரமும்,
இரவுபகலின் காலமெலாம் என்மனதின் சிந்தனை,
மகன்களின் சாவினால் மிகவும் வாட்டுகிறது,
எந்தன் தந்தையே எனக்குவேண்டும் மனவமைதி.

மனவமைதி வேண்டுமென மன்னவன் திருதராஷ்டிரன்,
தன்மனதின் விருப்பத்தைத் தெரிவித்த கணத்திலே,
காந்தாரி மனத்திலே கிளம்பியது பெருஞ்சோகம்,
மனம்வாடி காந்தாரி மொழிந்தாள் கருத்தை.

கருத்தை உரைத்தாள் கௌரவரின் பேரரசி,
விருப்பத்தைக் கணவன் விளம்பி முடிக்கையில்,
மனத்தை வருத்தம் முழுதாக ஆட்கொள்ள,
ரணத்தை சீண்டியதாய் அகத்தில் வருந்தினாள்.

வருந்தினாள் குந்தியும் வேந்தனைப் போலவே,
துருபதன்மகள் கிருஷ்ணையும் தசர்ஹரின் சுபத்ரையும்,
ஆண்பெண்கள் அனைவரும் அரசனின் மருமகள்களும்,
சோகத்தில் ஆழ்ந்தனர் சீண்டிய காயமென.

காயமென இருந்ததைக் கையால் அழுத்தியதாய்,
வேதனையான மனத்துடன் வாடினர் அனைவரும்,
பணிவான வணக்கத்துடன் பேசினார் காந்தாரி,
கணவனான திருதராஷ்டிரன்போல் கண்ணை மறைத்திருந்தாள்.

மறைந்திருந்தாள் கண்களை மாதராசி காந்தாரி,
கண்கள் துணியால் கட்டி மறைத்தவள்,
கரங்கள் குவித்துக் கூறினாள் மாமனாரிடம்,
மகன்கள் சாவுக்கென மனதிலே வாட்டத்துடன்.

வாட்டத்துடன் பேசினாள் வேதமுனி வியாசரிடம்,
தவத்தில் மிக்கவரே தூயவரே வேதரிஷியே,
ஆண்டுகள் பதினாறு அதிவேகமாய் ஓடின,
மகன்கள் நூறுபேருக்கென மன்னவர் வாடும்படி.

வாடும்படி இவ்வேந்தர் வாழுகிறார் உறக்கமின்றி,
நெடுமூச்சை இழுத்துவிட்டு நடுநிசியிலும் விழுத்திருப்பார்,
உறக்கத்தைப் பெறுவதில்லை வேந்தர் சுரவிலும்,
புத்துலகைப் படைக்கும் பெருந்திறம் உமக்குண்டு.

உமக்குண்டு உலகுகளை உண்டாக்கும் வல்லமை,
இவ்வேந்தருக்குக் காட்டவேண்டும் அவரது மகன்களை,
அவ்வுலகு சென்றபின்னர் அனைத்து மைந்தர்களும்,

எவ்விதத்து உள்ளாரென இவருக்குக் காட்டுவீர்.

காட்டுவீர் கிருஷ்ணைக்குக் கௌரவரது வாரிசுகளை,
அன்புக்கோர் பாத்திரமாய் அமைந்தவள் திரௌபதி,
ஐந்துமைந்தர் இறந்ததால் அகத்திலே வாடுகிறாள்,
உறவினர் சகோதரரும் வீழ்ந்ததால் வருந்துகிறாள்.

வருந்துகிறாள் சுபத்திரையும் வலுமிக்கான் அபிமன்யுவுக்கென,
அவள்போல் இன்னும் அனேகரும் வாடுகின்றனர்,
வாடுகிறாள் பூரிஸ்ரவசின் வாஞ்சைக்குரிய மனைவியும்,
பொறுமுழுகிறாள் கணவன் போரிலே இறந்ததால்.

இறந்ததால் வாடுகிறாள் இம்மாது கணவனுக்கென,
கணவர்பால் இம்மாது கொண்டிருக்கும் வாஞ்சையால்,
இதயங்கள் உடைவதாக இருக்கிறது இவள்சோகம்,
போரில் மாமனாரும் புகுந்தார் வானுலகம்.

வானுலகம் சென்றார் வல்ஹிகரும் மைந்தனுடன்,
சோமதத்தரும் இறந்து சென்றார் விண்ணுலகம்,
தந்தையாருடன் சோமதத்தர் தரைவீழ்ந்தார் போரிலே,
நூறுமைந்தரும் இறந்தனர் நலமென்ன நூறுபேரால்?

நூறுபேரால் எனக்கென்ன நன்மை உண்டானது?
போரில் ஒருபோதும் புறமுதுகு காட்டாத,
காளைகள் அனைவரும் காலனிடம் சென்றார்கள்,
உங்கள் மகனுக்கு வாஞ்சையுண்டு மைந்தரிடம்.

மைந்தரிடம் பாசம் மிகுந்தவர் உமதுமகன்,
நூறுபேரும் இறந்ததால் நெஞ்சத்தி வாடுகிறார்,
நூறுபேரின் மனைவியரும் நிற்கிறார்கள் கைம்பெண்களாய்,
அவ்விதம் மருமகள்கள் இருப்பதால் வருந்துகிறேன்.

வருந்துகிறேன் நானும் வருந்துகிறார் வேந்தரும்,
சோகத்தின் தாக்கத்தால் சுற்றியே நின்றிடும்,
மருமகள்களின் நிலைகண்டு மருவுகிறேன் மனதிலே,
அவர்களின் நிலையென்ன அமரர்களின் உலகிலே?

உலகிலே பெருவாழ்வு வாழ்ந்தவர் சோமதத்தர்,
மாமனாரே எனக்கவர் மண்ணிலே வீழ்ந்துவிட்டார்,

அதுபோலே பலரும் அடைந்தனர் வீரசொர்க்கம்,
எங்களுக்கே அவர்களை எதிரிலே காட்டுவீர்.

காட்டுவீர் இறந்தவரை கடுஞ்சோகம் விலகிவிடும்,
அவ்விதம்நீர் செய்தால் அரசரும் நானும்,
எனக்கோர் மருமகளாய் இருப்பவள் குந்தியும்,
மனதிலோர் அமைதிபெற்று மண்ணிலே வாழுவோம்.

வாழுவோம் அமைதியாய் வரவைப்பீர் இறந்தோரையென,
தெளிவாகும் விதத்திலே தெரிவித்தார் காந்தாரி,
வெகுதவம் செய்ததால் வடிவழகும் முகப்பொலிவும்,
பாதித்தாகும் நிலையிலே ப்ரீதா சிந்தித்தாள்.

சிந்தித்தாள் ப்ரீதா சொல்லலாமா வேண்டாமாவென,
ரகசியத்தால் தனக்கு ரவியெனும் சூரியனால்,
பிறத்தல் செய்ததான பிள்ளையைக் குறித்து,
எவ்விதத்தில் உரைப்பதென அகத்தில் குழம்பினாள்.

குழம்பினாள் குந்திதேவி கண்டார் வியாசர்,
விளம்புதல் செய்தால் விளம்பாது மறைத்தாலும்,
மனதுக்குள் இருப்பதை முழுதாக அறிந்திடும்,
வல்லமைகள் கொண்டவராம் வியாசர் பேசினார்.

பேசினார் குந்தியிடம் பாசம் மிகக்காட்டி,
ஆசிக்குரியதோர் மாதே அகத்திலே இருப்பதை,
தெளிவானதோர் வார்த்தைகளில் தெரிவிப்பாய் இப்போதென,
வினவினார் அவருக்கு விடையளித்தாள் குந்திதேவி.

குந்திதேவி தயக்கத்துடன் குழப்பத்துடன் நெளிவுடன்,
மருவிமருவி உரைத்தாள் மாமனார் வியாசரிடம்,
வெட்கத்தில் விக்கியபடி விவரித்தள் தனக்கு,
இளமையில் உண்டான இனம்புரியாத நிகழ்வை.

(30)ஆஸ்ரமவசிக பர்வம், பகுதி 30

நிகழ்வை நவின்றாள் நாணத்துடன் குந்திதேவி,
புனிதத்தை உடையவரே பெருமுனியே உன்னதரே,

உறவுமுறை மாமனாரென உடையீர் நீவிர்தான்,
கடவுளை ஒத்தவரே கடவுகளின் கடவுளே.

கடவுளே நீவிரெனக் கூறுகிறேன் என்கருத்தை,
உண்மையே நான்சொல்லும் ஒவ்வொரு வார்த்தையும்,
தந்தையகத்திலே வாழுகையில் தலைப்பட்ட நிகழ்விது,
துர்வாசரென்றே மகரிஷி தந்தையில்லம் ஏகினார்.

ஏகினார் பிரமத்தை அறிந்த பிராமணர்,
கொதிப்பவர் கோபத்தில் கொடுப்பவர் சாபத்தை,
தந்தையார் இல்லத்தில் தங்கினார் சிலகாலம்,
அம்முனிவர் மனமகிழ அவர்பணிகள் நான்செய்தேன்.

நான்செய்தேன் முனிவர் நவின்ற பணிகளை,
நடத்தையின் தூய்மையாலும் நெஞ்சத்தின் நலத்தாலும்,
முனிவரின் தவறுகளை மிகவும் பெரிதாக்காமல்,
அமைதியின் வழியிலே இருந்ததாலும் மகிழ்ந்தார்.

மகிழ்ந்தார் முனிவர் முடிந்தது நோன்பென்று,
அன்னவர் நடத்தைகள் எரிச்சல் உண்டாக்கினாலும்,
ரிஷியானவர் செயல்களால் என்மனம் கொதிக்கவில்லை,
அம்முனிவர் செல்லும்போது அளித்தார் வரங்களை.

வரங்களை வழங்குவதாய் விளம்பினார் துர்வாசர்,
ஏற்றிட வேண்டும் அளிக்கும் வரத்தையென,
வற்புறுத்திடச் செய்ததால் விளம்பினேன் ஒப்புதலை,
அளித்திடச் செய்தார் அதிசயமிக்க வரத்தை.

வரத்தை அளிக்கிறேன் வடிவழகு மிக்கவளே,
தருமனைப் பெற்றெடுக்கத் தாயாவாய் நீதான்,
எத்தேவரை நினைத்து அழைத்தால் அத்தேவர்,
உன்சொல்லை மதித்து உனக்கு மகவளிப்பார்.

மகவளிப்பார் தேவரென மொழிந்தார் வரத்தை,
வரமளித்தார் அதன்பின்னர் வேதரிஷி மறைந்துவிட்டார்,
எனக்கோர் அதிசயம் அன்னவர் வரத்தினால்,
அளித்ததோர் மந்திரமோ அகத்திலே பதிந்தது.

பதிந்தது மந்திரம் பாவையென் மனதிலே,

ஒருதினத்துக் காலையில் உட்கார்ந்திருந்தேன் என்னறையில்,
வானத்து வீதியிலே வெளிப்பட்டான் கதிரவன்,
காலைநேரத்து சூரியனைக் கண்டு ஈர்ப்புற்றேன்.

ஈர்ப்புற்றேன் சூரியனிடம் ஆதவனை அழைக்கலாமென,
இயம்பிவிட்டேன் மந்திரத்தை இழைத்தபிழை அறியாமல்,
இளம்பெண்ணின் அறியாமையால் இச்செயல் நடந்துவிட்டது,
ஆதவன் மந்திரத்துக்கு அடிபணிந்து வந்துவிட்டான்.

வந்துவிட்டான் ஆதவன் வானிலிருந்து பூமிக்கு,
யோகபலத்தின் உதவியால் இருபங்காய் ஆகியவன்,
ஒருபகுதியின் வாயிலாக உலகை ஒளியாக்கினான்,
மறுபகுதியின் சிறுவடிவுடன் சேரவந்தான் என்னிடம்.

என்னிடம் வந்த ஆதவன் வடிவத்தால்,
மிகபயம் உண்டாகி மனமும் நடுங்கியது,
உதறிடும் உடலுடன் உடல்குறுகி நின்றேன்,
என்னிடம் வரங்கேளென இயம்பினான் ஆதவன்.

ஆதவன் சொன்னதும் அளித்தேன் பதிலை,
எந்தன் முன்னிருந்து இப்போதே செல்வீரென,
உந்தன் மந்திரத்துக்கு உண்டான பலனை,
வழங்காதுதான் செல்லென்றால் வேதரிஷியை சபிப்பேன்.

சபிப்பேன் மந்திரத்தை சொல்லிச்சென்ற ரிஷியையென,
மிரட்டினான் சூரியன் மிகவும் காட்டமாக,
முனிவரின் மீதாக மொழியவேண்டாம் சாபமென்று,
ஒப்பினேன் ஆதவனுக்கு வேண்டினேன் மகனை.

மகனை உமைப்போல மிகவும் சிறந்தவனாக,
அளிப்பதை விரும்பினேனென அறிவித்தேன் சூரியனிடம்.
ஆற்றலைக் காட்டின் எனக்கு மகனளித்து,
வானத்தை அடைந்தான் ஒளிதரும் பரிதி.

பரிதி மகனெனக்குப் பிறப்பதை உறுதிசெய்து,
வானில் முன்போல வலம்வந்தான் ஒளிகொடுத்து,
மகனை ஈன்றெடுத்த மாதாவான நானோ,
தந்தைக்கு அஞ்சித் தண்ணீரில் விட்டுவிட்டேன்.

விட்டுவிட்டேன் மகனை வெளியிலெவர்க்கும் தெரியாவிதம்,
பெற்றுவிட்டேன் கன்னித்தன்மை பெருமுனிவர் வரத்தின்படி,
கர்ணனின் என்மகனெனக் கண்டறிந்தேன் பிற்காலத்தில்,
அவனைதான் அறியாதவளென இருந்தேன் விலகியே.

விலகியே இருந்தேன் வீரமிக்க கர்ணனைவிட்டு,
என்னையே எரிக்கிறது இந்த பிழைச்செயல்,
உண்மையே நான்சொன்ன வார்த்தை ஒவ்வொன்றும்,
அவனையே காணுதற்கு அகத்திலே பெருவிருப்பம்.

பெருவிருப்பம் கொண்டார் பார்வேந்தர் திருதராஷ்டிரரும்,
வானுலகம் சென்றுவிட்ட வேந்தரின் மைந்தர்களை,
காணவேண்டும் என்பதுதான் கொண்டிருக்கும் அவர்விருப்பம்,
இறந்தோரெலாம் ஒருமுறை இவ்வுலகம் வரட்டும்.

வரட்டும் இறந்தவர்கள் உயிர்பெற்று சிறிதுநேரம்,
இதுவாகும் எனக்கும் இருக்கும் விருப்பமென்று,
முனிவரிடம் சொன்னதும் மொழிந்தார் வியாசர்,
சொன்னதெலாம் உண்மைதான் சான்று அளிக்கிறேன்.

அளிக்கிறேன் உனக்கு ஆறுதலும் தேறுதலும்,
நிகழ்ந்ததன் பொருட்டு நினக்கேதும் பாவமில்லை,
பெற்றுதான் மீண்டாய் பெண்ணின் கன்னித்தன்மை,
தேவரின் யோகபலத்தால் தீண்டுவார் மானிடரை.

மானிடரைப் புணருவார் மாண்புமிக்க தேவர்கள்,
வார்த்தை பார்வை உடலைப் புணருதல்,
உடலைத் தொடுவதுடன் எண்ணத்தால் நினைவதென,
ஐந்துவகை முறைகளில் அளிப்பார் குழந்தைகளை.

குழந்தைகளை அளிக்கவல்ல கதிரவனாம் தேவனை,
புணர்ந்ததைப் பிழையெனப் பகர்ந்திடேன் மாதே,
வலிமை உடையார்க்கு விக்கினமில்லை எச்செயலும்,
பலத்தை உடையவர் புரிவதில் பாவமில்லை.

பாவமில்லை பலசாலிகள் புரியும் செயலெலாம்,
புண்ணியத்தை அளிக்கும் பலமிக்கார் செய்வதெலாம்,
காண்பவை அனைத்தும் கிடைக்கும் பலமிக்காருக்கு,
வருத்தத்தை விட்டுவிடு வேண்டாம் சோகமேதும்.

(31)ஆஸ்ரமவசிக பர்வம், பகுதி 31: புத்ரதர்சன பர்வம்

சோகமேதும் வேண்டாமென சொன்னார் வியாசமுனி,
காந்தாரியிடம் அதையடுத்து கூறினார் கருத்தினை,
புண்ணியமிகும் மாதே பெற்றாய் பெரும்பேறு,
இறந்தோராகும் மைந்தர்களை இத்தினம் காணுவாய்.

காணுவாய் மைந்தர்களை காந்தாரதேச உறவுகளை,
சகோதரரை நண்பர்களை சுற்றங்களை பெரியோரை,
மொத்தமாய் காணலாம் மையிருட்டு இரவுநேரம்,
உறக்கத்தை விட்டெழுந்து வந்தோரெனத் தோன்றுவார்.

தோன்றுவார் அனைவரும் தூங்கி எழுந்தவரென,
குந்திக்கோர் மகனாகிய கர்ணனும் வருவான்,
யாதவர் குலக்கொடி ஈன்றெடுத்த மாவீரன்,
அழகுமிக்கதோர் இளங்காளை அபிமன்யுவும் தோன்றுவான்.

தோன்றுவான் அபிமன்யு திரௌபதியின் மைந்தர்களுடன்,
திரௌபதியின் சகோதரரும் தந்தையும் உறவினரும்,
மீண்டுதான் இவ்விரவில் மண்ணுலகம் வந்துபோவார்,
இதுதான் என்மனதில் இருந்ததான கருத்து.

கருத்து இதுதானென்று கொண்டேன் என்மனதில்,
சோகமுற்று வேந்தன் சொன்னவற்றைக் கேட்டபின்,
காந்தாரியொடு குந்திதேவி கூறியதன் வாயிலாக,
முடிவெடுத்து இவ்விதம் மனதில் நினைத்தேன்.

நினைத்தேன் இவ்வரத்தை நல்கவேண்டும் உனக்கென்று,
வேந்தரின் வேந்தனே வேண்டாம் வருத்தம்,
உந்தன் மகன்கள் உலகிலே கூத்ரியர்,
எப்படிதான் வாழுவரோ அப்படிதான் வீழ்ந்தனர்.

வீழ்ந்தனர் ஆகினும் விலகவில்லை நெறிவிட்டு,
தேவருலகோர் எடுத்ததான திடமிக்க முடிவினை,
செயலாக்குவோர் இவர்களெல்லாம் சொந்தமுடிவு ஏதுமில்லை,

பிறந்தனர் பூமியிலே பெருஞ்செயல் செய்துபோக.

செய்துபோக வந்தவர்கள் சாதாரண மாந்தரில்லை,
தேவராக அசுரராக தானவராக அப்ஸரசாக,
வானுலக வாழ்வுற்றோர் வந்தார்கள் பூமிக்கு,
பைசாசரோடு ராட்சதரும் பிறந்தனர் செயல்முடிக்க.

செயல்முடிக்க வந்தார்கள் சக்திமிக்க குஷ்யர்கள்,
கந்தர்வரோடு வானுலகின் கணக்கிலா அமரர்களும்,
ரிஷிகளோடு தெய்வங்களும் தேவரோடு தானவரும்,
குருக்ஷேத்திரத்து களத்திலே காலனிடம் சென்றனர்.

சென்றனர் அவரவர்தம் செயல்களை முடித்தபின்னர்,
வந்தவர் அனைவரும் வானவர் பலமிக்கார்,
கந்தர்வர் வேந்தன் கனபலத்தான் திருதராஷ்டிரனே,
மண்ணிலோர் வேந்தனாக மொழியப்படும் திருதராஷ்டிரன்.

திருதராஷ்டிரன் தம்பியான திடமிக்கவன் பாண்டு,
பெரும்புகழின் உச்சியில் பூமியிலே வாழ்ந்தவன்,
அனைவரின் நடுவிலும் அரிமாவெனத் தனித்தவன்,
மருதரின் வடிவமாக மண்ணுலகில் பிறந்தவன்.

பிறந்தவன் தருமதேவன் பிழையிலாதான் கூத்ரியாக,
யுதிஷ்டிரன் ஆகியே இன்னொரு வடிவத்திலே,
இருப்பவன் தருமதேவன் ஈடிலாத மேலோன்,
பீமசேனன் வடிவத்தில் பிறந்தவர் மருத்தர்.

மருத்தர் பலத்துடன் மண்வந்தான் பீமசேனன்,
நரனென்றோர் மகரிஷி நெடுங்காலத்துக்குமுன் இருந்தவர்,
பிறந்துவந்தார் பூவுலகில் பலமிகுந்தான் அர்ஜுனனாக,
நாராயணர் பிறந்துவந்தார் நலமிக்க ஹ்ரிஷிகேசனாக.

ஹ்ரிஷிகேசனாக நாராயணரும் இரட்டையராக அஸ்வினியரும்,
ஒளிமிகுந்த சூரியனார் உலகுவந்தார் கர்ணனாக,
இருபகுதியாக மாறியதால் இருந்தார் வானிலும்,
மறுபகுதியாக கர்ணனென மண்ணுலகில் வாழ்ந்தார்.

வாழ்ந்தார் அனைவருக்கும் ஒளிதரும் சோமனும்,
அனைவர் மனத்துக்கும் ஆறுதலொடு மகிழ்வினை,

அளிப்பவர் வானுல்வரும் அம்புலியாம் சந்திரன்,
பிறந்தார் அர்ஜுனனின் பிள்ளையாக இவ்வுலகில்.

இவ்வுலகில் பாண்டவருக்கு இருக்கும் சொத்துகளின்,
வாரிசுவகையில் பிறந்த வலுமிக்க மாவீரன்,
அதிரதர்கள் ஆறுபேர் ஒரேநேரத்தில் தாக்கியதால்,
வீரசொர்க்கத்தில் புகுந்தவன் வலுமிக்கான் அபிமன்யு.

அபிமன்யு சோமனது இன்னொரு பகுதியாவான்,
யோகத்து பலத்தினால் அம்புலியாம் சோமன்,
பிரிவுற்று இவ்வுலகில் பிறந்தான் அபிமன்யுவாக,
சுபத்திரைக்கு மைந்தன் சோமனெனும் நிலவுதான்.

நிலவுதான் அபிமன்யுவாக நிலவுலகில் வாழ்ந்தது,
புனிதமிக்கான் அக்கினிதேவன் பிறந்தான் திருஷ்டத்யும்னனாக,
திரௌபதியுடன் பிறந்த திருஷ்டத்யும்னன் இவ்வுலகில்,
அக்கினியின் வடிவானவன் அரக்கனாவான் சிகண்டி.

சிகண்டி ராட்சதரின் செரிவான பலத்தினன்,
வ்ருஹஸ்பதி இவ்வுலகில் வந்தார் துரோணராக,
அஸ்வத்தாமனாய் மண்ணுலகில் அவதரித்து வந்தது,
பேரிறை உருத்திரரின் பகுதிகளில் ஒன்றாகும்.

ஒன்றாகும் கங்கைமைந்தர் வசுக்கள் எண்மரிலே,
ஞானமிகும் நீவிரெலாம் நன்கு உணரவேண்டும்,
அவரவர்தம் பங்குக்கு அவரவர்கள் செயலாக்கி,
அமரர்தம் பணிசெய்ய அனைவரும் பிறந்தனர்.

பிறந்தனர் இந்த பூமியிலே பணிநிமித்தம்,
முடித்தனர் பணியை மீண்டனர் வானுலகம்,
வந்தவர் மீண்டும் வானுலகம் சென்றதற்கு,
வருந்துகிறீர் நீவிரெலாம் வருந்தவது தேவையில்லை.

தேவையில்லை வருத்தம் திடம்பெறுவீர மனதளவில்,
வந்தவேலை முடித்துவிட்டு வானுலகம் மீண்டுவிட்ட,
உரவினரை நினைத்து உளத்திலே வாடாதீர்,
அவர்களை இன்றிரவு அனைவரும் காணுவீர்.

காணுவீர் இறந்தவர்களை கங்கையின் கரையிலே,

செல்லுவீர் கங்கைதீரம் சாயட்டும் பகலவன்,
கொண்டீர் மனவருத்தம் களைவேன் அவ்வருத்தத்தை,
இறந்தவர் அனைவரும் இன்றிரவு மீளுவார்.

மீளுவார் இவ்வுலகுக்கு மாவீரர் அனைவருமென,
உரைத்தார் வியாசமுனி வந்திருந்த அனைவருக்கும்,
தொடர்ந்தார் வைசம்பாயனர் தூயதான நிகழ்வுகளை,
அங்கிருந்தோர் அனைவரும் அடைந்தனர் கங்கைதீரம்.

கங்கைதீரம் நோக்கிக் கிளம்பினர் அனைவரும்,
வியாசர்தம் வார்த்தைகளால் விளைந்தது பெருமகிழ்வு,
அதிர்வுதரும் ஓசைகளுடன் அனைவரும் சென்றனர்,
திருதராஷ்டிரரும் அமைச்சர்களும் திரண்டனர் நதிதீரத்தில்.

நதிதீரத்தில் பாண்டவரும் நின்றனர் திருதராஷ்டிரருடன்,
ரிஷிகள் கந்தர்வர்கள் அவ்விடத்தில் குழுமினர்,
கடல்போல் திரண்டனர் கங்கையின் தீரத்தில்,
கௌரவர் வேந்தன் களிப்புடன் அமர்ந்தான்.

அமர்ந்தான் அறிவுமிக்க அரசன் ஓரிடத்தில்,
மன்னவன் அருகிலே மாதர்களும் அமர்ந்தனர்,
பாண்டவரின் குழாமும் பார்வேந்தன் அருகிலே,
ஆர்வத்துடன் அமர்ந்தனர் அனைவரிடமும் எதிர்பார்ப்பு.

எதிர்பார்ப்பு மிகக்கொண்டு அவ்விடத்தில் காத்திருந்த,
நாளானது மிகவும் நீண்டதாகத் தோன்றியது,
ஓராண்டு போலவே ஒருதினத்தைக் கடத்தினர்,
நெடிதானது அத்தினமென நினைத்தனர் அனைவரும்.

அனைவரும் காத்திருந்த அந்திவேளை வந்தது,
பிரவாகம் எடுத்தோடும் பாகீரதி நதியிலே,
குளித்தும் தொழுதும் கடமைகளை முடித்தனர்,
ஆர்வமிகும் மனத்துடன் அல்லுக்கென காத்திருந்தனர்.

(32)ஆஸ்ரமவசிக பர்வம், பகுதி 32:
புத்ரதர்சன பர்வம்

காத்திருந்தனர் அனைவரும் கங்கையின் கரையிலென,
வைசம்பாயனர் தொடர்ந்தார் வியத்தகும் வரலாற்றை,
சூழ்ந்துநின்றனர் வியாசரை சிந்தைகொண்டனர் அவாவை,
திருதராஷ்டிரர் மனமுழுதையும் திரட்டிக் குவித்தார்.

குவித்தார் மனத்தை கௌரவரின் வேந்தர்,
அமர்ந்தார் பாண்டவருடன் அதிசயத்தை எதிர்பார்த்து,
ரிஷிமுனிவர் அனேகரும் இருந்தனர் அக்குழுவில்,
காந்தாரியார் முதல்வராகக் காத்திருந்தனர் மாதர்கள்.

மாதர்கள் குழந்தைகள் மன்னவரின் குடும்பத்தார்,
அமர்ந்தார்கள் தனியாக அன்னை காந்தாரியுடன்,
பொதுமக்கள் அமர்ந்தனர் பெரியவர்முதல் சிறியவர்வரை,
வரிசையில் அவரவர்கள் வயதுக்கேற்ற இடங்களில்.

இடங்களில் அவரவர்கள் அமருதல் செய்தபின்,
பாகீரதியில் மூழ்கியெழுந்த பெருமுனிவர் வியாசர்,
இறந்தவர்கள் அனைவரையும் எழுந்துவர அழைத்தார்,
பாண்டவர்கள் கௌரவர்கள் படைகளில் மாண்டோரை.

மாண்டோரை அழைத்த மாமுனிவர் சொல்கேட்டு,
பல்வகை மண்டலங்களில் பொன்னுலகில் வாழ்ந்தவர்கள்,
மண்ணுலகை அடைவதற்கு மொழிந்தார் மந்திரத்தை,
பேரோசை எழுந்தது பாகீரதி நதியில்.

நதியில் உண்டான நெடிதான ஓசையுடன்,
அவ்விடத்தில் தோன்றினர் அனைத்து வீரர்களும்,
முதலில் பீஷ்மருடன் மாமுனிவர் துரோணர்,
படைகள் புடைசூழ பாகீரதியில் தோன்றினர்.

தோன்றினர் பல்லாயிரம்பேர் தூயநதி பாகீரதியில்,
விராடர் துருபதர் வந்தனர் மகன்களுடன்,
ஐந்துபேர் திரௌபதியின் அருமை மைந்தர்கள்,
வந்தனர் சுபத்திரையின் வீரமகன் அபிமன்யுவுடன்.

அபிமன்யுவுடன் கடோத்கஜனும் அதிதீரன் கர்ணனும்,
துரியோதனனுடன் சகுனியும் தென்பட்டனர் மைந்தருடன்,
திருதராஷ்டிரரின் மைந்தர்கள் தோன்றினர் வரிசையாக,
முதலில் துஷ்சாசனனுடன் மற்றவர்கள் தொடர்ந்தனர்.

தொடர்ந்தனர் பகதத்தனும் திடமிக்கான் ஜலசந்தனும்,
வந்தனர் ஜராசந்தனின் வீரமகனும் பூரிஸ்ரவசும்,
வெளிப்பட்டனர் சாலனும் வ்ருஷசேனனும் சல்லியனும்,
தொடர்ந்தனர் வ்ருஷசேனனின் தம்பியும் லக்ஷ்மணனும்.

லக்ஷ்மணனும் திருஷ்டத்யும்னனின் இளமைமிகும் மைந்தனும்,
சிகண்டினின் மகன்கள் சேர்ந்து தொகையாகவும்,
திருஷ்டகேதுவும் அவனது தம்பியும் வந்தனர்,
அச்சலனும் வ்ருஷகனும் அரக்கனாம் அலாயுதனும்.

அலாயுதனும் வல்ஹிகனும் அதிதீரன் சோமதத்தனும்,
சேகிதானனும் மற்றபலரும் சேர்ந்து வெளிப்பட்டனர்,
பெயரனைத்தும் உரைத்திடல் பெருங்கடினம் அனைவருக்கும்,
பாகீரதியாம் நதியிலே புலப்பட்டனர் பொலிவுடன்.

பொலிவுடன் வெளிப்பட்ட பலமிகும் வீரர்கள்,
இறந்திடும் தருவாயில் அணிந்திருந்த ஆடைகளுடன்,
ஆயுதமும் தரித்து எழுந்தனர் பாகீரதியில்,
கொடியும் தேர்களும் குருக்ஷேத்திரத்தில் வீழ்ந்ததுபோல்.

வீழ்ந்ததுபோல் இருந்த வீரர்கள் அனைவரும்,
தேவர்கள் ஆபரணம் தரித்து வெளிப்பட்டனர்,
காதுகளில் ஒளியுடன் குண்டலங்கள் மின்னின,
அவர்களிடத்தில் வெறுப்பில்லை ஆணவமும் இல்லை.

இல்லை கோபமும் ஆத்திரமும் பொறாமையும்,
இன்னிசை கானத்தால் அங்கிருந்த வீரர்களின்,
பெருமை அனைத்தையும் பாடினர் கந்தர்வர்,
பாடல்களைப் பாடினர் பாணர்களும் இசைஞரும்.

இசைஞரும் பாணரும் அருகிலே வந்தபோது,
வானவர்தம் ஆடைகளுடன் வாடாத மாலைகளுடன்,
வந்திடும் வீரர்களுடன் வந்தனர் அப்ஸரஸ்கள்,
அனைவரையும் உடலளித்து எழுப்பினார் வியாசர்.

வியாசர் திருதராஷ்டிரனுக்கு வழங்கினார் கண்பார்வை,
வானவர் தெய்வப்பார்வை வாய்த்தது திருதராஷ்டிரனுக்கு,
அன்னையார் காந்தாரியும் அன்பு மகன்களை,

கண்டார் அக்கணத்தில் கொண்டார் வெகுமகிழ்வு.

பெருமகிழ்வு கொண்டனர் பார்த்திருந்த அனைவரும்,
என்னவென்று புரியாத அதிசயமிகு நிகழ்வினால்,
மயிர்கூச்சு உண்டானது மக்கள் அனைவருக்கும்,
தோன்றியது துணிமீது தீட்டிய வரைபடமென.

வரைபடமெனத் தோன்றியது வெளிப்பட்டதான நிகழ்வு,
வியாசரான மாமுனிவர் வழங்கியதான தோற்றம்,
மகிழ்வான சூழலை மக்களிடம் கொணர்ந்தது,
விழாவென அனைவரும் உளத்தில் களித்தனர்.

(33)ஆஸ்ரமவசிக பர்வம், பகுதி 33: புத்ரதர்சன பர்வம்

களித்தனர் மனத்திலே கிடையாது வெறுப்பேதும்,
அடைந்திலர் பொறாமை ஆத்திரம் எள்ளளவும்,
களைந்தனர் பாவங்களைக் கனிவுமிக்க மனத்தினர்,
இருந்தனர் கடவுளர் இறங்கினர் பூமிக்கென.

பூமிக்கென வந்தவர்கள் பெருவீரம் மிக்கவர்கள்,
ரிஷிகளென இருப்பவர்கள் ஏற்படுத்திய முறைப்படி,
இனிமையான விதத்திலே அளவளாவி மகிழ்ந்தனர்,
மைந்தனான வீரன் மாதாவைக் கண்டான்.

கண்டான் தந்தையைக் களத்திலே விழுந்தவன்,
கணவருடன் மனைவியரும் நண்பருடன் நண்பர்களும்,
சகோதரருடன் சகோதரரும் சந்தித்து பேசினர்,
கர்ணனுடன் பாண்டவர்கள் களித்து அளவளாவினர்.

அளவளாவினர் சுபத்திரையின் அருமைமகன் அபிமன்யுவுடன்,
கண்டனர் திரௌபதியின் குழந்தைகள் ஐவரையும்,
விட்டனர் வெறுப்பை வந்தனர் அன்புடன்,
இருதிறத்தார் அனைவரும் அன்புற்றனர் ஒன்றாகினர்.

ஒன்றாகினர் பாண்டவரும் வைரியர் கௌரவரும்,
வேந்தர் பலபேரும் வந்தனர் வானிலிருந்து,

உறவினர் நண்பருடன் உளமகிழ்ந்து பேசினர்,
கண்டனர் பெற்றோரைக் குழந்தைகளை நண்பரை.

நண்பரை உறவினைரை நாடியே அளவளாவி,
ஓரிரவை அனைவரும் உளமகிழ்ந்து கழித்தனர்,
மகிழ்வைப் பொருத்தவரை மகேந்திரனின் சொர்க்கமென,
அவ்விடத்தைக் கருதினர் அங்குவந்த அனைவரும்.

அனைவரும் இருந்தனர் அச்சமின்றி வருத்தமின்றி,
சந்தேகம் ஏதுமில்லை சற்றும் மனக்குறையில்லை,
இரவுநேரம் முழுவதையும் இனிமையாய்க் கழித்தனர்,
தந்தையுடன் சகோதரருடன் தமது கணவருடன்.

கணவருடன் மனைவியர் கனிந்து அளவளாவினர்,
மகிழ்வுடன் ஓரிரவு முழுதாக முடிந்ததும்,
பெற்றுதான் திரும்பினர் பிரியாவிடையை அனைவரும்,
அவரவரின் இருப்பிடத்தை அடைந்தனர் வானுலகில்.

வானுலகில் அவரவரின் வாழுமிடம் செல்வீரென,
வந்தவரகள் அனைவரையும் வியாசர் அனுப்பினார்,
பாகீரதியில் மூழ்கிப் போனார்கள் வானுலகம்,
தேவருலகில் பிரமருலகில் தங்கிடச் சென்றனர்.

சென்றனர் வருணலோகம் சிலபேர் குபேரலோகம்,
சூரியனார் உலகுக்கும் சென்றனர் ஒருசிலர்,
ராட்சதர் பைசாசர் அங்கிருந்து கிளம்பி,
அடைந்தனர் உத்தரகுருக்கள் ஆளும் உலகத்தை.

உலகத்தை விடுத்து வானுலகம் சென்றவரில்,
தேவரைச் சார்ந்து தங்கினர் சிலபேர்,
அவ்விதமாய் வந்தோரெலாம் அங்கிருந்து அகன்றனர்,
வாகங்களை பணியாளரை விலங்குகளை உடனழைத்து.

உடனழைத்து சென்றனர் உடன்வந்த அனைவரையும்,
அவ்விதத்து அனைவரும் அங்கிருந்து மறைந்தபின்,
அங்குவந்து குழுமிநின்ற அணங்குகளை நோக்கினார்,
கணவனற்று இருப்போரிடம் கூறினார் கருத்தை.

கருத்தை உரைக்கிறேன் கேளீர் மாதர்காள்,

கணவரைப் பிரிந்ததால் கலங்கும் நீவிரெலாம்,
பெருமையைப் பெறலாம் பதியின் உடனிருந்து,
பொன்னுலகை அடைந்திட பாகீரதியில் மூழ்குவீர்.

மூழ்குவீர் பாகீரதியில் மணாளனுடன் இணைவதற்கு,
செல்லுவீர் உம்கணவர் சென்றதான உலகிற்கு,
வாழுவீர் கணவனுடன் வானுலகின் பகுதிகளில்,
விரும்புவோர் அனைவரும் வேகவதியில் மூழ்குவீர்.

மூழ்குவீர் என்றதும் மாதரசியார் அனைவரும்,
பெற்றனர் அனுமதியைப் பார்வேந்தர் திருதராஷ்டிரரிடம்,
மாமனார் அனுமதித்ததும் மருமகள்கள் அனைவரும்,
மூழ்கினர் பாகீரதியில் மண்ணுலகை நீத்தனர்.

நீத்தனர் உடலை நாடினர் பதிகளை,
கணவன்மார் சென்றதான கேடிலாத மண்டலத்தில்,
நுழைந்தனர் பாகீரதியின் நீரிலே உயிர்நீத்து,
பெற்றனர் வானுலகில் பீடுமிக்க நன்னிலை.

நன்னிலை பெற்றனர் நல்லாடை உடுத்தனர்,
தேவருலகைச் சார்ந்த திரவியங்கள் பூசினர்,
அணிகளை மணிகளை அழகுமிக்க மாலைகளை,
அமரர்களைப் போலவே அணிந்து மிளிர்ந்தனர்.

மிளிர்ந்தனர் வானவராய் மாதர்கள் அனைவரும்,
சென்றனர் கணவரிடம் சீர்மிக்க நன்மாதர்,
விடுத்தனர் கவலைகளை வந்தனர் பெருந்தேரில்,
பெற்றனர் கணவரின் பொன்னுலகின் உரிமையை.

உரிமையைப் பெற்றனர் உன்னதமிகு மாதர்கள்,
வரங்களை அளித்திடும் வியாசமுனி அக்கணத்தில்,
திரண்டவரை எல்லாம் தண்மையாய் நோக்கினார்,
விரும்பியதை எல்லாம் வழங்கினார் வரமாக.

வரமாக அளித்தார் விருப்பங்கள் அனைத்தையும்,
நிகழ்வாக இவ்விதம் நடந்ததாகக் கேள்வியுற்று,
வானுலக மண்ணுலக வாழ்வுடைய அனைவரும்,
மகிழ்வாக இருந்தனர் மனநிறைவு அடைந்தனர்.

அடைந்தனர் மகிழ்வை அங்குவந்த அனைவரும்,
எம்மனிதர் இந்நிகழ்வை இயம்பக் கேட்டாலும்,
அம்மனிதர் விருப்பங்கள் அனைத்தும் நிறைவேறும்,
பெறுவார் விரும்பிய பொருட்களை இவ்வுலகில்.

இவ்வுலகில் விரும்பியதும் அவ்வுலகில் வேண்டுவதும்,
எளிதில் கிடைக்கும் இந்நிகழ்வை கேட்போர்க்கு,
மற்றவர்கள் கேட்கவே மாண்புமிக்க இந்நிகழ்வை,
உரைப்பவர்கள் அனைவருக்கும் உண்டாகும் பெரும்புகழ்.

பெரும்புகழ் ஏற்படும் பாருலகில் பொன்னுலகில்,
நட்புகள் உறவுகள் நற்பொருட்கள் நாடிவரும்,
கடினங்கள் இல்லாமல் கிடைக்கும் அனைத்துமே,
வாழ்வில் அனைத்துமே வாய்க்கும் புனிதமாக.

புனிதமாக இந்நிகழ்வு பாருலகில் நடந்ததென,
விரிவாக எடுத்துரைப்போர் விழுப்பமெலாம் பெறுவர்,
நலமாக நடத்தையும் நாவடக்கமும் தன்னடக்கமும்,
உடையவராக இருப்போர்க்கு உண்டாகும் பெருநலம்.

பெருநலம் அக்கதையால் பெறுவார் பாவமிலார்,
சிரத்தையும் அமைதியும் சேர்ந்த அன்னவர்,
பொய்யேதும் இலாதார் பிறரை வருத்தாதார்,
நம்பிக்கையும் வேதநெறியும் நல்லறிவும் கொண்டவர்.

கொண்டவர் மேற்கண்ட குணங்கள் அனைத்தையும்,
அன்னவர் மேற்சொன்ன அதிசயமிகு நிகழ்வினை,
கேட்டனர் என்றால் கிடைக்கும் பொன்னுலகம்,
அடைவர் மேன்மைகளை அமரரின் சொர்க்கத்தில்.

(34)ஆஸ்ரமவசிக பர்வம், பகுதி 34: புத்ரதர்சன பர்வம்

சொர்க்கத்தில் மகிழ்ந்தாரென சொன்னார் சௌதிமுனி,
நிகழ்வுகள் அனைத்தையும் நவின்றார் தொடர்ச்சியாக,
அக்கணத்தில் ஜனமேஜெயனுக்கு ஏற்பட்டது ஜயம்,
இறந்தவர்கள் வருகைபெற்றி எழுப்பினான் சந்தேகத்தை.

சந்தேகத்தை எழுப்பினான் சாந்தமுனி வைசம்பாயனரிடம்,
இவ்வுலகை விட்டு அவ்வுலகம் சென்றவர்கள்,
மண்ணுலகை அடைந்ததாக மொழிந்தீர் முனிவரே,
இச்செயலை செய்வது எவ்விதத்தில் இயலும்?

இயலும் என்பதை என்மனம் நம்பவில்லை,
உடலேதும் இல்லாது உயிரிழந்த வீழ்ந்தாரை,
முன்போன்றதாம் உடலுடன் மீண்டெழுப்ப முடியுமோ?
விளக்கவேண்டும் என்று வினவினான் வேந்தன்.

வேந்தன் வினவியதும் விளம்பினார் வைசம்பாயனர்,
ஆற்றலின் உறைவிடம் அருந்தவத்தின் திருவடிவம்,
பேச்சின் முறையறிந்த பெருமுனிவர் வேந்தனிடம்,
உறுதிதான் இறந்தவரை உடலுடன் வரவழைத்தல்.

வரவழைத்தல் இயலும் உடலிழந்து மாண்டவரை,
கர்மங்களால் உடலானது கிடைக்கிறது ஜீவனுக்கு,
பூதங்கள் ஐந்தும் பொதுவானது அனைவருக்கும்,
அவற்றில் ஜீவாத்மன் இணைவது உடலாகும்.

உடலாகும் நிலையை உண்டாக்கும் பஞ்சபூதம்,
ஆத்மனெனும் ஜீவனுடன் அழியாத நித்தியம்,
நிலைமாறும் அனைத்தும் நசிந்து அழிந்தாலும்,
அழியாவிதம் நிலைக்கும் அவ்விரண்டு தத்துவமும்.

தத்துவமும் அழிவற்று தரணியில் நிலைக்கும்,
அழிவாகிடும் அனைத்தும் அழிந்து விழுந்தாலும்,
அழிவேதும் அற்றதாகு அனந்தமான தத்துவங்கள்,
பற்றேதும் இலாருக்கு புரிவதெலாம் நற்செயலே.

நற்செயலே ஆகி நலங்களையே நல்கி,
நற்பலனே ஆளிக்கும் நற்செயல்கள் அனைத்தும்,
ஜீவாத்மனே தனது செயல்களுடன் தனைப்பிணைத்து,
சுகத்திலே மகிழ்ந்து சோகத்திலே துவளும்.

துவளும் மகிழும் தனது செயல்களால்,
ஆகினும் ஜீவாத்மனை அச்செயல்கள் தாக்காது,
சுகதுக்கம் எனப்படும் செயல்விளைவு சுழற்சியில்,

சிக்காவிடினும் ஜீவாத்மன் சிந்தையில் கலங்கும்.

கலங்கும் கண்ணாடியில் காண்பது நிழல்தானென,
அறிந்தும் கண்ணாடியில் இருக்கும் தோற்றம்,
உண்மையெனும் நினைவை உளத்திலே கொண்டதாக,
கர்மமெனும் வினைகளைக் கருதுகிறார் தனதென்று.

தனதென்று வினைகளைத் தன்னுளத்தில் நினைந்து,
அனைத்து செயல்விளைவும் அதன்போக்கில் தாக்குவதால்,
சுகமென்று துக்கமென்று செயல்விளைவை அனுபவித்து,
விடுபட்டு மீளும்வரை உடலென்று தனையெண்ணுவார்.

தனையெண்ணுவார் உடலென்று தளைபட்ட வினைகளால்,
எவரொருவர் செயல்களின் அனைத்து விளைவுகளையும்,
அனுபவித்தவர் அன்னவர் இவ்வுடலைக் கடந்து,
ஆத்மனென்பதோர் தத்துவத்தை அறிவார் தானென்று.

தானென்று அறிவார் தூயதான ஆத்மனை,
உடலென்று இருப்பது உண்டாவது எவ்வாறெனில்,
பஞ்சபூதத்துப் பொருட்கள் பலவும் ஒன்றுசேர்ந்து,
ஜீவனொடு இணைவதால் சொல்லப்படும் உயிரென.

உயிரென உண்டாவது விதவிதமான பொருட்கள்,
ஜீவனென இருப்பதுடன் சேரும் காரணத்தால்,
வேறென ஜீவனையும் உடலையும் பகுத்தறிந்தால்,
நித்தியமென பொருட்களை நன்கறிவார் ஞானத்தால்.

ஞானத்தால் பொருட்களை நித்தியமென அறியலாம்,
அஸ்வமேதிகத்தில் குதிரையை ஆகுதியாய் அளிக்குமுன்,
ஸ்ருதியில் மந்திரம் சொல்லும் உட்கருத்து,
உடல்கள் எடுத்த உயிர்கள் நித்தியமே.

நித்தியமே உயிர்மூச்சு நிலைத்ததாகும் இவ்வுலகில்,
அவ்வுலகே சென்றாலும் அங்குமே தொடர்ந்துவரும்,
எதனாலே நலமென அறிவிப்பேன் உனக்கு,
ஆமோதிப்பே செய்தால் அறியலாம் உண்மையை.

உண்மையை உரைத்தால் உம்பரின் வழிகளை,
வேள்வியைச் செய்கையில் விளம்பும் மந்திரங்கள்,

உன்வேள்வி செய்கையில் உமர்கள் அனைவரும்,
உனதுநலத்தை மேம்படுத்த உளப்பாங்கை அடைந்தனர்.

அடைந்தனர் உனக்கு ஆதரவான மனநிலையை,
அன்னவர் வேள்வியில் ஆகுதியான விலங்குகளை,
சேர்ப்பர் விண்ணுலகில் சிறப்பான மண்டலத்தில்,
தொழுபவர் அனைவருக்கும் தேவரால் நலம்வரும்.

நலம்வரும் தேவர்களின் நெஞ்சம் மகிழ்ந்தால்,
நித்தியம் பஞ்சபூதம் நித்தியம் ஆத்மனெனில்,
உடலெடுக்கும் ஆத்மனுக்கு உண்டாகும் நிலையான,
புருஷனும் நித்தியமே பிறகென்ன சந்தேகம்?

சந்தேகம் உடையவராய் சிந்தை குழப்பமுற்று,
பலவிதம் உடல்களைப் பெற்றிடும் ஜீவாத்மனென,
இருந்திடும் ஜீவாத்மனென இயம்புவார் கலங்கியோர்,
அன்னவரிடம் இல்லை அறிவாற்றலின் தெளிவு.

தெளிவு இல்லாதவர் தவிப்பார் பிரிவினால்,
அறிவு இல்லாததால் அகத்தைக் குழப்புவார்,
பிரிவு கொடுமைய்னெ புரிந்தால் அன்னவர்,
உறவு உண்டாகாமல் உகுப்பது வேண்டும்.

வேண்டும் பற்றிலாது விலகிநிற்கும் நன்மனம்,
காரணம் இவ்வுலகில் கவலைகள் உண்டாவது,
பிரிவெனும் நிகழ்வினால் பிரிவாவது உறவினால்,
இவ்விதம் குழம்பாதவர் ஆத்மனை அறிந்தவர்.

அறிந்தவர் குழம்பிடார் உடலையும் ஆத்மனையும்,
எவரொருவர் உடல்வேறு ஆத்மனானது வேறென்று,
உணர்ந்தவர் அத்தகையோர் உணருவார் ஆத்மனை,
ஆத்மஞானியர் மனதிலே அகலும் பிழைகள்.

பிழைகள் மனதிலே பீடிக்காது விடுபடுவர்,
ஆத்மனில் தன்மனதை அகலாது நிறுத்தியவர்,
உயிர்கள் அனைத்தும் உருவற்றதில் வெளிப்படும்,
இறுதியில் உயிரெலாம் அருவத்தில் மறையும்.

மறையும் தோன்றும் மண்ணுலகின் உயிரெலாம்,

ஆத்மனெனும் உண்மையை அறியவில்லை நானும்,
என்னையும் ஆத்மன் அறியவில்லை இதுகாறும்,
என்னிடம் துறவுநிலை இன்னும் முழுமையில்லை.

முழுமையில்லை ஞானமெனில் மாறிமாறி சுகதுக்கம்,
உயிர்களை வாட்டியும் உவகையை ஊட்டியும்,
செயல்விளைவை உண்டாக்கி சுழலவிடும் வாழ்வை,
வீழ்வை அடைவதும் வினைகளின் தொடர்பினால்.

தொடர்பினால் வினைகள் தொடரும் உயிர்களை,
மனதால் செய்தசெயல் மனதிலே விளைவளிக்கும்,
உடலால் செய்ததற்கு உடலளவில் விளைவுண்டு,
எவ்விதத்தில் செயலோ அவ்விதத்தில் செயல்விளைவு.

(35)ஆஸ்ரமவசிக பர்வம், பகுதி 35: புத்ரதர்சன பர்வம்

செயல்விளைவு குறித்து சொன்னவர் செளதிமுனி,
அதையடுத்து வைசம்பாயனர் இயம்பியதை உரைத்தார்,
பெற்றெடுத்து வளர்த்த பிள்ளைகள் எவரையுமே,
பார்த்தது கிடையாது பார்வேந்தர் திருதராஷ்டிரர்.

திருதராஷ்டிரர் வியாசர் தந்ததான பார்வையால்,
கண்டார் முதல்முறையாக குழந்தைகள் அனைவரையும்,
மாமன்னர் போலவே முகப்பொலிவும் உடலமைப்பும்,
பெற்றிருந்தனர் அவ்வேந்தர் பெற்றெடுத்த மகன்கள்.

மகன்கள் அனைவரையும் மகிழ்வுடன் கண்டார்,
வேதங்கள் அறிந்தவர் உபநிடதங்கள் ஐற்றவர்,
அறிவில் தெளிவுடையார் அகத்தில் திடமுடையார்,
அதேபோல் விதுரரும் ஆழ்நிலை யோகசீலர்.

யோகசீலர் தவபலத்தால் ஏகினார் மேன்மைக்கு,
திருதராஷ்டிரர் வியாசரால் தாழுற்றார் வெற்றியை,
இவ்விதமவர் உரைக்கையில் அரசன் ஜனமேஜெயன்,
வியாசருக்கோர் வேண்டுதலை வைத்தான் பணிவாக.

பணிவாக வியாசரிடம் பகருகிறேன் கோரிக்கை,
வரமாக எனக்கேதும் வழங்கிட நினைந்தாரெனில்,
எனக்காக தந்தையாரை என்முன்னே காட்டவேண்டும்,
இறப்பான நேரத்தில் இருந்ததான வடிவத்தில்.

வடிவத்தில் ஆடைகளில் வானுலகம் செல்லுமுன்னர்,
எவ்விதத்தில் இருந்தாரோ அவ்விதத்தில் தந்தையை,
காட்டுதல் செய்தால் கூறியவைகள் அனைத்தும்,
உண்மைகள் என்று உறுதியாக நம்புவேன்.

நம்புவேன் உம்சொல் நிச்சயமாய் உண்மையென்று,
எந்தன் விருப்பத்தை ஈடேற்றி வைப்பீரென,
வேண்டினான் ஜனமேஜெயயனென விளம்பினார் செளதி,
வேந்தன் சொல்கேட்டு வியாசர் மனமிரங்கினார்.

மனமிரங்கினார் வியாசர் மாதவத்தின் திருவடிவம்,
கொணர்ந்தார் பரீக்ஷித்தை கீழுலகாம் மண்ணுக்கு,
அவேந்தர் இறக்கும்போது எவ்வாறு இருந்தாரோ,
அதுபோன்றதோர் தோற்றத்தில் இப்போது இருந்தார்.

இருந்தார் பரீக்ஷித்தின் அருகாமையில் சாமிகர்,
அன்னவர் அருகாமையில் இருந்தார் ஸ்ரிங்கின்,
அங்கிருந்தோர் அனைவரும் அகமகிழ்வுடன் கண்டனர்,
வேள்விக்கோர் முடிவாக வழங்கினர் இறுதிக்குளியல்.

இறுதிக்குளியல் நன்னீரை அரசன் ஜனமேஜெயன்,
தனக்குமேல் ஊற்றியதுபோல் தந்தைமேலும் ஊற்றவைத்தான்,
யயவர்கள் குலத்தார் அஸ்திகரெனும் முனிவரிடம்,
குரலில் மகிழ்வுடன் கூறினான் வேந்தன்.

வேந்தன் உரைத்தான் வேதமுனி அஸ்திகரிடம்,
எந்தன் வேள்வியில் எத்தனையோ அதிசயங்கள்,
தந்தையின் வடிவத்தையும் தரிசித்து மகிழ்ந்தேன்,
மனதின் வருத்தங்கள் முழுதாக விலகின.

விலகின வருத்தங்களென விளம்பிய வேந்தனிடம்,
ஹோத்ரியென வியாசர் இருப்பதான வேள்வியிலே,
நடப்பன அனைத்தும் நிகரிலாத உன்னதமே,
இவ்வுலகென அவ்வுலகென இரண்டும் உனதாகும்.

உனதாகும் ஈருலகும் உன்னதமிகும் வேந்தனே,
பாண்டவர்தம் குலக்கொடியே பார்வேந்தே உன்வேள்வி,
அரவங்களின் இனைத்தை அழித்து சாம்பலாக்கியது,
உம்தந்தையின் வழியிலேயே வீழ்வுற்றன அரவங்கள்.

அரவங்கள் அனைத்தும் அழிந்து மாண்டன,
உங்கள் வாக்கின் உண்மையின் காரணமாக,
தப்பித்தல் இயன்றது தக்ஷகனெனும் அரவமட்டும்,
அல்லல்கள் பட்டாலும் அதன்பின்னர் தப்பினான்.

தப்பினான் தக்ஷகன் தங்களின் கருணையால்,
தங்களின் தந்தையாரின் தூயதான மேல்நிலையை,
கண்டுதான் தாங்களும் களிப்புற்று மகிழ்ந்தீர்,
பாவங்களின் தாக்கத்தைப் போக்கினீர் உமைவிட்டு.

உமைவிட்டு அகன்றன உற்றபல பாவங்கள்,
வரலாற்று முழுதையும் உளமாறக் கேட்டதால்,
அகன்று ஓடின அனைத்துப் பாவங்களும்,
தந்தையாரது வடிவத்தை தரிசித்தீர் நீவிர்.

நீவிர் அடைந்தது நிகரிலா நன்னிலை,
நல்லவர் அனைவருக்கும் நாமெலாம் தலைசாய்த்து,
பக்தியானதோர் வணக்கத்தைப் பகர்ந்து பணிந்தோமென,
விளம்பினார் அஸ்திகர் வேந்தன் ஜனமேஜெயனிடம்.

ஜனமேஜெயனிடம் கருணைகொண்ட சாந்தமிகும் வியாசருக்கு,
அனேகம் வணக்கங்களை அளித்தான் வேந்தன்,
வைசம்பாயனரிடம் அதன்பின் வினவினான் ஜனமேஜெயன்,
திருதராஷ்டிரர்தம் நிலைகுறித்து தொடர்ந்து உரைப்பீரென.

(36) ஆஸ்ரமவசிக பர்வம், பகுதி 36: புத்ரதர்சன பர்வம்

உரைப்பீரென ஜனமேஜெயன் வேண்டினான் முனிவரிடம்,
மைந்தரென பேரன்களென மனமுவந்த நட்புறவென,
வேண்டியவரான அனைவரையும் விரும்பியவிதம் கண்டபின்னர்,

வேந்தரான திருதராஷ்டிரரின் உளமென்ன செயலென்ன?

செயலென்ன செய்தார் சக்கரவர்த்தி திருதராஷ்டிரரென,
வினாவினை எழுப்பிய வேந்தன் ஜனமேஜெயனுக்கு,
நிகழ்ந்தன அனைத்தையும் நவின்றார் வைசம்பாயனர்,
அதிசயமான நிகழ்வினால் அகமகிழ்ந்தார் திருதராஷ்டிரர்.

திருதராஷ்டிரர் மகன்கள் தோன்றி மண்ணுலகில்,
வந்தனர் தன்னிடம் வாஞ்சையுடன் எனக்கண்டு,
வேந்தனார் மனதில் வருத்தங்கள் அகற்றினார்,
திரும்பினார் பாகீரதியினின்று தனது வாழிடம்.

வாழிடம் வந்தார் வேந்தர் திருதராஷ்டிரர்,
மக்களிடம் விடைகூறி மீண்டுசெல்ல அனுமதித்தார்,
ரிஷிகளிடம் அவரவரின் இருப்பிடம் செல்லுமென,
மீண்டுசெல்லும் வார்த்தைகளை மொழிந்தார் வேந்தர்.

வேந்தர் சொன்னவிதம் வந்திருந்த அனைவரும்,
அவரவர் இருப்பிடத்தை அடைந்தனர் மனம்போல,
பாண்டவர் ஐவரும் பத்தினியர் புடைசூழ,
வேந்தர் திருதராஷ்டிரருடன் வந்தனர் குடிலுக்குள்.

குடிலுக்குள் வந்தபின்னர் கிருஷ்ணராம் வியாசர்,
வேந்தனிடத்தில் உரைத்தார் வாஞ்சைமிக்க வார்த்தைகளை,
வலிமையில் மிகைத்த வேந்தனே திருதராஷ்டிரா,
கௌரவர்கள் குலத்தானே கூறுவதைக் கேளாய்.

கேளாய் வேந்தனே கனிவுமிக்க மகரிஷிகள்,
மென்மை உடையவர்கள் மறைகளை அறிந்தவர்கள்,
வயோதிகத்தை அடைந்தவர்கள் விளம்பினர் நற்கருத்தை,
வீணாய் மனவருத்தம் வேண்டாம் இனிமேல்.

இனிமேல் வருந்தாதே அரசனே ஏனெனில்,
அறிவில் மிக்கவர்கள் அழுதிடார் எதறகாகவும்,
தேவர்கள் ரகசியத்தைத் தெரிவித்தார் நாரதர்,
உன்மகன்கள் அடைந்தனர் உம்பருலகில் நல்வாழ்வு.

நல்வாழ்வு பெற்றனர் நினது மைந்தர்கள்,
ஆயுதத்து வாயிலாக அடிபட்டு விழுந்ததால்,

அவர்களுக்குக் கிடைத்தது அமரரின் பொன்னுலகு,
நினைத்தது போலவே நகருகிறார் தேர்களில்.

தேர்களில் வலம்வரும் திடமிகுந்த உன்மைந்தர்,
வாயிலில் யுதிஷ்டிரன் வந்துளான் உனைக்காண,
அனுமதிகள் பெற்று ஹஸ்தினாபுரம் திரும்புதற்கு,
ஆதலால் யுதிஷ்டிரனை அனுப்பிவை அரசாள.

அரசாள அனுப்பிவை அறமிகுந்த யுதிஷ்டிரனை,
ஒருமாத காலமாக வாழ்கின்றனர் வனத்திலே,
காலியாக இருத்தல் கூடாது ஆட்சிபீடம்,
எதிரியாக பலபேர்கள் இருக்கிறார்கள் தேசத்துக்கு.

தேசத்துக்கு எதிரிகளின் தாக்குதல் ஆபத்தாகும்,
செல்லவிடு யுதிஷ்டிரனை சகரவர்த்தி பீடத்துக்கென,
அறிவுறுத்தியது கேட்டதும் அரசன் திருதராஷ்டிரன்,
அறைக்கு உட்புறமாய் அழைத்தான் யுதிஷ்டிரனை.

யுதிஷ்டிரனை அழைத்து இயம்பினான் திருதராஷ்டிரன்,
எதிரிகளைக் கண்டு அஞ்சாத அஜாதசத்ருவே,
என்சொல்லைக் கேளாய் அரசனே யுதிஷ்டிரா,
வருத்தத்தை விடுத்தேன் வளமையுடன் வாழுகிறேன்.

வாழுகிறேன் இவ்விடத்தில் வாழிடம் ஹஸ்தினாபுரமென,
உந்தன் பாதுகாப்பில் உவப்புடன் இருக்கிறேன்,
எந்தன் தேவைகள் அனைத்தும் நிறைவேறி,
கொண்டேன் மனமகிழ்வு கொஞ்சமும் வருத்தமில்லை.

வருத்தமில்லை இந்த வாழ்க்கையில் எனக்கு,
வலுக்கரத்தை உடையோய் உன்மேலும் வருத்தமில்லை,
காலத்தை இவ்விடத்தில் கடத்தாமல் செல்லவேண்டும்,
ஆட்சியை செய்யவேண்டும் அறமிக்க வேந்தனே.

வேந்தனே நீயெனக்கு வழங்கிய பணிவிடையால்,
தந்தைக்கே மைந்தன் தரத்தக்க பணிவிடைகள்,
அனைத்துமே கிடைத்தன அகத்திலே மகிழுகிறேன்,
உன்னாலே எனக்கு உண்டானது மனநிறைவு.

மனநிறைவு உண்டானது மைந்தனே யுதிஷ்டிரா,

உன்னிடத்து எனக்கு ஒருதுளியும் வருத்தமில்லை,
உன்வரவு காரணமாக உக்கிரதவம் இயற்றுவதில்,
என்மனது செல்லவில்லை அகமழ்வு உண்டானதால்.

உண்டானதால் ஆன்மபலம் உடலை உருக்கியது,
இவ்விடல் தாங்குவது இங்குநீ வந்ததாலே,
அன்னையர்கள் இருவரும் எனைப்போல தவமியற்றி,
உண்கிறார்கள் மரத்திலிருந்து உகுந்ததான தழைகளை.

தழைகளை உண்ணும் தாய்மார்கள் இருவரும்,
தவத்தை எனைப்போல தினமும் புரிவதால்,
வாய்ப்பில்லை நெடுங்காலம் வையத்தில் வாழுதற்கு,
துரியோதனனைப் பிறமைந்தரை தரிசித்தேன் வியாசரால்.

வியாசரால் மட்டுமன்றி உன்னைக் கண்டதால்,
வாழ்வில் இனிமேல் வெகுபயன் கிடையாது,
தவத்தில் ஆழுவேன் தரவேண்டும் அனுமதியை,
எங்கள் இறுதிகாரியம் இருக்கிறது உன்கரத்தில்.

உன்கரத்தில் உள்ளது உலகத்தின் அரசாட்சி,
இவ்விடத்தில் காலத்தை அதிகம் கழிக்காமல்,
திரும்புதல் வேண்டும் தரணியை ஆளுதற்கு,
ஆட்சிநெறிகள் குறித்து அறிவித்தேன் பலமுறை.

பலமுறை ஆட்சிநெறிகள் பகர்ந்தேன் உனக்கு,
விடுபட்டவை ஏதுமில்லை விளம்பலாம் இப்போதெனில்,
தேவையில்லை இனிமேல் தங்குதல் இவ்விடத்தில்,
புண்ணியத்தை உடையவனே போய்விடு தேசத்துக்கு.

தேசத்துக்குத் திரும்பென்று தெரிவித்த திருதராஷ்டிரரிடம்,
முறையென்று இருப்பதெலாம் முழுதாக அறிந்தவரே,
இவ்விதத்து என்னை எடுத்தெறிந்து வீசுவது,
சரியன்று வேந்தனே செய்திலேன் எப்பிழையும்.

எப்பிழையும் செய்யாதவன் என்னையேன் அனுப்புகிறீர்?
தம்பியரும் மற்றோரும் தரணியாள் செல்லட்டும்,
இருவராகும் அன்னையருடன் இருப்பேன் பணிசெய்தென,
உரைத்ததும் காந்தாரி அன்புடன் பதிலளித்தார்.

பதிலளித்தார் காந்தாரி புரிந்துகொள் மகனேயென,
கௌரவர் வேந்தனே கூறுவதைப் புரிந்துகொள்,
மாமனார் வரையிலும் மற்றபல உறவினருக்கும்,
ஸ்ரத்தத்துக்கோர் அதிகாரி சக்ரவர்த்தி நீதான்.

நீதான் கடமைகளை நடத்தவேண்டும் முறையாக,
உந்தன் கவனிப்பும் அன்பும் மரியாதையும்,
எங்களின் மனங்களில் ஏற்படுத்தியது நிறைவை,
அரசனின் கடமைகளை ஆற்றிடச் செல்லுவாய்.

செல்லுவாய் தந்தையார் சொன்னசொல்லை மதித்து,
ஆளுவாய் நாட்டையென அன்னையார் காந்தாரி,
கனிவாய் உரைத்தார் கௌவரின் வேந்தனிடம்,
கண்களைத் துடைத்தபடி கூறினான் யுதிஷ்டிரன்.

யுதிஷ்டிரன் கண்களில் அன்பின் நீர்த்துளிகள்,
உகுந்துதான் வந்தது உளமார்ந்த அன்பினால்,
வேந்தரும் என்னை வேண்டாமென ஒதுக்குகிறார்,
காந்தாரியும் அதேவிதம் கூறியே விலக்குகிறார்.

விலக்குகிறார் இருவரும் விலக்கி அனுப்பினாலும்,
இதயத்திலோர் பந்தம் இருக்கிறது உங்களிடம்,
செல்லுவோர் மனமில்லை செல்லென்றால் செல்வேனோ?
தவத்துக்கோர் இடைஞ்சலின்றி தங்குவேன் இங்கேயே.

இங்கேயே தங்குகிறேன் எனக்கெதற்கு அரசாட்சி?
உலகமே என்கண்ணில் வெறுமையாய் தெரிகிறது,
எதுவுமே இல்லாத இந்தப் புவிமீது,
ஈர்ப்புகளே இல்லை இயற்றுவேன் தவத்தை.

தவத்தை செய்வதால் தரிசிக்கலாம் பரமாத்மனை,
அழிவை அடைந்தனர் அத்தனை பாஞ்சாலரும்,
பெயரளவாய் இருக்கீறார் பாஞ்சாலரின் குலத்தார்,
வளர்ச்சியை அடையவைக்க வழியில்லை குலத்துக்கு.

குலத்துக்கு முடிவைக் கொணர்ந்தது துரோணர்,
பாஞ்சாலரது குலத்தைப் பெரும்போரில் அழித்தார்,
மிகுந்தது ஒருசிலர்தான் மாபெரும் போரிலே,
அவர்களுக்கு எமனானான் அஸ்வத்தாமன் நள்ளிரவில்.

நள்ளிரவில் மிகுந்தவரை நசித்தான் அஸ்வத்தாமன்,
சேதியர்கள் மத்ஸ்யர்கள் செல்லவில்லை திரும்பி,
வ்ருஷ்ணியர்கள் குலமானது வாசுதேவனால் பிழைத்தது,
அவர்கள் இருப்பதால் உயிருடையேன் நானும்.

நானும் உயிர்பெற்று நாளும் வாழுவது,
நாடாளும் ஆசையால் நடக்கவில்லை அன்னையே,
புண்ணியம் சேர்க்கவே பெற்றுளேன் இவ்வுயிரை,
பொன்பொருளும் போகமும் பொருட்டில்லை எனக்கு.

எனக்கு வேண்டியது உங்களின் அன்புதான்,
இங்கிருந்து சென்றெனெனில் அரசரான திருதராஷ்டிரர்,
உறுதியொடு கடுந்தவத்தை உக்கிரமாய் இயற்றுவார்,
தாங்குவது இயலாது தவத்தின் கடுமையை.

கடுமையை உடைத்தான கொடுந்தவத்தைச் செய்வாரென,
பரிவினைக் காட்டி பேசினான் யுதிஷ்டிரன்,
அச்சொல்லைக் கேட்டு அழுதபடி சகாதேவன்,
தன்கருத்தை உரைத்தான் தமயன் யுதிஷ்டிரனிடம்.

யுதிஷ்டிரனிடம் கருத்தை இயம்பினான் சோகமாக,
பரதர்தம் வேந்தரே பேரரசே என்மனது,
அன்னையருடன் இருப்பதை அதிகம் விரும்புகிறது,
தலைநகரம் திரும்பவேண்டும் தாங்களும் மற்றவரும்.

மற்றவரும் தாங்களும் மண்ணாளச் செல்லுமென,
அன்புமிகும் சகாதேவன் அண்ணனிடம் உரைத்ததும்,
பாசமிகும் அணைப்புடன் பகர்ந்தாள் குந்திதேவி,
செல்லவேண்டும் நீயும் சொல்லாதே மறுப்பு.

மறுப்பு உரைத்து இருப்பு செய்யாதே,
விருப்பு கொண்டவர்கள் வனத்தில் உடனிருந்தால்,
எமக்கு தவத்தில் ஏகாது முழுமனமும்,
பாசத்து விளைவால் பாங்கிழந்து வீழுவேன்.

வீழுவேன் தவத்திநின்று உங்களின் பாசத்தால்,
உங்களின் அன்பில் உளங்கனிந்த மனமானது,
தவத்தின் வழிக்குத் திரும்புவது கடினமாகும்,

அதனால்தான் நீங்களெலாம் அகன்று செல்லவேண்டும்.

செல்லவேண்டும் நீங்கள் சோகத்தை அகற்றிவிட்டு,
எங்களிடம் வாழ்நாட்கள் அதிகமில்லை இனிமேல்,
செய்யவேண்டும் தவத்தை சிந்தையை நிலையாக்கி,
எல்லோரும் செல்லுமென இயம்பினார் குந்திதேவி.

குந்திதேவி பலவிதமாய்க் கூறியதான அறிவுரையால்,
மனந்திரும்பி சகாதேவனும் மன்னவன் யுதிஷ்டிரனும்,
நாட்டாட்சி செய்வதற்கு நாட்டம் உற்றனர்,
வணங்கி நின்றனர் விடைபெற்று செல்லுதற்கு.

செல்லுதற்கு முன்னர் சொன்னான் யுதிஷ்டிரன்,
எங்களுக்கு ஆசிகளை அளித்ததால் மகிழ்ச்சி,
தலைநகருக்கு நாங்கள் திரும்புகிறோம் இப்போதே,
பாவமற்று நாங்கள் புண்ணியத்தை அடைந்தோம்.

அடைந்தோம் புண்ணியமென அரசன் உரைத்ததும்,
அனைவரையும் திருதராஷ்டிரர் அன்புடன் ஆசீர்வதித்தார்,
பீமனுக்கும் ஆறுதல்கள் பகர்ந்தார் திருதராஷ்டிரர்,
பலமிகும் அவ்வீரனிடம் பாசத்தைக் காட்டினார்.

காட்டினார் பாசத்தை கௌரவரின் வேந்தர்,
அன்னவர் பாதத்தை அன்புடன் பணிந்தவனாய்,
தந்தையார் அவருக்கு தகுந்த மரியாதையை,
பாண்டவர் வேழமான பீமன் வழங்கினான்.

வழங்கினான் அர்ஜுனனும் வேந்தருக்கு வணக்கத்தை,
அர்ஜுனனுடன் இரட்டையரை அணைத்தார் வேந்தர்,
அனைவருக்கும் ஆசிகளை அகமகிழ்ந்து வழங்கினார்,
சென்றுவாரும் என்று சொல்லி வழியனுப்பினார்.

வழியனுப்பினார் காந்தாரியும் வணங்கிநின்ற பாண்டவரை,
ஆசிகூறினார் அதன்பின் அனுமதியை வழங்கினார்,
குந்திதேவியார் மகன்களைக் கட்டி உச்சிமோந்து,
செல்லுமென்றார் அதன்பின்னர் சுற்றிவந்தனர் பாண்டவர்.

பாண்டவர் சுற்றிவந்தனர் பார்வேந்தர் திருதராஷ்டிரரை,
கௌரவர் குலமாதருக்கு கிருஷ்ணை முன்னவளாக,

திருதராஷ்டிரர் காந்தாரி தூயவள் ப்ரீதாவை,
சுற்றிவந்தனர் அதன்பின்னர் செய்தனர் வணக்கம்.

வணக்கம் அளித்து விடைபெற்றுக் கிளம்பினர்,
வெகுபெரும் ஓசைகள் உண்டாகின அப்போது,
கட்டும் குதிரைகளைக் கரிகளை என்பதாக,
கிளம்பும் புறப்பாடுகள் கேட்டன ஓசையாக.

ஓசையாக புரவிகளும் வெகுவாய் கனைத்தன,
மனைவியராக இருந்தோருடன் மன்னவன் யுதிஷ்டிரன்,
தலைநகரான ஹஸ்தினாபுரம் திரும்பப் பயணித்தான்,
உடனாக வந்தனர் உற்றவரும் மற்றவரும்.

(37)ஆஸ்ரமவசிக பர்வம், பகுதி 37: நாரதகமன பர்வம்

மற்றவரும் திரும்பினர் மன்னவன் யுதிஷ்டிரனுடன்,
அவ்விதம் பாண்டவர்கள் அங்கிருந்து வந்தபின்னர்,
ஆண்டுகாலம் இரண்டு அதன்பின் கடந்தது,
ஒருதினம் நாரதர் அவைக்கு வந்தார்.

வந்தார் நாரதர் வரவேற்றான் யுதிஷ்டிரன்,
கௌரவர் சிம்மம் கனபலத்தான் ஆயுதபாணி,
மாமுனிவர் நாரதரை மனமுவந்து வணங்கினான்,
தகுந்தோர் ஆசனத்தைத் தந்து அமரவைத்தான்.

அமரவைத்தான் அதன்பின்னர் இளைப்பாறினார் முனிவர்,
வினவினான் யுதிஷ்டிரன் வானவரின் ரிஷியிடம்,
நீவிர்தான் இங்குவந்து நெடுநாட்கள் சென்றனவே,
அமைதியுடன் மகிழ்வுடன் இருக்கிறீரா நீவிர்?

நீவிர் சென்றுவந்த நாடுகள் என்னென்ன?
உரைப்பீர் உமக்கு உகந்தசெயல் ஏதேனும்,
செய்வதற்கோர் தேவையெனில் சொல்லுவீர் முனிவரே,
இருக்கிறீர் எனக்கு ஈடிலாத அடைக்கலமாய்.

அடைக்கலமாய் உங்களை அடைந்தேன் என்பதாக,

மிகப்பணிவாய் உரைத்த மன்னவன் யுதிஷ்டிரனிடம்,
நெடுங்காலமாய் உன்னை நான்வந்து பார்க்கவில்லை,
அதன்காரணமாய் இன்று அவைக்கு வந்துளேன்.

வந்துளேன் தீர்த்தங்களை வரைசையாய் தரிசித்து,
கங்கையின் நீரிலும் குளித்து வந்தேனென,
சொன்னதும் யுதிஷ்டிரன் சாந்தமாய் இனவினான்,
வேகவதியின் கரைவழியே வந்தீரா மாமுனியே?

மாமுனியே திருதராஷ்டிரர் மாதவம் புரிந்து,
கங்கையோரத்திலே உள்ளாரென கூறினர் அங்கிருப்போர்,
வரும்வழியிலே திருதராஷ்டிரரை வாழிடத்தைக் கண்டீரா?
காந்தாரியுடனே ப்ரீதாவைக் கண்டீரா அவ்விடத்தில்?

அவ்விடத்தில் சூதபுத்திரன் அறிவுமிக்க சஞ்சயன்,
இருத்தல் கண்டீரா ஈடிலாத மகரிஷியே?
இவர்கள் அனைவரும் இருக்கிறாரா அமைதியாக?
எங்கள் தந்தையார் எவ்விதம் இருக்கிறார்?

இருக்கிறார் தந்தையார் அதிகடும் தவத்திலே,
அன்னவர் நலத்தை அறிந்திட விரும்புகிறேன்,
நீவிர் கண்டிருந்தால் நவிலுவீர் நிலைமையை,
விளம்புவீர் எனக்கு விவரங்களை அறிந்தவிதம்.

அறிந்தவிதம் நவிலுமென அரசன் வினவியதும்,
நான்சொல்லும் விவரத்தை நெஞ்சத்தில் அமைதியுடன்,
கேட்கவேண்டும் நானங்கே கண்டதைக் கூறுகிறேன்,
கடுந்தவம் புரிந்துவந்தார் கௌரவரின் வேந்தர்.

வேந்தர் திருதராஷ்டிரரிடம் விடைபெற்று நீவிரெலாம்,
வந்தீர் அதன்பின்னர் உந்தன் தந்தையார்,
சென்றார் குருக்ஷேத்திரத்தின் சூழலைக் கடந்து,
நடந்தார் கங்கத்வாரமென நவிலப்படும் இடத்துக்கு.

இடத்துக்கு மாற்றம் ஏற்பட்ட போதிலும்,
பூசைக்கு அக்கினியை பாங்காய்த் தன்னுடன்,
எடுத்து சென்றார் அரசர் திருதராஷ்டிரர்,
அவரொடு காந்தாரியும் அருகிலே குந்தியும்.

குந்தியும் சென்றார் காந்தாரியுடன் பயணமாக,
சூதகுலம் பிறப்புற்ற சஞ்சயனும் சென்றான்,
யஜகரெனும் வேதியர்களும் அவர்களுடன் சென்றனர்,
வெகுதவம் புரிந்தார் வேந்தர் திருதராஷ்டிரர்.

திருதராஷ்டிரர் வாயிலே திணித்திருந்தார் கூழாங்கல்லை,
உண்ட்கொண்டார் காற்றுமட்டும் உணவேதும் உண்ணவில்லை,
புரிந்தார் கடுந்தவம் புத்திமனம் அடக்கியே,
இளைத்தார் ஆறுமாதத்தில் எலும்புமேல் தோலாக.

தோலாக இருந்ததெலாம் துவண்டு சுருங்கி,
கூடாக இருந்தார் கௌரவரின் வேந்தர்,
காந்தாரியான அரசியோ குடித்தார் நீர்மட்டும்,
ப்ரீதாவான உன்னன்னை புசித்தார் ஆறாந்தினம்.

ஆறாந்தினம் மட்டும் ஏதாகிலும் உணவருந்தி,
ப்ரீதாவும் அவர்களுடன் பெருந்தவம் புரிந்தார்,
வேந்தர்தம் அக்கினிக்கு வேதமுறை பூசைகளை,
அனுதினம் செய்தனர் யஜகரெனும் வேதியர்கள்.

வேதியர்கள் பூசித்தனர் வேந்தர் வராவிடினும்,
அளித்தார்கள் நெய்யுடன் ஆகுதிகளை அனுதினம்,
ஓரிடத்தில் இல்லாமல் வேறிடத்துக்கு மாறிமாறி,
வாழுதல் செய்தார் வேந்தர் திருதராஷ்டிரர்.

வேந்தர் அவ்வப்போது வேறிடம் செல்லும்போது,
சஞ்சயர் வழிகாட்டிச் சென்றார் முன்னதாக,
சமமிலாததோர் பாதையிலும் சஞ்சயர் வழிகாட்டிட,
சென்றனர் வேந்தரும் சகியான காந்தாரியும்.

காந்தாரியும் நடந்திட கண்களென ப்ரீதா,
எப்போதும் காந்தாரியுடன் இருந்தார் துணையாக,
கங்கியோரம் ஒருதினம் கடந்துசென்றார் வேந்தர்,
காலைககடன முடிததபின்னர கூறினார் வந்தனங்கள்.

வந்தனங்கள் கூறி வானவரை வணங்கியபின்,
இருப்பிடத்தில் தங்குதற்கு ஏகினார் திருதராஷ்டிரர்,
அக்கணத்தில் காட்டிலே அக்கினி பற்றியது,
வனத்தீயில் சுற்றுப்புறங்கள் வெந்து கருகின.

கருகின மரங்கள் கல்ங்கின விலங்குகள்,
ஏகின கரடிகள் அருகிலிருந்த நீர்நிலைக்கு,
உயிரினமென இருந்ததெலாம் உக்கிரமான அக்கினியில்,
வாடின அவ்விடத்தில் விளைந்த அக்கினியால்.

அக்கினியால் அடவியிலே அழிவுகள் நேர்ந்தன,
அரவங்கள் விலங்குகள் அகன்றோடின நீர்நிலைக்கு,
தன்னருகில் செந்தீ தகிப்பதை உணர்ந்ததும்,
சஞ்சயனிடத்தில் வேந்தர் சொன்னார் கட்டளையை.

கட்டளையை உரைக்கிறேன் கேளாய் சஞ்சயா,
பாதுகாப்பாய் வேறிடத்துக்கு போய்விடு இப்போதே,
உன்னுயிரைக் காத்துக்கொள் உள்ளிருந்து அழியாதே,
எங்களை அக்கினி ஏற்கட்டும் இரையாக.

இரையாக அக்கினிக்கு இவ்விடத்தில் காத்திருப்போம்,
மேலான உலகங்களில் மிகமேன்மை எங்களுக்கு,
உண்டாக இதுதான் உகந்த நேரமாகும்,
பாதுகாப்பாக நீமட்டும் போய்விடு இங்கிருந்து.

இங்கிருந்து செல்லென்ற அரசரது கட்டளையை,
கேட்டபின்பு சஞ்சயன் கூறினான் பதிலை,
இவ்விதத்து புனிதமிலா அக்கினிக்கு இரையாகி,
இறப்பது மாண்பில்லை ஆகினும் வழியில்லை.

வழியில்லை உம்மை வெம்மைவிட்டு மீட்பதற்கு,
இவ்விடத்தை விட்டு உங்களை இட்டுச்செல்ல,
தோன்றவில்லை மார்க்கமேதும் தூயவரே வேந்தரே,
செயத்தக்கதை எனக்கு சொன்னால் செயல்படுவேன்.

செயல்படுவேன் என்று சஞ்சயன் உரைத்ததும்,
அக்கினியின் தாக்கத்தால் அடைந்திடும் மரணத்தில்,
தீங்குதான் ஏதுமில்லை தூயவனே சஞ்சயா,
வெளியேறினேன் வீட்டைவிட்டு வனவாசத்துக்கென நானாக.

நானாக வந்தேன் நற்றவம் நோற்பதற்கு,
நீராக காற்றாக நெருப்பாக இருப்பவற்றில்,
இறப்பாக நேரிட்டால் இல்லை குற்றமேதும்,

உபவாசமாக இருந்து உயிர்விடுவதும் புனிதமே.

புனிதமே அக்கினியாம் பூதத்திலே மாளுதல்,
அதனாலே உன்மனதில் அடையாதே கலக்கமேதும்,
இவ்விடத்திலே இருக்காதே எங்களுடன் தங்காதே,
விரைவாகவே இங்கிருந்து வெளியேறித் தப்பிவிடு.

தப்பிவிடு என்று திருதராஷ்டிரர் உரைத்தபின்னர்,
யோகத்து நாட்டத்தில் அகத்தை அடக்கினார்,
குழக்கு திசைநோக்கி காந்தாரியுடன் அமர்ந்தார்,
அவர்களுக்கு அருகிலே அமர்ந்தார் குந்திதேவி.

குந்திதேவி காந்தாரி கௌரவரின் வேந்தர்,
வெளியேறிச் சென்றிட விரும்பாததைக் கண்டபின்,
மன்னவரைச் சுற்றிவந்து மாண்புடன் பணிந்து,
கருத்தினை வேந்தரிடம் கூறினான் சஞ்சயன்.

சஞ்சயன் உரைத்தான் சீர்மிக்க மன்னவர்,
வேதரிஷியின் மைந்தராக வையத்தில் பிறந்தவரே,
உங்களின் மனதை உள்நோக்கி இழுக்கவேண்டும்,
ஆத்மனின் சொரூபத்தில் அகத்தை நிறுத்தவேண்டும்.

நிறுத்தவேண்டும் அகத்தை நித்தியமான ஆத்மனிலென,
சொன்னதும் வேந்தரும் செய்தார் அதேவிதம்,
காட்டுமரம் போலவே கௌரவரின் வேந்தர்,
அவ்விடம் தன்னிலே அமர்ந்தார் யோகத்தில்.

யோகத்தில் காந்தாரியும் இருந்தார் உறுதியாக,
அதேவிதத்தில் ப்ரீதாவும் அடக்கினார் மனத்தை,
காட்டுத்தீயில் மாண்டார் கௌரவரின் வேந்தர்,
தப்பித்தல் செய்தது திடமிக்கான் சஞ்சயனே.

சஞ்சயனே அங்கிருந்து சென்றான் உயிருடன்,
கங்கைக்கரையிலே அவனைக் கண்டேன் ரிஷிகளுடன்,
அவர்களிடமே விடைபெற்று அங்கிருந்து புறப்பட்டான்,
கடுந்தவமே செய்வதற்கு கிளம்பினான் ஹிமவத்திற்கு.

ஹிமவத்திற்கு சென்றான் ஆத்மஞானி சஞ்சயன்,
கௌரவரது வேந்தர் கருகினார் தீயிலே,

இரண்டு அன்னையரும் இரையாகினர் அக்கினிக்கு,
அருகிருந்து ரிஷிகள் அநேகர் வந்தனர்.

வந்தனர் அவ்விடத்துக்கு வேதமுனிகள் பலபேர்,
திருதராஷ்டிரர் இறந்தாரெனத் தெரிந்ததும் அங்குவந்து,
கண்டனர் மூவரின் கருகிய உடல்களை,
அம்மூவர் முடிவுபற்றி அடையாதே சோகமேதும்.

சோகமேதும் வேண்டாம் சொல்லுவதைக் கேளாய்,
திடமாகும் முடிவெடுத்துத் திருதராஷ்டிரரும் அன்னையரும்,
அக்கினியாகும் இறைவருக்கு ஆகுதியாக மாறினர்,
மனவருத்தம் வேண்டாம் மன்னவனே யுதிஷ்டிரா.

யுதிஷ்டிரா என்று இயம்பினார் நாரதர்,
திருதராஷ்டிரர் அன்னையருடன் தீக்கிரை ஆனாரென,
பாண்டவர் ஐவரும் பதறிக் கதறினர்,
உள்ளிருந்தோர் அனைவருக்கும் உண்டானது கலக்கம்.

கலக்கம் உண்டானது காரிகையர் அனைவருக்கும்,
மக்களும் தங்களின் மனதிலே சோகத்துடன்,
வேந்தாகும் திருதராஷ்டிரர் வெந்து மாண்டான,
பெருஞ்சோகம் கொண்டு பிதற்றினர் பலவிதமாய்.

பலவிதமாய் யுதிஷ்டிரன் புலம்பினான் சோகத்தில்,
கரங்களை உயர்த்திக் கத்தினான் சீயென்று,
அன்னை மாண்டதால் அதிகரித்தது கடுஞ்சோகம்,
செய்தியைக் கேட்டதும் சோகமுற்றனர் மாதர்கள்.

மாதர்கள் பெருங்குரலில் மிடைமையுற்றுக் கதறினர்,
மக்கள் மனதிலே மூண்டது கடுஞ்சோகம்,
மைந்தர்கள் அனைவரையும் மன்னவர் இழந்துவிட்டார்,
இறுதியில் அவரும் எரிந்தாரே செந்தீயில்.

செந்தீயில் சிக்கிச் செத்தாரே வேந்தரென,
பலவிதத்தில் மக்கள் பரிதவித்துப் புலம்பினர்,
அக்கணத்தில் மன்னவன் அகத்தைத் தேற்றியே,
வார்த்தைகள் கூறினான் வருத்தத்தின் தாக்கத்தால்.

(38)ஆஸ்ரமவசிக பர்வம், பகுதி 38: நாரதகமன பர்வம்

தாக்கத்தால் மனது துடிப்புற்ற யுதிஷ்டிரன்,
சோகத்தால் பிலம்பியடி சொன்னான் வார்த்தைகளை,
வெகுதவத்தால் மேன்மையுற்ற வேந்தர் திருதராஷ்டிரரை,
விழுங்குதல் செய்ததே வெந்தணலான அக்கினி.

அக்கினி எப்படி அரசரை அழித்தது,
உறவினை உடையோர்கள் உள்ளோம் நமைப்போல,
பயனில்லை அதனாலென பார்க்கிறேன் இப்போது,
எம்முடிவை மனிதர்கள் அடைவாரெனல் கடினம்.

கடினம் இதனைக் கருதுவது மனதாலும்,
விசித்ரவீர்யரின் மைந்தர் வனத்தில் இவ்விதமாய்,
அக்கினியிடம் சிக்கி அழிவாரென எண்ணுதல்,
எவ்விதம் இயலும் எல்லாமே விதிவசம்.

விதிவசம் அம்மன்னர் வெந்தணலில் மாண்டது,
ஒருசதம் மைந்தர்களை உற்றவர் ஆகினும்,
அனைவரும் மாண்டால் ஆழ்ந்தார் சோகத்தில்,
பெருவளம் கொண்டவர் பேரரசர் பலசாலி.

பலசாலி அவருக்கு பத்தாயிரம் வேழபலம்,
சாம்பலாகி விழுந்தாரே சீற்றமிக்க அக்கினியில்,
அருகாகி விசிறிவிட அழகுமாதர் உடனிருந்த,
நிலைமாறி அம்மன்னர் நெருப்பிலே வேந்தாரே.

வெந்தாரே அவ்வேந்தர் வீழ்ந்தாரே தரையில்,
அவ்விதமே விழுந்தபின்னர் அவருக்கு விசிறிவிட,
வல்லாறுகளே திரண்டு விரித்தனவே சிறகுகளை,
துயிலெழவே மகதர்கள் துதிபாடுவர் அனுதினம்.

அனுதினம் அரசரை எழுப்பிவிடும் நோக்கிலே,
காலைநேரம் சூதருடன் சேர்ந்து மகதரும்,
துதிபாடும் பாடல்களில் துயிலெழுவார் வேந்தர்,
வீழ்வாகிடும் நிலைவந்து வெறுந்தரையில் வீழ்ந்தாரே.

வீழ்ந்தாரே வேந்தர் வெறுத்தரையில் சாம்பலாக,
இவையனைத்துமே ஏற்பட்டது ஈனான என்னால்தான்,
காந்தாரிக்கே வருந்தவில்லை காரணம் அம்மாது,
கணவர்போலே புத்ரசோகக் கவலையிலே வாடினார்.

வாடினார் காந்தாரி வருத்தத்தில் ஆதலால்,
அன்னவர் முடிவினால் அதிகமான சோகமில்லை,
செய்தார் கடுந்தவத்தை சீர்மிக்க வேந்தருடன்,
சென்றுளார் கணவருடன் சமமான மேன்மைக்கு.

மேன்மைக்கு உகந்தவர் மாவீரர்களின் அன்னையார்,
ப்ரீதாவுக்கு நேர்ந்ததே பரிதாபமான இம்முடிவு,
வளமைக்குக் குறைவில்லை வையமாளும் எங்களிடம்,
எமைவிட்டு சென்று இறந்தாரே நெடுப்பில்.

நெருப்பில் இறந்தாரே நலமிக்க குந்திதேவி,
கூஷ்த்ரியர்கள் நெறியே சீர்கெட்டது சீச்சீ,
நாங்கள் உயிரோடிருந்தும் நமனிடம் சென்றுவிட்டோம்,
காலத்தால் விளைவதை கணித்தறிதல் வெகுகடினம்.

வெகுகடினம் காலத்தின் விளைவுகளை உணருதல்,
காரணம் அன்னையார் குந்திதேவி மனத்திலே,
பெருவளம் உடைத்தான பாராட்சி வேண்டாமென,
வனவாசம் சென்றதே வினோதமான நிகழ்வு.

நிகழ்வு இவ்விதம் நடக்குமா குந்திக்கு,
யுதிஷ்டிரனுக்கு பீமனுக்கு அர்ஜுனனுக்கு அன்னையாகி,
மேன்மையுற்று இருப்பவர் மடியலாமா ஆதரவின்றி,
அக்கினிக்கு காண்டீபன் அளித்தானே ஆதரவை.

ஆதரவைப் பெற்ற அக்கினி காண்டவத்தில்,
நடந்ததை எண்ணாது நன்றியை மறந்தானே,
காண்டீபனைப் பெற்றவளைத் தீண்டலாமா அக்கினி?
இலாபத்தை அடைந்தவனுக்கு இல்லையே நன்றியுணர்வு.

நன்றியுணர்வு இல்லையே நலம்பெற்ற அக்கினிக்கு,
அர்ஜுனனுக்கு அன்னையை அழித்தது பெருந்தவறு,
பிராமணனது வேடமிட்டு பார்த்தனிடத்து இறைஞ்சியவன்,

உதவிபெற்று முடித்தபின்னர் உற்றநன்றி மறந்தான்.

மறந்தான் நன்றியை மாண்பிலாதான் அக்கினி,
சீயென்றுதான் உரைத்து சீலமிலானை பழிக்கிறேன்,
பார்த்தனனாவன் அம்புகளால் பயனென்ன உண்டானது?
கேடுடையான் அக்கினி கொன்றுவிட்டான் திருதராஷ்டிரரை.

திருதராஷ்டிரரை அழித்தது தீங்குமிக்க காட்டுத்தீ,
மண்ணாண்டவரை இவ்விதம் மாய்த்தானே அக்கினி,
பெருந்தவத்தை செய்தவரைப் பொசுக்கினானே தீயினால்,
பலவகை புண்ணியத்தீ பரவியுளது வனத்திலும்.

வனத்திலும் மந்திரத்தால் வேதமுறையில் சுத்தமாக்கி,
நலந்தரும் புண்ணியாக்கினிகள் நிரம்பவும் உள்ளன,
ஆகினும் வேந்தரை அழித்ததே கொடுந்தீ,
ப்ரீதாவிடம் அக்கினி பரவும்போது துடித்திருப்பார்.

துடித்திருப்பார் அக்கினி தாக்கும் தருணத்திலே,
உள்ளிருப்பதோர் நரம்புமண்டலம் வெளியிலே தெரிந்திருக்க,
உரைத்திருப்பார் யுதிஷ்டிராவென வெம்மை பரவுமுன்,
கூவியிருப்பார் பீமசேனா காப்பாற்ற வாராயென.

வாராயென அன்னையார் வேதனையில் அழைத்திருப்பார்,
மைந்தரென இருப்போரில் மிகவும் செல்லமாக,
இருப்பவனான சகாதேவனை அன்னையார் அழைத்திருப்பார்,
ஐந்துபேரென இருப்போரில் அன்பதிகம் சகாதேவனிடம்.

சகாதேவனிடம் வாராயென சொல்லியே அழைத்திருப்பார்,
மாத்ரியார்தம் மைந்தன் மிகதீரன் மாபலத்தான்,
அன்னையாரிடம் சென்றிட அப்போது இயலவில்லை,
வேதனையாகும் நிகழ்வென்று விளம்பினான் யுதிஷ்டிரன்.

யுதிஷ்டிரன் இவ்விதம் இயம்பியதும் அவ்விடத்தில்,
அனைவரும் சோகத்தில் ஆழ்ந்து துடித்தனர்,
பாண்டுவின் ஐந்துமைந்தர் பரிதவித்து வாடினர்,
அகிலம் அழிந்ததென ஆழ்சோகம் உற்றனர்.

உற்றனர் சோகத்தை உரமிகுந்த பாண்டவர்கள்,
அன்னவர் ஐவரும் எழுப்பிய பேரோசை,

வானவர் உலகிலும் வெகுபெரிதாய் ஒலித்தது,
ஆழ்ந்தனர் சோகத்தில் அரற்றி புலம்பினர்.

(39)ஆஸ்ரமவசிக பர்வம், பகுதி 39: நாரதகமன பர்வம்

புலம்பினர் பாண்டவர்கள் பெருத்த வேதனையில்,
நாரதர் அவர்களுக்கு நவின்றார் ஆறுதலை,
கௌரவர் வேந்தனைக் கொன்றதான அக்கினி,
பாவமானதோர் தீயில்லை பண்பட்ட வேதாக்கினி.

வேதாக்கினி பட்டுதான் வீழ்ந்தார் திருதராஷ்டிரர்,
நடந்தவற்றை அங்கிருந்தோர் நவின்றார்கள் எனக்கு,
நேரவில்லை விசித்ரவீர்யரின் நன்மகனுக்கு கெடுமுடிவு,
வெறுங்காற்றில் வாழ்ந்தார் வேந்தர் திருதராஷ்டிரன்.

திருதராஷ்டிரன் தினமும் விளைவித்தார் அக்னிகார்யம்,
யஜகரின் உதவியால் அக்னிகாரியம் முடித்தபின்,
அகன்றுதான் சென்றார் அரசர் திருதராஷ்டிரர்,
வேள்வியின் மிகுதிகளை வீசினர் தனியிடத்தில்.

தனியிடத்தில் அக்கினியைத் தூக்கி வீசியபின்,
யஜகர்கள் மனம்போல எங்கெங்கோ சென்றனர்,
வீசியதில் ஒரிடத்தில் வீழ்ததான அக்கினியால்,
விளைதல் ஆகியது வனத்தீ பெரிதாக.

பெரிதாகக் காட்டுத்தீ பிடித்துவந்த காரணம்,
முறையாக திருதராஷ்டிரர் மந்திரத்தால் துதித்தான,
புனிதமான அக்கினிதான் பிரிதொன்றும் கிடையாது,
தகவலாக இதனைத் தெரிவித்தனர் கங்கைக்கரையில்.

கங்கைக்கரையில் கேட்டதைக் கூறினேன் உன்னிடம்,
தன்னக்கினியில் இணைந்தார் தூயவர் திருதராஷ்டிரர்,
மகரிஷிகள் கூறியதை மொழிந்தேன் உன்னிடம்,
புண்ணியத்தீயில் சிக்கிதான் பொசுங்கினார் திருதராஷ்டிரர்.

திருதராஷ்டிரர் பொன்னுலகில் தூயநிலை அடைந்தார்,

மூத்தவர் இருவருக்கும் மனமுவந்து பணிபுரிந்து,
அடைந்தார் உன்னனை அதிமேன்மை நிலைமையை,
உனக்கோர் சந்தேகமும் வேண்டாம் இதுகுறித்து.

இதுகுறித்து உனக்கேதும் ஐயமே வேண்டாம்,
இதையடுத்து செய்யத்தகும் அனைத்து சடங்கையும்,
செய்யவைத்து கடமைகளை சரியாக நிறைவேற்று,
அடுத்தடுத்து செய்யவேண்டியதை ஐந்துபேரும் முடிப்பீர்.

முடிப்பீர் சடங்கையென மொழிந்தார் நாரதர்,
கௌரவர் வேந்தன் கிளம்பினான் தம்பியருடன்,
காரிகையர் அனைவரும் கிளம்பினர் வேந்தனுடன்,
வந்தனர் மக்களும் வேதனையுடன் குழுவாக.

குழுவாக சென்றனர் காரிகையரும் வேந்தரும்,
கங்கையான வேகவதியின் கரைக்குச் சென்றனர்,
முதலாக யுயுத்சுவுடன் மற்றவர்களும் இருந்தனர்,
நீராக கங்கையில் நல்கினர் பூசைகள்.

பூசைகள் அளித்தனர் பார்வேந்தர் திருதராஷ்டிரருக்கென,
அதற்குமேல் காந்தாரிக்கும் அதையடுத்து ப்ரீதாவுக்கும்,
சடங்குகள் செய்தனர் சக்ரவர்த்தியும் தம்பியரும்,
திரும்புதல் செய்துத் தங்கினர் நகர்ப்புறத்தில்.

நகர்ப்புறத்தில் தங்கினர் நகருக்குள் நுழையாமல்,
கானகத்தில் கிடைப்போரின் கருகிய உடல்களுக்கு,
சடங்குகள் செய்து சரியாக இறுதிக்கடனை,
முடித்தல் செய்வதற்கு மன்னவன் ஆளனுப்பினான்.

ஆளனுப்பினான் மன்னன் உடல்களை அகற்றியே,
செய்யதான் உகந்தவற்றை செய்து முடிப்பதற்காக,
இறுச்சடங்கின் வழிமுறைகளை அறிந்தவர் அவர்கள்,
அனைவரின் சடங்குகளையும் அருமறையோதி முடித்தனர்.

முடித்தனர் சடங்குகளை மன்னவனின் குழாமும்,
புரிந்தனர் ஸ்ரத்தத்தை பனிரண்டாம் தினத்திலே,
அளித்தனர் தானங்களை அரசன் திருதராஷ்டிரனுக்கென,
கொடுத்தனர் பசுக்களை கனகத்தை வெள்ளியை.

வெள்ளியை பசுக்களை விலைமிகுந்த படுக்கைகளை,
திருதராஷ்டிரரைக் குறித்து தானமாக நல்கினர்,
காந்தாரியைக் குறித்தும் குந்தியைக் குறித்தும்,
தானங்களை தாராளமாகத் தந்தனர் பாண்டவர்.

பாண்டவர் அவரவரின் பொருள்தேவை அளவுக்கு,
கொடுத்தனர் தானத்தைக் குறைவேதும் இல்லாமல்,
அளித்தனர் அவரவரின் அகத்தில் விரும்பியவிதம்,
கொடுத்தனர் தேர்களைக் கட்டில்களை ஆடைகளை.

ஆடைகளை ஆபரணங்களை அன்னையருக்கென அளித்தனர்,
தேர்களை சிவிகைகளைத் தந்தனர் வெகுவாக,
சடங்குகளை முடித்தபின் சக்ரவர்த்தி யுதிஷ்டிரன்,
ஹஸ்தினாபுரத்தை அடைந்தான் அமர்ந்தான் அரியணையில்.

அரியணையில் அமர்ந்த அரசன் யுதிஷ்டிரன்,
வந்தவர்கள் அனைவரையும் வீடுசெல்ல அனுமதித்தான்,
அவரவர்கள் இல்லத்தை அடைந்தனர் மக்களும்,
ஆறுதல்கள் அளித்தார் அமரமுனி நாரதர்.

நாரதர் யுதிஷ்டிரனுக்கு நவின்றார் ஆறுதலை,
அகன்றார் நாரதர் ஹஸ்தினாபுரத்தைக் கடந்து,
திருதராஷ்டிரர் வீழ்ந்ததைத் தெரிவித்தேன் தொகுப்பாக,
வாழ்ந்தார் கானகத்தில் வெகுதவத்தில் மூன்றாண்டுகள்.

மூன்றாண்டுகள் வனத்திலே மன்னவர் வாழ்ந்தார்,
ஆண்டுகள் பதினைந்து அரண்மனையில் வாழ்ந்தார்,
மொத்தத்தில் பதினெட்டாண்டுகள் மன்னவர் வாழ்ந்தார்,
பெரும்போரில் மைந்தரெலாம் பொன்னுலகம் சென்றபின்.

சென்றபின் மகன்களை சொந்தங்களை நினைந்து,
வருத்தத்தின் உச்சத்தில் வாழ்ந்தார் திருதராஷ்டிரர்,
உலகாட்சியின் பாரத்தை வேந்தன் யுதிஷ்டிரன்,
சுமந்தான் ஒருவாறு சோகந்தான் மனமுழுதும்.

மனமுழுதும் கவனத்துடன் மகாபரதத்தின் பர்வங்களில்,
ஆஸ்ரமவசிகம் என்பதை அமைதியாய்க் கேட்கவேண்டும்,
ஹவிஸ்யம் அளித்து அந்தணரைத் தொழவேண்டும்,
மாலைகளும் திரவியங்களும் மனமுவந்து வழங்கவேண்டும்.

பகுதி 16: மௌசல பர்வம்

(1)மௌசல பர்வம், பகுதி 1

வழங்கவேண்டும் பக்தியை வலுமிக்க நரநாரணருக்கு,
அனைவரிலும் திடமிக்கார் ஆதிநாதர் அகிலாண்டருடன்,
சரஸ்வதியையும் நினைத்து சிந்தனையைக் குவித்து,
வணங்கவேண்டும் இறைவரை விளம்பவேண்டும் ஜெயமென்று.

ஜெயமென்று சொல்லவேண்டும் ஸ்ரீதரன் நாரணனுக்கு,
வரலாறு தொடர்ந்தார் வைசம்பாயன மாமுனிவர்,
ஆண்டு முப்பத்தாறு ஆகியது போர்முடிந்து,
யுதிஷ்டிரனுக்கு தென்பட்டன அநேகவித வினோதங்கள்.

வினோதங்கள் என்னவெனில் வேகமான சுழல்காற்று,
சிறுகற்கள் பறக்கவே சுழன்றது இடவலமாய்,
வானத்தில் பனிமூட்டம் விலகாது தங்கியது,
விண்கற்கள் நெருப்புடன் வீழ்ந்தன புவிமீது.

புவிமீது உண்டான பெரிதான சகுனங்கள்,
போதாது என்பதாக பரிதியின் ஒளிவட்டம்,
மங்கியது சூரியன் மிகவும் ஒளிமழுங்கி,
அழுக்கடைந்தது போலவே இருந்தது மங்கலாக.

மங்கலாக தோன்றியது மாண்புமிக்க சூரியன்,
காலைநேர வரவிலும் கிடையாது ஒளிமிகைப்பு,
தலையற்ற உடல்கள் தோன்றின சூரியனில்,
குறுக்காக வெற்றுடலைக் கண்டான் யுதிஷ்டிரன்.

யுதிஷ்டிரன் மேலும் ஆதவனில் அம்புலியில்,
கண்டான் ஒளிவட்டங்களை கலக்கம் அளிப்பதாக,
வட்டங்களின் உட்புறத்தில் வண்ணங்கள் மூன்றுண்டு,
செம்மையுடன் கருமையும் சாம்பல்நிறமும் இருந்தன.

இருந்தன சகுனங்கள் ஆபத்தை காட்டுவதாய்,
அச்சமென உண்டாக்கின அனைத்து சகுனங்களும்,
காட்சியான இவற்றைக் கண்டவர்கள் கலங்கினர்,
இவ்விதமான சகுனங்களால் அகக்கலக்கம் யுதிஷ்டிரனுக்கு.

யுதிஷ்டிரனுக்கு அப்போது யாதவர்கள் அனைவரும்,
இரும்பு ஆயுதத்தால் அடிபட்டு வீழ்ந்தாரெனும்,
வ்ருஷ்ணியரது அழிவுபற்று வந்தது தகவல்,
வாசுதேவரொடு ராமன்மட்டும் வீழ்வில் தப்பினாரென.

தப்பினாரெனக் கேட்டதும் தம்பிரை அழைத்து,
என்செய்வதென அவர்களிடம் இடர்சூழலை அறிவித்தான்,
இவ்விதமான நிகழ்வினால் ஐந்துபேரும் கலங்கினர்,
வ்ருஷ்ணியரான உறவினர்கள் வீழ்ந்தனர் சாபத்தாலென.

சாபத்தாலென உணர்ந்தனர் சாரங்கனின் இம்முடிவை,
நம்புவதான தகவலில்லை நாரணனாம் கண்ணனே,
வீழ்ந்தானென அவர்களுக்கு வந்திருந்த அச்செய்தி,
வருத்தமான மனநிலையில் வாடினார் பாண்டவர்.

பாண்டவர் மனதிலே புகுந்தது வெகுசோகமென,
உரைத்தவர் வைசம்பாயனரை வினவினான் ஜனமேஜெயன்,
அந்தகர் வ்ருஷ்ணியர் அனைவரும் பெருவீரர்,
போஜர் குலத்தாரும் பலங்கொண்ட வீரர்கள்.

வீரர்கள் அனைவரும் வீழ்ந்தது எவ்விதத்தில்,
அருகில் வாசுதேவன் இருந்தும் இவ்விதமாய்,
அழிவுகள் வந்தது அகத்தைக் குழப்புகிறது,
எவ்விதத்தில் நேரிட்டது இவ்விதப் பேரழிவு?

பேரழிவு உண்டானதைப் பகருகிறேன் விவரமாக,
போர்முடிந்து முப்பத்தாறாண்டு போனது வேகமாக,
அப்போது பேரழிவு ஏற்பட்டது வ்ருஷ்ணியருக்கு,
காலத்து தாக்கத்தால் கிளம்பியது இரும்பாயுதம்.

இரும்பாயுதம் கிளம்பி அழித்ததென வைசம்பாயனர்,
வேந்தனிடம் உரைத்ததும் வினவினான் ஜனமேஜெயன்,
அந்தகரும் போஜரும் அறமிக்க வ்ருஷ்ணியரும்,

அழியும்விதம் சாபத்தை அளித்தவர் எவராவார்?

எவராவார் வ்ருஷ்ணியர் அழிவாரென சபித்தவரென,
எழுந்ததோர் வினாவுக்கு இயம்பினார் வைசம்பாயனர்,
சம்வனொடு வ்ருஷ்ணியர்கள் சமுத்திரத்துக் கரையிலே,
கண்வரொடு விஸ்வாமித்ரரைக் கண்டனர் நாரதருடன்.

நாரதருடன் மகரிஷிகள் நாடினர் த்வாரகையை,
காலத்தின் தாக்கத்தால் கீழ்மையான மனங்கொண்டு,
பெண்வேடம் இட்டனர் பெருவீரன் சம்வனுக்கு,
ரிஷிகளிடம் சென்று வினவினர் சந்தேகத்தை.

சந்தேகத்தை உரைக்கிறோம் சொல்லவேண்டு விடையை,
வப்ருவை மணந்த வஞ்சியாவாள் இம்மாது,
ஆண்குழந்தை வேண்டுமென அகத்திலே விரும்புகிறாள்,
எக்குழந்தை பிறக்குமென இயம்பவேண்டும் ரிஷிகளே.

ரிஷிகளே என்றதும் ஆத்திரமுற்றனர் ரிஷிகள்,
ஏமாற்றவே வந்தனர் அந்தகருடன் வ்ருஷ்ணியரென,
விளம்பவே செய்தனர் வெறுப்பான சாபத்தை,
வாசுதேவனே பெற்றெடுத்தவன் வலுமிக்கான் சம்வன்.

சம்வன் வயிற்றிலே சுமக்கிறான் இரும்பாயுதத்தை,
அதைதான் குழந்தையாக அடைவான் இம்மனிதன்,
வ்ருஷ்ணியரின் அந்தகரின் வீழ்வுக்குக் காரணமாக,
அழிவைதான் அளிக்கும் அந்த இரும்பாயுதம்.

இரும்பாயுதம் பிறந்து அழித்துவிடும் உங்களை,
தானெனும் திமிரினால் தவறிழைத்த கேடர்களே,
உங்களின் அழிவு உண்டாகிடும் இரும்பாயுதத்தால்,
ஜனார்தனன் ராமன்மட்டும் சாகாமல் தப்புவர்.

தப்புவர் ராமனும் திடமிக்கான் கண்ணனும்,
ஏருடையார் கடலிலே அவருடலை விடுத்து,
ஏகுவார் தனது இயல்பான இடத்துக்கு,
அடிபடுவார் கண்ணன் அடவியிலே ஜரனால்.

ஜரனால் அடிபட்டு சாவார் கண்ணன்,
வேட்டைகள் நடத்தி வாழ்ந்திடும் ஜரனென்பான்,

தரையினில் படுத்திருக்கும் தூயவன் கண்ணனை,
அடித்தல் செய்து அழித்து வீழ்த்துவான்.

வீழ்த்துவான் கண்ணனை வேடனான ஜரனென்று,
கோபத்துடன் சபித்துக் கொதித்தனர் மகரிஷிகள்,
அவ்விதந்தான் சபித்தபின் அண்டினர் கேசவனை,
நடந்ததன் விவரங்களை நவின்றனர் கண்ணனிடம்.

கண்ணனிடம் அவர்கள் கூறியதைக் கேட்டதும்,
வ்ருஷ்ணியரிடம் கண்ணன் விளம்பினான் கருத்தை,
குறிப்பிட்டவிதம் நடக்கும் காலத்தின் விளைவுகளென,
அவ்விதம் உரைத்தபின்னர் அகன்றான் அங்கிருந்து.

அங்கிருந்து மாளிகைக்கு உட்புகுந்து சென்றான்,
மறுதினத்துக் காலையில் மாவீரன் சம்வன்,
இரும்பு ஆயுதத்தை ஈன்றான் குழந்தையாக,
அதுவந்தது வ்ருஷ்ணியரை அந்தகரை அழிப்பதற்கு.

அழிப்பதற்கு சாபத்தால் இரும்பாயுதம் பிறந்தது,
காலனது தூதுவனென காணப்பட்டது அவ்வாயுதம்,
இதுகுறித்து வேந்தனிடம் அறிவித்தனர் தகவலை,
உக்ரசேனரது கட்டளைப்படி உடைத்தனர் இரும்பை.

இரும்பை உடைத்து எறிந்தனர் கடலிலே,
கட்டளை கொடுத்தனர் கண்ணனும் ராமனும்,
அஹூகரை வப்ருவை அதுகுறித்து அலோசித்தபின்,
மதுபானத்தை விலக்கவேண்டும் மாண்புமிக்க வ்ருஷ்ணியர்.

வ்ருஷ்ணியர் அந்தகர் விலக்கவேண்டும் மதுவகையை,
மீறுவதைச் செய்து மதுபானம் தயாரித்தால்,
கழுமரத்தை தண்டனையாய்க் கொடுப்பதென முடிவெடுத்தனர்,
கட்டளையை ஏற்றுக் கட்டுப்பட்டனர் அனைவரும்.

அனைவரும் அரசரிடம் இருந்த அச்சத்தாலும்,
ராமனிடம் இருந்த அதீத மரியாதையாலும்,
மதுபானம் தயாரிப்பதை முழுதாக நிறுத்தினர்,
இவ்விதம் ஏற்பட்டது இழப்புதரும் சாபம்.

(2)மௌசல பர்வம், பகுதி 2

சாபம் கிடைத்தவிதம் சொன்னார் வைசம்பாயனர்,
மேலும் விவரங்களை மொழிந்தார் மன்னனுக்கு,
வ்ருச்ஹ்ணியரும் அந்தகரும் வரப்போகும் பேரழிவை,
எந்தவிதம் தவிர்ப்பதென எவ்வளவோ முயன்றனர்.

முயன்றனர் ஆனால் முடியவில்லை தவிர்த்தல்,
மானிடர் போலவே மாறிவந்தான் காலதேவன்,
பேரிடர் தரத்தக்க பயங்கர வடிவத்திலே,
சிரத்திலோர் முடியின்றி செந்நிறத்தில் இருந்தான்.

இருந்தான் சிலநேரம் எட்டிப்பார்த்து நின்றபடி,
சிலரின் வீட்டுக்குள் செலுத்தினான் பார்வையை,
கெட்டவன் அவனென்று கொன்றுபோடும் நோக்கிலே,
அம்புதான் எய்தனர் ஆயிரம் பல்லாயிரம்.

பல்லாயிரம் அம்புகள் பாய்ந்தாலும் அவற்றுக்கு,
தைத்திடும் பலமில்லை திடமிக்கான் உடல்மீது,
காரணம் அம்மனிதன் காலத்தால் அழிப்பவன்,
பெருங்காற்று துர்சகுனமும் பாடுபடுத்தின மக்களை.

மக்களை துன்புறுத்தின மூஞ்சூறுகளும் எலிகளும்,
சாலைகளை நிறைத்து சென்றன வரிசையாக,
மண்குடத்தை எடுத்தால் மடக்கென்று உடைந்தன,
காரணமாய் ஏதுமில்லை குடங்கள் உடைந்ததற்கு.

உடைந்ததற்கு காரணங்கள் ஒன்றுமில்லை ஆகினும்,
உடைபட்டு மண்குடங்கள் விரிசல்விட்டு நொறுங்கின,
இரவுநேரத்து உறக்கத்தில் இருக்கும் மாந்தரின்,
முடியொடு நகங்களை மூஞ்சூறுகள் கடித்தன.

கடித்தன எலிகள் கால்கை நகங்களை,
உள்ளாக வந்து வீட்டிலே அமர்ந்தபடி,
இடக்கான ஓசைகளை எழுப்பின சரிகங்கள்,
இடைவெளியென ஏதுமின்றி எப்போதும் கூவின.

கூவின இரவுபகல் காலங்களில் ஓய்வின்றி,

சரஹமென இருப்பவை செய்தன ஆந்தையொலி,
நரிகளென ஊளையிட்டன நகரத்து வெள்ளாடுகள்,
பறவையென இருந்தவை பயத்தால் வெளிறின.

வெளிறின பறவைகள் வரப்போகும் அழிவினால்,
சிவப்பான கால்களுடன் சுற்றிவந்தன பறவைகள்,
புறாவென வீட்டிலே புகுந்திருந்த பறவைகளும்,
விளையாட்டென இல்லாமல் வெறுமையில் அமர்ந்தன.

அமர்ந்தன புறாக்கள் ஆனந்தமாக விளையாடாமல்,
பிறந்தன கழுதைகள் பசுக்களின் வயிற்றிலே,
கழுதையான விலங்குகள் கரிகளைப் பெற்றெடுத்தன,
கீரியான விலங்கின் கர்ப்பத்திலோ எலிகள்.

எலிகள் பிறந்தன அங்கிருந்த கீரிகளுக்கு,
வ்ருஷ்ணியர்கள் பாவங்களை விளைத்தாலும் அசிங்கமின்றி,
இருந்தார்கள் குற்றத்தால் எள்ளளவும் கலங்காமல்,
எள்ளினார்கள் பெரியோர்களை ஆசான்களை மேலோரை.

மேலோரை மதித்து முறைப்படி வாழ்ந்தது,
எவருமில்லை ராமனுடன் அச்சுதனைத் தவிர்த்து,
கணவன்களை மனைவியர் கள்ளத்தனமாய் ஏமாற்றினர்,
மனைவியரைக் கணவன்கள் மாண்பின்றி ஏமாற்றினர்.

ஏமாற்றினர் கணவன்மனைவி அவரவரின் பங்கிற்கு,
அக்கினியோர் நிலையின்றி அலைந்தது இடப்புறமாய்,
நிறத்திலோர் செம்மையும் நீலமும் கலந்ததாக,
வினோதமானதோர் வண்ணத்தில் வெளிப்பட்டது அக்கினி.

அக்கினி போலவே ஆதவனும் மங்கினான்,
சூரியனில் தலையற்று சிதிலான உடல்கள்,
காலையில் மாலையில் காணப்பட்டன அனுதினமும்,
அடுப்பறையில் நல்லுணவில் ஏற்பட்டன புழுக்கள்.

புழுக்கள் ஒருநொடியில் பிறந்தன உணவுகளில்,
சமைத்தல் செய்ததும் சாப்பிட அமர்ந்தால்,
உணவுகளில் புழுக்கள் வெளிப்பட்டு வந்தன,
பலவிதத்தில் பூச்சிகள் புழுக்கள் தோன்றின.

தோன்றின புழுபூச்சிகள் தூயதான நல்லுணவில்,
தூயவரான மனிதர்கள் தியானித்துத் துதிக்கையில்,
அதிர்வான பாதவொலிகள் எழுந்தன சுற்றிலும்,
அதற்கான காரணம் எவருக்கும் தெரியவில்லை.

தெரியவில்லை காலின் தடங்கள் அவ்விடத்தில்,
ஓசைகளைக் கேட்டாலோ ஓடியது பலபேரென,
நினைப்பதைச் செய்தாலும் நெருங்கினால் எவருமில்லை,
விண்மீன்களைக் கோள்கள் வீழ்த்தியதாய்த் தோன்றியது.

தோன்றியது வானம் தோன்றவில்லை நட்சத்திரங்கள்,
அவரவரது பிறப்புக்கு ஆதாரமான நட்சத்திரத்தை,
காண்பது இயலாமல் கலங்கினர் யாதவர்கள்,
சங்கெடுத்து ஊதினாலோ சுற்றிலும் கழுதைகள்.

கழுதைகள் அண்டிவந்து கத்தின வீட்டருகில்,
பூசையில் சங்கொலித்தால் பதிலாகக் கழுதைகள்,
பெருங்குரலில் கத்திப் பேரோசையை எழுப்பின,
விபரீதங்களில் அடுத்ததாக விளைந்தது அமாவாசை.

அமாவாசை இருதினங்களில் இருந்தது அதிசயமாக,
திதியைக் கணக்கிட்டால் தவறாக பதின்மூன்றாந்தினம்,
மதியை மறைத்து முழுதான அமாவாசை,
பதினான்காந்தினத்தைக் கண்டாலும் பானுவுக்கு அமாவாசை.

அமாவாசை இருதினத்தில் ஏற்பட்டதைக் கண்டதும்,
யாதவரை அழைத்து இயம்பினான் கண்ணன்,
நிலவை ராகு நெருங்கிப் பிடித்ததால்,
அமாவாசை இருதினத்தில் ஏற்பட்டதைக் காணீர்.

காணீர் பதினான்கெனக் கூறப்படும் திதியை,
வானிலோர் பதினைந்தாக விளைத்தது ராகு,
இதுபோன்றதோர் நிகழ்வு ஏற்பட்டது முன்னர்,
பரதர் குலத்தாரின் பேரழிப் போரின்போது.

போரின்போது முன்னர் பார்த்ததான துர்சகுனம்,
இப்போது தெரிகிறது இதற்குக் காரணம்,
வருகிறது பேரழிவென விளம்பும் நோக்கிலென,
பேசியபின் வருடங்களை பிசகின்றி கணித்தான்.

கணித்தான் கண்ணன் காலத்தின் கணக்கினை,
காந்தாரியின் சாபம் கிடைத்த பின்னதாக,
ஆண்டுதான் முப்பத்தாறு அப்போது முடிந்திருந்தது,
அழிவுதான் வ்ருஷ்ணியருக்கென அறிவித்தாள் காந்தாரி.

காந்தாரி மைந்தர்கள் காலனிடம் சென்றதால்,
பதறி அழுதுப் பகர்ந்த சாபமானது,
தொற்றி வந்துத் தருகிறது விளைவையென,
எண்ணி அச்சுதன் இயம்பினான் கருத்தை.

கருத்தை உரைக்கிறேன் கேளீர் அனைவரும்,
சகுனத்தை இதேவிதத்தில் சக்ரவர்த்தி யுதிஷ்டிரன்,
பெரும்போரைத் துவக்குமுன்னர் பார்த்தான் சண்டைக்குமுன்,
பேரழிவைக் குறிக்கும் பாங்கிலாத சகுனமிது.

சகுனமிது எதனைச் சொல்கிறது என்றறிந்து,
காந்தாரியது சாபத்தைக் கொணரவேண்டும் செயலிலென,
எண்ணமிட்டு கண்ணன் இயம்பினான் வ்ருஷ்ணியரிடம்,
ஏதவது புண்ணியதீர்த்தம் ஏகுவோம் அனைவரும்.

அனைவரும் கடலருகே இருக்கும் இடத்துக்கு,
வரவேண்டும் என்று விளம்பினான் கண்ணன்,
அனைவருக்கும் தகவலை அறிவித்தனர் சேவகர்கள்,
கடலோரம் அனைவரும் குழுவாக வரவேண்டுமென.

(3)மௌசல பர்வம், பகுதி 3

வரவேண்டுமென வாசுதேவன் விளம்பினான் கருத்தை,
த்வாரகையான நகரிலே தங்கியிருந்த மாதருக்கு,
கனவென வந்தாள் கருத்த மாதொருத்தி,
வெண்பல்லென வாய்த்தவள் ஓடினாள் நகர்முழுதும்.

நகர்முழுதும் ஓடுகையில் நங்கையரின் மங்கலநாணை,

பிடுங்கியும் ஓடினாள் பெருவேகத்தில் அம்மாது,
ஆண்களுக்கும் கனவுகள் அல்லிலே உண்டாகின,
அகமெங்கும் வல்லூறுகள் அண்டிப் பறப்பதாக.

பறப்பதாக வல்லூறுகளைப் பார்த்தனர் அவ்விடத்தில்,
வீடுமுழுதாக அக்கினிக்கூடமாக வந்திருந்தன எங்கும்,
இறுதியாக அவையெலாம் ஆடவரின் கழுத்துகளை,
இறுக்கமாக நெரித்தன இடர்தரும் கனவிலே.

கனவிலே அவர்கள் கண்டார்கள் மேலும்,
அணிமளுடனே ஆயுதங்களை குடையுடனே தேர்க்கால்களை,
அரக்கர்களே கொண்டுசென்று அகற்றினர் தமைவிட்டென,
நிகழ்வாக வேறொன்றும் நடந்தது அப்போது.

அப்போது கண்ணனுக்கு அக்கினி அளித்ததான,
இரும்புச் சக்கரம் ஈடிலாத பலமிக்கது,
கொண்டது வஜ்ரத்தால் கனத்த மையத்தை,
எழும்பியது தானாகவே ஆகாயத்தை நோக்கி.

நோக்கி தருகன் நிற்கும் கணத்திலேயே,
வெற்றி கொடுக்கும் வெகுபெருத்த தேரினை,
பூட்டி வைத்ததான பெருத்த ஆயுதங்களுடன்,
இழுத்து சென்றன அதிலிருந்த புரவிகள்.

புரவிகள் அச்சுதனின் பெருந்தேரை இழுத்தபடி,
தம்போக்கில் சென்றன தாறுமாறான வேகத்தில்,
உரைப்பார்கள் சைபியனென வலஹகனென சுக்ரீவனென,
மேகபுஷ்பமென அவைநான்கும் மிகச்சிறந்த புரவிகள்.

புரவிகள் நான்கும் போகவல்லன மனவேகத்தில்,
சூரியன்போல் ஒளியைச் சொரிந்ததான தேரினை,
தம்போக்கில் இழுத்துத் தாறுமாறாக ஓடின,
கடலோரத்தில் சென்றன கனத்தத் தேருடன்.

தேருடன் இருந்த திடமிகுந்த தேர்க்காலில்,
வாசுதேவன் சின்னமென வைத்திருந்த கருடனையும்,
வலதேவன் சின்னமான ஒற்றைப் பனையையும்,
எடுத்துதான் சென்றனர் அப்ஸரசெனும் அழகியர்.

அழகியர் அப்ஸரஸ்கள் அழைத்தனர் அனைவரையும்,
வாரீர் தீர்த்தங்களில் வணங்கச் செல்வோமென,
ஆடவர் அனைவரும் அகத்திலே ஆவலுற்று,
விரும்பினர் தீர்த்தங்களில் வணங்கச் செல்வோமென.

செல்வோமென நினைத்தனர் சகுடும்பம் உடன்வர,
வ்ருஷ்ணியரென அந்தகரென வாழ்ந்த மக்களெலாம்,
பலவிதமான பானங்களைப் பருகுதற்குத் தயாரித்தனர்,
உணவென பல்வகையும் ஊணுணவும் சமைத்தனர்.

சமைத்தனர் ஊணுணவை சாராயத்தையும் தயாரித்தனர்,
அந்தகர் வ்ருஷ்ணியர் அதிபலத்த படைவீரர்,
கொண்டவர் பேராற்றல் களத்திலே மோதுதற்கு,
பூட்டினர் தேர்களைப் புரவிகளை வேழங்களை.

வேழங்களைப் பூட்டி வந்தனர் ப்ரபாசத்திற்கு,
மனைவியரை உடனழைத்து மாநகர்விட்டு வந்தனர்,
ப்ரபாசத்தை அடைந்து பொருத்தமான இடங்களில்,
தங்குமிடத்தை அமைத்துத் தங்கினர் குடும்பமாக.

குடும்பமாகத் தங்கினர் கொடுக்கப்பட்ட இடத்திலே,
தேவையாக இருந்ததெலாம் தாராளமாகக் கிடைத்தது,
உணவாக பானமாக வேண்டியவை இருந்தன,
இவ்விதமாக வ்ருஷ்ணியரெலாம் அந்தகருடன் திரண்டனர்.

திரண்டனர் ப்ரபாசத்தில் த்வாரகையின் மாந்தரென,
உத்தவர் என்னும் யோகமிக்க மாமனிதர்,
கண்டார் அச்செயலின் கருத்தினை உணர்ந்தார்,
வந்தார் கண்ணனிடம் வேண்டினார் அனுமதியை.

அனுமதியை வேண்டினார் அங்கிருந்து செல்லுதற்கு,
இர்கரங்களைக் குவித்து இறைஞ்சிய உத்தவரை,
தடுப்பதைக் குறித்துத் தோன்றவில்லை எண்ணமேதும்,
செல்லுவதைத் தடுக்காமல் ஸ்ரீதரன அனுமதித்தான்.

அனுமதித்தான் கண்ணன் அதற்குக் காரணம்,
அழிவுதான் வ்ருஷ்ணியருக்கு அருகிலே வந்ததாகும்,
படைகளின் வீரரெலாம் பார்த்திருக்க உத்தவர்,
வானத்தின் பாதையிலே ஒளியுடன் சென்றார்.

சென்றார் உத்தவர் சீர்மிக்க வானுலகம்,
சமைத்தனர் வ்ருஷ்ணியர் சாராயத்துடன் உணவினை,
அதன்பின்னர் அவ்வுணவை அந்தணருக்கு அளிக்காமல்,
கொடுத்தனர் அங்கிருந்த குரங்குகள் உண்ணுதற்கு.

உண்ணுதற்கு உணவும் உற்சாகத்துக்கு சாராயமும்,
கிடைத்தது ஆதலால் குடித்தனர் அளவின்றி,
இசைத்தனர் பேரிகைகளை ஊதினர் கொம்புகளை,
நடிகர் நடனத்தார் நிகழ்ச்சிகளை நடத்தினர்.

நடத்தினர் நிகழ்ச்சிகளை நகைத்தனர் மகிழ்விலே,
வலதேவர் குடித்தார் வாசுதேவன் எதிரிலேயே,
உடனிருந்தனர் கிருதவர்மன் யுயுதானன் கடன்,
யாதவர் வப்ருவும் அருந்தினான் மதுவை.

மதுவை உண்டதால் மயக்கநிலை அடைந்து,
கிருதவர்மனை அவமதித்துக் கூறினான் யுய்தானன்,
இறந்தவரை ஆயுதத்தால் அழித்த மாவீரனை,
எந்தவகை க்ஷத்ரியனென இயம்பலாம் இவ்வுலகில்?

இவ்வுலகில் உறங்குவோர் இறந்தவரின் நிலையுற்றவர்,
அன்னவர்கள் மீதாக ஆயுதத்தால் தாக்கியே,
கொன்றதால் உன்னை கூறமாட்டேன் வீரனென,
யாதவர்கள் உன்செயலை ஏற்றிடார் ஒருபோதும்.

ஒருபோதும் கிருதவர்மனை வ்ருஷ்ணியர் ஏற்றிடாரென,
ஏளனம் செய்ததும் அக்கருத்தை ஏற்றவனாய்,
சிறப்பாகும் அக்கருத்தென சொன்னான் ப்ரத்யும்னன்,
பொருட்டேதும் கிடையாது பெருவீரன் கிருதவர்மனென.

கிருதவர்மனென இருந்த கனவீரன் ஹ்ரிதிகைமகன்,
பெருங்கோபமான மனநிலையில் பகர்ந்தான் வார்த்தைகளை,
துச்சமென இடக்கரத்தைத் தூக்கியே சாத்யகியை,
சுட்டுவதான அவமதிப்புடன் சொன்னான் கருத்தை.

கருத்தை உரைக்கிறேன் கேளாய் சாத்யகி,
வீரத்தை வெறும்பேச்சாய் விளம்பும் தீரனே,
கரத்தை இழந்துக் கட்டாந்தரையில் விழுந்து,

ப்ராயவை நொற்ற பூரிஸ்ரவசை கொன்றாயே?

கொன்றாயே போரிடோது கட்டாந்தரையில் அமர்ந்தவனை,
கொடுமையிலே வெகுகொடுமை கீழ்மையான அச்செயல்,
எவ்விதமே அச்செயலை அப்போரிலே செய்தாய்,
இழிவையே செய்தாயே இதுதான் வீரமோ?

வீரமோ உன்செயலென வினவினான் கிருதவர்மன்,
கேசவனோ மனதில் கோபத்தை அடைந்தான்,
பார்வையோ கடுமையுடன் பார்த்தான் கண்ணன்,
யுயுதானனோ அப்போது இயம்பினான் நிகழ்வை.

நிகழ்வை முன்னர் நயவஞ்சகமாய் செய்து,
சத்ரஜித்தை எவ்விதத்தில் சாகடித்தான் கிருதவர்மன்,
சியமந்தமணியை அடையவென சொன்னான் அப்போது,
அந்நிகழ்வைக் கேட்டதும் ஆத்திரமுற்றாள் சத்யபாமா.

சத்யபாமா கண்ணனிடம் சென்று அச்சுதனின்,
தொடையிலே அமர்ந்துத் தூண்டினாள் ஆத்திரத்தை,
நயவஞ்சகமாய் கிருதவர்மன் நசித்தான் சத்ரஜித்தையென,
பழிக்குப்பழியாய் வாங்குதற்கு பரந்தாமனைத் தூண்டினாள்.

தூண்டினாள் சத்யபாமா தூயவன் கண்ணனை,
கோபத்தால் கண்ணன் கொதித்து நோக்கினான்,
கண்ணனிடத்தில் பேரன்பு கொண்டவன் சாத்யகி,
உண்மையில் இத்தினத்தில் வீழுவான் கிருதவர்மன்.

கிருதவர்மன் செல்லுவான் கிருஷ்ணையின் மைந்தர்வழி,
சிகண்டின் திருஷ்டத்யும்னன் சாவில் விழுந்தவிதம்,
உறக்கத்தின் பிடியிலேயே வீழ்த்தினானே அவர்களை,
துரோணரின் மைந்தனின் துணைபெற்றுத் தவறிழைத்தான்.

தவறிழைத்தான் கிருதவர்மன் தண்டனைதான் இப்போது,
மெல்லிடைதான் உடைய மாதரசியே இப்போது,
கிருதவர்மன் வாழ்நாளில் கடைசிதினம் வந்ததென,
வாளெடுத்தான் சாத்யகி வெட்டினான் கிருதவர்மனை.

கிரதவர்மனை சிரங்கொய்து சாகடித்தான் சாத்யகி,
அச்செயலை முடித்தபின் அருகிருந்தோரை தாக்கினான்,

இச்செயலை தடுக்க ஹ்ரிஷிகேசன் ஓடினான்,
தகாதவற்றை இத்துடன் தடுத்துவிடும் நோக்கிலே.

நோக்கிலே நல்லதை நினைத்தான் கண்ணன்,
அவ்விடத்திலே அதற்கு இடமில்லை ஏனெனில்,
அதற்குள்ளே போஜரும் அந்தகரும் ஒன்றாகினர்,
சாத்யகியே குறியென்று சுற்றிநின்று தாக்கினர்.

தாக்கினர் சாத்யகியை திடமிக்கார் பலரெனினும்,
மனதிலோர் ஆத்திரமின்றி மாதவன் நோக்கினான்,
காலத்திலோர் மாற்றம் கொணர்ந்ததான இந்நிகழ்வு,
வ்ருஷ்ணியர் அந்தகர் வீழ்வுக்கென உணர்ந்தான்.

உணர்ந்தான் காலத்தை வாசுதேவன் கண்ணன்,
ஒருவரின் மீதாக வேறொருவர் தாக்கிட,
மதுவின் தாக்கத்தால் மாபெரும் அழிவானது,
வந்ததன் காலத்தை உணர்ந்தான் வாசுதேவன்.

வாசுதேவன் தடுக்காது வெறுமையாய்ப் பார்த்தான்,
குழுவினரின் கரங்களிலே கிடைத்ததை எடுத்து,
சாத்யகியின் மீதாக செய்தனர் தாக்குதலை,
ஒருசிலரின் கரத்திலே உணவுப்பானையே ஆயுதம்.

ஆயுதம் ஏந்தி அனைவரும் ஒன்றாகி,
யுயுதானனிடம் மோதியதால் ஆத்திரமுற்ற ப்ரத்யும்னன்,
ருக்மணியின் மைந்தன் ரௌத்திரத்துடன் ஓடினான்,
வேகத்துடன் தாக்கினான் வந்திருந்த குழுவினரை.

குழுவினரை ப்ரத்யும்னன் கனவேகமாய் தாக்கினான்,
பெருவீரத்தைப் பெற்றிருந்தும் பெருங்கும்பல் தாக்கியதால்,
தம்முயிரை இழந்தனர் திடமிக்கார் இருவருமே,
ஆத்திரத்தை அடைந்தான் அச்சுதன் அக்கணத்தில்.

அக்கணத்தில் ப்ரத்யும்னனும் ஈடிலான் சாத்யகியும்,
வீழ்ந்ததால் வாசுதேவன் வெறிகொண்டு தாக்கினான்,
அவ்விடத்தில் இருந்த அருகம்புல்லை எடுத்தான்,
அவைகள் இரும்பு அம்புகளாய் மாறின.

மாறின வஜ்ரங்களாக மண்ணிலிருந்த புற்கள்,

குழுவென இருந்தோரைக் கொன்றான் கண்ணன்,
இவ்விதமான நிகழ்வினால் அந்தகரும் போஜரும்,
சைனியரும் வ்ருஷ்ணியரும் செய்தனர் பெருமோதல்.

பெருமோதல் உண்டாகியது பெருந்திரளான வீரரிடம்,
அருகம்புல் கரமெடுத்தால் அம்பாக மாறியது,
வஜ்ரம்போல் இருபாகி வந்தே தாக்கியது,
பிராமணர்கள் சாபத்தால் பேரழிவு உண்டானது.

உண்டானது அழிவுக்கு உகந்த சூழல்,
வலுமிகுந்து இருந்தவற்றையும் வஜ்ரமென அம்புகள்,
துளைத்துத் தாக்கித் தூளாக்கி அழித்தன,
புல்லிலிருந்து பிறந்தன பலமிகுந்த அம்புகள்.

அம்புகள் கொண்டு அடித்தனர் அனைவரும்,
தந்தைமேல் தனயனும் தனயன்மேல் தந்தையும்,
அம்பினால் அடித்து அந்தகனிடம் அனுப்பினர்,
ஒருவர்மேல் ஒருவர் விழுந்துத் தாக்கினர்.

தாக்கினர் குக்குரரும் திடமிகுந்த அந்தகரும்,
நெருப்பிலோர் பூச்சியென நொடியிலே அழிந்தனர்,
அவ்விதமவர் தாக்கும்போது அங்கிருந்த ஒருவரும்,
தப்புதற்கோர் வழிகுறித்து துளியும் எண்ணவில்லை.

எண்ணவில்லை எவரும் அங்கிருந்து சென்றுவிட,
பேரழிவை உண்டாக்கிய பாதகமான காலநிலையை,
வெறுமையாய் பார்த்திருந்தான் வாசுதேவன் அவ்விடத்தில்,
மதுவைக் கொன்றவன் மனங்கலங்கி நின்றான்.

நின்றான் கரத்திலே நெடிதான ஈட்டியுடன்,
கண்டான் தன்மைந்தர் காலனிடம் சென்றதை,
சாருதேஷ்ணன் ப்ரத்யும்னன் சம்வன் அனிருத்தனென,
மாதவனின் மகன்களெலாம் மடிந்ததால் துடித்தான்.

துடித்தான் கடனும் தரையிலே கிடந்ததால்,
எடுத்தான் சாரங்கத்தை ஆற்றல்மிக்க சக்கரத்தை,
ஏந்தினான் காமோதகியெனும் அதிபெருத்த கதையை,
வ்ருஷ்ணியருடன் அந்தகரை வேகத்துடன் கொன்றான்.

கொன்றான் கண்ணன் குழுமிநின்றார் அனைவரையும்,
வப்ருவுடன் தருகன் வந்தனர் கண்ணனிடம்,
இனிதான் கொல்லாதீர் அனேகரை வீழ்த்திவிட்டீர்,
ராமரின் அருகிலே ஏகுவீர் நீவிர்.

நீவிர் இப்போது நாடுவீர் வலதேவரை,
எங்குளார் எனக்காண எங்களுடன் வாருமென,
உரைத்தனர் கண்ணனிடம் வப்ருவும் தருகனும்,
அழைத்தனர் கண்ணனை அங்கிருந்து செல்வோமென.

(4)மௌசல பர்வம், பகுதி 4

செல்வோமென உரைத்ததும் சென்றனர் மூவரும்,
தருகனென வப்ருவென திடமிக்கான் கேசவனென,
வரிசையென வந்தனர் வலதேவனைத் தேடி,
தனியான இடத்திலெ தரிசித்தனர் ராமனை.

ராமனைக் கண்டால் வேதனை மிகுந்தவனாய்,
முதுகினை சாய்த்தபடி மரத்தடியில் வீற்றிருந்தான்,
அண்ணனைக் கண்டதும் அகமகிழ்ந்தான் கண்ணன்,
தருகனை அழைத்து தெரிவித்தான் கட்டளையை.

கட்டளையை உரைக்கிறேன் கேளாய் தருகனே,
கௌரவரைக் கண்டு கூறுவாய் நடந்தவற்றை,
யாதவரைத் தாக்கிய அழிவினைக் குறித்து,
தகவலை அறிவித்து தனஞ்செயனை அழைத்துவா.

அழைத்துவா அர்ஜுனனை அரைக்கணமும் தாமதியாதே,
பிராமணரது சாபத்தால் பாழாகினர் யாதவரென,
கருத்து உரைத்துக் கூட்டிவா அர்ஜுனனை,
விரைந்து செல்லுன்று விளம்பினான் கண்ணன்.

கண்ணன் உரைத்ததைக் கேட்டதும் தருகன்,
இழந்தான் புலனறிவை அழுதான் துடித்தான்,
சோகந்தான் தாக்கினாலும் செலுத்தினான் தேரை,
கௌரவரின் நகர்நோக்கி கிளம்பினான் வேகமாக.

வேகமாக தருகன் வாகனத்தில் சென்றதும்,
கட்டளைக்காகக் காத்திருந்தான் கனவீரன் வப்ரு,
வப்ருவுக்கான கட்டளையை வழங்கினான் வாசுதேவன்,
மாதராக இருப்போரை மாண்புடன் காப்பாற்று.

காப்பாற்று இல்லாவிடில் கயவர்கள் புகுவார்கள்,
மாதரிடத்து இருக்கும் மதிப்புமிக்க பொருட்களுக்கு,
ஆசையுற்று கயவர்கள் அணங்குகளைத் தாக்கலாமென,
கட்டளையிட்டு அனுப்பியதும் கிளம்பினான் வப்ரு.

வப்ரு போதை விலகாத நிலையில்,
உறவினரது சாவினால் உளத்திலே கலங்கியபடி,
கேசவனது சொற்படி காரியம் முடித்திட,
அங்கிருந்து சென்றான் அதிகதூரம் செல்லவில்லை.

செல்லவில்லை அதிகதூரம் செத்தான் அடிபட்டு,
சுத்தியலை வேடனொருவன் சுழற்றி வீசியதும்,
வப்ருவைத் தாக்கி வீழ்த்தியது தரையிலே,
சாபத்தை உண்மையாக்கி செத்தான் வப்ருவும்.

வப்ருவு இறந்ததை வாசுதேவன் கண்டான்,
ராமனிடத்து உரைத்தான் நம்மவரது மாதர்களை,
பாதுகாப்பு செய்து பொறுப்பான வீரர்களிடம்,
ஒப்படைத்து வருகிறேன் வரும்வரை காத்திருப்பீர்.

காத்திருப்பீர் என்று கூறிவிட்டு வலதேவனிடம்,
தந்தையார் வாசுதேவரிடம் தெரிவித்தான் தகவலை,
காவலிருப்பீர் மாதர்களுக்கு காண்டீபன் வரும்வரை,
வலராமர் எனக்காக வெளியிலே காத்திருக்கிறார்.

காத்திருக்கிறார் வலதேவர் கிடையாது அவகாசம்,
யாதவர் இல்லாத இவ்விடமோ வெறுமையானது,
கௌரவர் குலத்து கூடித்ரியர் அனைவரும்,
அழிநதனர இதற்குமுன்னர் அதுபோன்றதே இவ்வழிவு.

இவ்வழிவு நம்குலத்தை அழித்து முடித்தது,
யாதவரது நகரிலே யாதவரே இல்லாதபோது,
காண்பது இயலவில்லை கனக்கிறது எனதுமனம்,
ராமனொடு வனஞ்சென்று நானிருப்பேன் கடுந்தவத்தில்.

கடுந்தவத்தில் இருப்பெனெனக் கூறியபின் கண்ணன்,
தந்தையிடத்தில் பணிந்து தலையைத் தாளிவைத்து,
வணக்கங்கள் செலுத்தியபின் வெளியேறிச் சென்றான்,
வேதனையில் குழந்தைகளும் வனியரும் கதறினர்.

கதறினர் மாதருடன் குழந்தைகள் அவ்விடத்தில்,
பேரிடர் சூழலிலும் பிள்ளைகள் மாதர்களின்,
மனதுக்கோர் ஆறுதலை மொழிந்தான் அச்சுதன்,
காத்திருப்பீர் இவ்விடத்திலேயே காண்டீபன் வரும்வரை.

வரும்வரை காத்திருந்தால் விஜயனான மாவீரன்,
உங்களை காப்பாற்றி உகந்ததை செய்வானென,
ஆறுதலை உரைத்துவிட்டு அகன்றான் கோவிந்தன்,
வனத்தை அடைந்தான் வலதேவனைக் கண்டான்.

கண்டான் வலதேவன் காட்டில் மரத்தடியில்,
இருப்ந்தான் வலதேவன் ஆழமான யோகத்தில்,
அன்னவன் வாயிலிருந்து அரவமொன்று வெளிவந்தது,
நிறந்தான் வெண்மையாக நெளிந்தது அரவம்.

அரவம் ஆகினான் ஆதிசேடன் மீண்டும்,
இதுகாறும் மானிடனாய் இருந்த வடிவகற்றி,
மீண்டும் அரவமாகி மலைபோன்ற பெருவடிவில்,
ஆயிரம் சிரங்களுடன் அங்கிருந்து கிளம்பினான்.

கிளம்பினான் ஆதிசேடன் கனத்த அரவமாக,
கொண்டிருந்தான் செங்கண்கள் கிளம்பினான் வேகத்துடன்,
கடந்துசென்றான் நதிகளைக் கடலை அடைந்தான்,
எதிர்கொண்டுதான் கடலரசன் அழைத்தான் நதிகளுடன்.

நதிகளுடன் பலவித நாகங்களும் அரவங்களும்,
கார்க்கோடகனுடன் வாசுகியும் தக்ஷகனுடன் ப்ரிதுஸ்ரவசும்,
வருணனொடு குஞ்சரனும் வலுமிக்க மிஸ்ரியும்,
சங்கனொடு குமுதனும் சீர்மிக்கான் புண்டரீகனும்.

புண்டரீகனும் திருதராஷ்டிரனும் ஹ்ரதனும் க்ரதனும்,
சிதிகந்தனும் சக்ரமண்டனும் அதிசாந்தனும் துர்முகனும்,
அம்வரீஷனும் அவர்களுடன் அரசனான வருணனும்,

அவ்விடம் வந்து ஆதிசேடனை வரவேற்றனர்.

வரவேற்றனர் ஆதிசேடனை வழங்கினர் அர்க்கியங்கள்,
புரிந்தனர் பாதபூசை பலவிதத்து உபசரணை,
வணங்கினர் அந்த வலுமிகுந்த நாகனை,
வினவினர் நலங்குறித்து விசாரித்தனர் விவரங்களை.

விவரங்களை அறிந்தான் வாசுதேவன் கண்ணன்,
புவிவாழ்வை விட்டு போய்விட்டான் அண்ணனென்று,
வனப்பகுதியை சிறுதுநேரம் வலம்வந்தான் கண்ணன்,
சாபமாய் காந்தாரி சொன்னதை நினைத்தான்.

நினைத்தான் துர்வாசமுனி நவின்ற சொற்களையும்,
கண்ணனின் விருந்தினராக கோபமிக்க துர்வாசர்,
இருந்த்பின் அம்முனிவர் அளித்ததான பாயசத்தை,
பூசியதன் நிகழ்வையும் புந்தியில் எண்ணினான்.

எண்ணினான் வ்ருஷ்ணியரின் அந்தகரின் முடிவுகளை,
முன்னர்தான் கௌரவரின் மரணங்களையும் நினைந்தான்,
அறிந்தான் தனக்கும் அந்திமக்காலம் வந்ததென,
விரும்பினான் தானும் வீழவேண்டும் மாண்டென.

மாண்டென வீழுதற்கு மனதிலே விரும்பியே,
உடலினை உகுத்திட அத்ரிமுனியின் மைந்தர்,
சாபமென அளித்ததை செயலாக்க விழைந்தான்,
வாக்குமனமென புத்தியை வரியாய்க் கட்டினான்.

கட்டினான் புலன்களைக் கட்டாந்தரையில் படுத்தான்,
இருந்தான் யோகத்தில் ஆழமான நிலையிலே,
வந்தான் ஜரனென விளம்பப்படும் வேடன்,
நினைத்தான் கண்ணனை நிற்கும் மானென்று.

மானென்று நினைத்து மிகவேகம் அம்பெய்தான்,
அடிபட்டு வீழ்ந்ததை எடுப்பதற்கு ஓடிவந்தான்,
மஞ்சள்நிறத்து ஆடையுடன் மனிதனொருவன் இருந்ததால்,
மண்டியிட்டு அழுது மன்னிப்பு கோரினான்.

கோரினான் மன்னிப்பு காலிலே விழுந்தது,
கோவிந்தன் வேடனுக்குக் கூறினான் ஆறுதல்,

வாசுதேவன் கண்ணன் வானுயர எழும்பினான்,
அனைத்துயிரின் இறைவனாக அச்சுதன் நின்றான்.

நின்றான் வாசுதேவன் நிகரிலான் விஷ்ணுவாக,
வந்தான் கண்ணனென வானவர்கள் வந்தனர்,
வாசவன் அஸ்வினியர் உருத்திரர் வசுக்கள்,
விஸ்வதேவருடன் முனிவர்கள் வந்தனர் எதிர்கொண்டு.

எதிர்கொண்டு அழைத்தனர் அப்ஸரஸ்களொடு கந்தர்வர்,
விஸ்வதேவரொடு தேவர்கள் வந்தார்கள் நாரணனிடம்,
ஆக்கத்தொடு அழிவையும் அகிலத்துக்கு உண்டாக்கும்,
யோகத்து நாதனை அனைவரும் வரவேற்றனர்.

வரவேற்றனர் அனைவரும் விஷ்ணுவான கண்ணனை,
ஒளிமிகுந்ததோர் தோற்றத்துடன் விஷ்ணுவைக் கண்டனர்,
தனதானதோர் மண்டலத்தில் தங்குதற்கு ஏகினார்,
வானவர் மண்டலங்கள் ஒள்ரிந்தன விஷ்ணுவால்

விஷ்ணுவால் அகிலங்கள் ஒளிபொருந்தி மிளிர்ந்தன,
சித்தர்கள் ரிஷிகள் சரணர்கள் தேவர்கள்,
வந்தார்கள் யோகத்தின் வித்தகனை தரிசிக்க,
வணங்கினார்கள் அனைவரும் விஷ்ணுவான இறைவனை.

இறைவனை வரவேற்று இசைதனை எழுப்பி,
பாடல்களைப் பாடினர் பாங்குமிக்க கந்தர்வர்,
வாசுதேவனை வரவேற்க வாசவனும் வந்தான்,
விஷ்ணுவை வரவேற்று வணங்கிப் பணிந்தான்.

(5)மௌசல பர்வம்,, பகுதி 5

பணிந்தான் இந்திரன் பரந்தாமன் கண்ணனை,
இவ்விதந்தான் மஹாவிஷ்ணு ஏகினார் வானுலகம்,
அப்போதுதான் தருகன் அடைந்தான் ஹஸ்தினாபுரத்தை,
இயம்பினான் வ்ருஷ்ணியர்கள் அவர்களாக அழிந்ததை.

அழிந்ததை உரைத்தான் அவர்களுக்குள் சண்டையிட்டு,
தாக்குதலை செய்தனர் திடமிக்க இரும்பினால்,

தம்முயிரை விட்டனர் த்வாரகையின் மக்கள்,
மிஞ்சவில்லை வ்ருஷ்ணியர் மற்றும் அந்தகர்.

அந்தகர் போஜர் அழிந்தனர் குகுரரோடென,
அழிந்தனர் என்பதை அறிவித்தான் தருகன்,
பாண்டவர் மனதிலே பெருத்தது சோகம்,
துடித்தனர் அந்தத் தீதான நிகழ்வினால்.

நிகழ்வினால் மனது நிலைகுலைந்து போனது,
அர்ஜுனனால் அதற்குமேல் அங்கிருக்க இயலவில்லை,
ஆதலால் தாய்மாமன் இருந்ததான த்வாரகைக்கு,
புறப்படுதல் செய்து பகர்ந்தான் விடையை.

விடையைப் பெற்று விஜயன் கிளம்பினான்,
அழிவை விரைவிலேயே அடையும் அனைத்துமென,
த்வாரகையை அடைந்தான் தருகனுடன் அர்ஜுனன்,
கணவனை இழந்த கைம்பெண்ணென தோன்றியது.

தோன்றியது நகரம் துளியும் மகிழ்வின்றி,
அகிலத்து இறைவரையே அடைந்திருந்தது காவலராய்,
இப்போது அந்நகரில் இல்லையொரு காவலரும்,
பார்த்தனது வருகையால் பாவையர்கள் கதறினர்.

கதறினர் கூவினர் கனத்த சோகத்தால்,
பதினாறாயிரம்பேர் கண்ணனை பதியாக மணந்தவர்,
எழுப்பினர் பேரோசையை அழகுமிக்க நங்கையர்,
துடித்தனர் கணவரும் தனயர்களும் இறந்ததால்.

இறந்ததால் மனது அதிர்ந்து துடிதுடித்து,
அழுதவர்கள் அனைவருக்கும் ஆறுதல் சொல்லுதற்கு,
அர்ஜுனனால் இயலவில்லை அவனும் வருந்தினான்,
கண்ணீரால் பார்வை குறைந்து மங்கியது.

மங்கியது தவாரகை மதிப்பு குன்றியதாய்,
நதியென்று இருந்த நிகரிலா த்வாரகைக்கு,
நீரென்று வ்ருஷ்ணியருடன் நிறைந்தனர் அந்தகர்,
மீன்களென்று குதிரைகள் மிகைத்த நதியது.

நதியது தேர்களை நகரும் படகுகளாக்கி,

அலையென்று தேர்ச்சக்கரம் எழுப்பும் ஒலிகளுடன்,
இசையொடு ஓசைகளை எழுப்பிய பெருநகரம்,
ஏரியென்று வீடுகள் அதிபெருத்த மாளிகைகள்.

மாளிகைகள் பொதுவெளிகள் மாபெரும் ஏரிகளாய்,
பாசியென்று விலைமிகுந்த பொன்மணிகள் மிகைத்ததாய்,
வலுமிகுந்த பெருஞ்சுவர்கள் வண்ணவண்ண மாலைகளாய்,
சுழலென்று கொண்டது சுத்தமிக்க வீதிகளை.

வீதிகளை சுழல்களாக வலுமிக்க நீரோட்டமாக,
திடல்களை பெருமேரிகளாக த்வாரகை பெற்றது,
முதலைகளாய் ராமனை மாதவனை உடையது,
அழிவுதனை அடைந்ததால் இருந்தது வைதரணியென.

வைதரணியென அந்நதியை விஜயன் கண்டான்,
காலமென இருக்கும் கடுமையான வலைக்குள்,
சிக்கியதான நிலையிலே சீரழந்த நகருக்குள்,
மகேந்திரனான வாசவனின் மைந்தன் கலங்கினான்.

கலங்கினான் இந்நகரம் காணப்படுவது கேடுற்றென,
வ்ருஷ்ணியரின் வீரர்கள் வீழ்ந்து மாண்டதாலே,
அழகற்றுதான் த்வாரகை ஆழமான சோகத்தில்,
பனிக்காலத்தின் தாமரையென பீடிழந்து கிடந்தது.

கிடந்தது நகரம் கீழான நிலைஉயிலென்றும்,
கண்ணனது மனைவியர் கைம்பெண்கள் ஆனாரென்றும்,
நினைந்து அர்ஜுனன் நொடிந்து அழுதான்,
இரண்டு கண்களிலும் திரண்டது கண்ணீர்.

கண்ணீர் மல்கவே கதறினான் அர்ஜுனன்,
மண்ணிலோர் நெடுமரமென மருண்டு விழுந்தான்,
விழுந்தனர் அவனுடன் வஞ்சியரும் தரையிலே,
சத்ரஜிதர் மகளான சத்யாவும் ருக்மணியும்.

ருக்மணியும் விழுந்து அழுதுக் கதறினாள்,
அனைவரும் அர்ஜுனனை அங்கிருந்து எழுப்பிவந்து,
பொன்னாசனம் ஒன்றிலே பொறுமையாய் அமர்த்தினர்,
அவரவர்தம் கவலைகளை அர்ஜுனனிடம் விளம்பினர்.

விளம்பினர் தமது வருத்தங்களை அனைவரும்,
சூழ்ந்தனர் அர்ஜுனனை சோகத்தில் ஆழ்ந்தவராய்,
உன்னதர் கோவிந்தனின் உயர்வுகளை உரைத்து,
ஆறுதலானதோர் சூழலை அளித்தான் அர்ஜுனன்.

அர்ஜுனன் அங்கிருந்து அகன்று சென்றான்,
மகளிரின் மனதுக்கு மொழிந்தான் ஆறுதலை,
அடுத்துதான் ஆறுதல் அளித்துதான் பேசிட,
தாய்மாமன் இருப்பிடத்திற்கு தனஞ்செயன் சென்றான்.

(6)மௌசல பர்வம், பகுதி 6

சென்றான் கௌரவரின் சிம்மம் மாமனிடம்,
கண்டான் அனகதுந்துபி கட்டாந்தரையில் கிடந்ததை,
மைந்தர்களின் மரணத்தால் மனந்துடித்த வேந்தனிடம்,
அருகினான் அவனைவிட அகங்கலங்கிய அர்ஜுனன்.

அர்ஜுனன் அனகதுந்துபியின் இருபதம் தொட்டான்,
தங்கையின் மைந்தன் தனஞ்செயனை சிகைமோந்து,
அணைக்கதான் விழைந்தான் அனகதுந்துபி சிரமத்துடன்,
வெகுபலத்தான் அனகதுந்துபி வேதனையில் அழுதான்.

அழுதான் அர்ஜுனனின் இருகரம் பற்றியபடி,
மைந்தரின் பேரன்களின் மகள்களின் சகோதரரின்,
இழப்பின் காரணமாய் அழுதான் யதுவேந்தன்,
வாசுதேவன் விஜயனிடம் விளம்பினான் சோகத்துடன்.

சோகத்துடன் உரைக்கிறேன் சீர்மிக்கான் ஜிஷ்ணுவே,
பகைவர்கள் அசுரர்களின் பெருத்த கூட்டங்களை,
அழித்தவரின் வீழ்வினை எதிரிலே கண்டபின்னும்,
உயிருடன் இருக்கிறேனே வெறுமையானது என்வாழ்வு.

என்வாழ்வு முடிவுறும் இறப்பென்பது எனக்கில்லையோ!
உனக்கு சீடராகிய வீணர்கள் இருவரால்தான்,
உண்டானது பேரழிவு வ்ருஷ்ணியரை அழித்தது,
அதிரதரென்று வ்ருஷ்ணியரில் இருந்தனர் இருவர்.

இருவர் பலமிக உடையவர் அதிரதரென,
சபையோர் மத்தியில் சொல்லுவாயே பெருமையாக,
அவ்விருவர் கண்ணனுக்கும் அன்பார்ந்த நட்பினர்,
இழைத்தனர் வ்ருஷ்ணியரை அழிக்கும் பெருந்தவற்றை.

பெருந்தவற்றை செய்தவரெனப் பகர்நித்தேன் இவர்களை,
சினிமகனை ஹ்ரிதிகைமகனை சொல்லிடேன் காரணமென,
அக்ரூனை ருக்மணிமகனை இயம்பிடேன் காரணமென,
சாபத்தை அன்றோ சொல்லவேண்டும் காரணமாக.

காரணமாக எவரையும் கூறமாட்டேன் அர்ஜுனா,
எவ்விதமாகக் கண்ணன் இப்பெரும் அழிவினை,
கண்ணெதிராக நடக்கவிட்டு கவனமின்றி இருந்தான்,
எதிரியாக இருந்தோரை அழித்தவன் மாவீரன்.

மாவீரன் கொன்றான் மிகக்கேடன் கேசியை,
கம்சன் சேதியன் கனவீரன் ஏகலைவன்,
கலிங்கருடன் மகதரை காந்தாரரைக் காசிவேந்தை,
பாலைவத்தின் நடுவிலே போரிட்டு வென்றான்.

வென்றான் போரிலே வெகுபல வேந்தர்களை,
கிழக்கின் தெற்கின் கோன்களை வென்றான்,
மலைவாசிகளின் குழாத்தை மோதிச் சிதறடித்தான்,
அத்தகையோன் இவ்வழிவை எப்படிதான் அனுமதித்தான்.

அனுமதித்தான் ரிஷிகள் அளித்ததான சாபத்தை,
உன்னுடன் நாரதரும் வேறுபல முனிவர்களும்,
கோவிந்தன் என்னும் கடவுளே அவனென்று,
அறிந்துதான் இருந்தீர் ஆகினும் பலனென்ன?

பலனென்ன விஷ்ணுவே பிள்ளையாக பிறந்திருந்தும்?
இறைவனென இருந்த என்மகன் ஒப்பாவிடில்,
இவ்விதமான பேரழிவி எவ்விதத்தில் நடந்திருக்கும்?
சாபமென வழங்கப்பட்டது செயலாகட்டுமென விட்டான்.

விட்டான் காந்தாரியின் வார்த்தை செயலாகிட,
அஸ்வத்தாமன் அம்புபட்டு அசைவின்றி உயிரின்றி,
உன்பேரன் பிறந்தபோது உயிரளித்தான் கண்ணன்,
உறவினரின் அழிவினை ஊமைபோலப் பார்த்திருந்தான்.

பார்த்திருந்தான் மகன்கள் பேரன்கள் இறந்ததை,
உறவினர்கள் மற்றும் வ்ருஷ்ணியர்கள் குலமுழுதும்,
இறந்தார்கள் என்பதை என்னிடம் இயம்புகையில்,
நம்குலத்தில் பேரழிவு நேரிட்டது தந்தையே.

தந்தையே விபத்சு த்வாரகைக்கு வருவான்,
வ்ருஷ்ணியரே அழிந்ததை விவரிப்பீர் விபத்சுவுக்கு,
யாதவரே அழிந்தாரென அறிந்ததுமே விபத்சு,
கணமே தாமதியாமல் கிளம்பி வருவான்.

வருவான் விபத்சு வழங்குவான் கட்டளைகள்,
புரிவான் இக்கணத்தில் புரியத்தகும் செயல்களை,
நானேதான் அர்ஜுனன் விபத்சுதான் நானென்பது,
அர்ஜுனன் சொல்லுவதை அப்படியே ஏற்கவேண்டும்.

ஏற்கவேண்டும் பாண்டுமைந்தன் அளிக்கும் கட்டளையை,
மாதருக்கும் குழந்தைகட்கும் மிகநல்லது என்னவென,
நிறைவேற்றும் பணியை நடத்துவான் விபத்சுவே,
அனைவருக்கும் ஸ்ரத்தங்கள் அளிப்பான் அர்ஜுனன்.

அர்ஜுனன் இங்கிருந்து அகன்று சென்றதும்,
மதில்களுடன் மிளிரும் மாநகரம் த்வாரகையை,
விழுங்கிவிடும் மாக்கடல் ஒருபொருளும் மிஞ்சாது,
நானும் ஏதேனும் நற்றலம் செல்லுவேன்.

செல்லுவேன் எங்கேனும் செய்திருப்பேன் கடுந்தவம்,
எனக்குதான் இறுதிக்கணம் ஏற்படும் வரையிலே,
ராமனுடன் யோகத்தில் அமர்ந்திருப்பேன் எங்கேனுமென,
இயம்பினான் ஹ்ரிஷ்கேசன் அதன்பின் சென்றான்.

சென்றான் ஆனால் சென்றதெங்கு அறியேன்,
கொடுத்தான் என்னிடம் குழந்தைகளின் காவலை,
உந்தன் சகோதரர்கள் உற்றதான நிலையாலும்,
உறவினரின் அழிவாலும் உணவேண்டும் உண்ணவில்லை.

உண்ணவில்லை எவ்வுணவும் விரதத்திலே இருக்கிறேன்,
என்மனதை சோகம் அழுத்துக் கொல்கிறது,
உணவை ஏற்றிடேன் வாழவும் விருப்பமில்லை,

செயலாக்குவாய் கண்ணன் சொன்னபடி அனைத்தையும்.

அனைத்தையும் உன்னிடம் அளிக்கிறேன் அர்ஜுனா,
நாடுநகரம் அரசாட்சி நங்கையருடன் குழந்தைகள்,
உனதாகும் ஆதலால் உகந்ததை செய்வாய்,
இதற்குமேலும் வாழ்ந்திருக்க எனக்கு விருப்பமில்லை.

(7)மெளசல பர்வம், பகுதி 7

விருப்பமில்லை எனக்கு வாழ்ந்திருக்க என்பதாக,
கருத்துகளைத் தன்னிடம் கூறிய தாய்மாமனிடம்,
இதயசுமை தாளாது அழுதபடி அர்ஜுனன்,
பதிலினை உரைத்தான் பார்ப்பது இயலவில்லை.

இயலவில்லை அச்சுதன் இல்லாததாய் இவ்வுலகை,
வெறுமையாய் காணும் வேதனையைத் தாங்குவது,
வ்ருஷ்ணியரை மற்றபல உறவினரை இழந்தபின்னர்,
இந்நிலையக் காணுதல் இயலவில்லை எனக்கு.

எனக்கு மட்டுமின்றி அரசருக்கு பீமனுக்கு,
சகாதேவனுக்கு நகுலனுக்கு சீர்மிக்காள் யக்ஞசேனிக்கு,
அறுவருக்கு இருப்பது ஒருகருத்தே இப்போது,
எங்களுக்கு காலம் ஏற்பட்டது செல்வதற்கு.

செல்வதற்கு எங்களுக்கும் சரியான காலமிது,
காலத்து ஓட்டத்தை கணித்தறியும் வித்தகரே,
மாதரொடு குழந்தைகளை மாண்புடன் காப்பதற்கு,
இங்குருந்து அழைத்துசென்று இந்திரப்ரஸ்தத்தில் வாழவைப்பேன்.

வாழவைப்பேன் குழந்தைகளை வஞ்சியரை என்பதாக,
முடித்தான் அர்ஜுனன் மாமனுடன் உரையாடலை,
அழைத்தான் தருகனை அவனிடம் கட்டளையை,
அளித்தான் இப்போதே அவையோரை அழைப்பாயென.

அழைப்பாயென உரைத்தான் அனைத்து அதிகாரிகளையும்,
வருத்தமான மனதுடன் வந்தான் சபைக்கு,
சுதர்மமெனப் பெயர்கொண்ட சீர்மிக்க அவையது,

அமைச்சரென மக்களென அனைவரும் திரண்டனர்.

திரண்டனர் அனைவரும் தனஞ்செயன் அழைத்ததால்,
அன்னவர் வருத்தத்திலும் அதிகமான வருத்தத்துடன்,
அனைவர் நடுவிலே இயம்பினான் விபத்சு,
கேளீர் இப்போது கூறும் கருத்தினை.

கருத்தினை உரைக்கிறேன் கடல்கோள் உண்டாகுமுன்,
மாதரைக் குழந்தைகளை மாற்றிடத்தில் சேர்ப்பேன்,
தேர்களைப் பூட்டுவீர் தேறுவதை எடுப்பீர்,
உங்களை சக்ரப்ரஸ்தம் அழைத்துச் செல்லுவேன்.

செல்லுவேன் இந்திரப்ரஸ்தம் சகலரையும் காப்பதற்கு,
உங்களின் அரசனாக வஜ்ரனெனும் இக்குழந்தை,
கண்ணனின் பேரனுக்கு கொடுக்கிறேன் அரசாட்சி,
ஏழாந்தினத்தின் அதிகாலை இங்கிருந்து செல்லுவோம்.

செல்லுவோம் அதற்கு செய்யவேண்டிய ஏற்பாடுகள்,
அனைத்தும் நீங்கள் அதிவேகம் செய்வீரென,
கூறினான் அர்ஜுனன் கூறியதை கேட்டு,
அனைவரும் புறப்பட ஆயத்தம் செய்தனர்.

செய்தனர் ஆயத்தம் செல்லுவோம் இங்கிருந்தென,
வாசுதேவர் யோகத்தில் உளத்தை நிலைநிறுத்தி,
அடைந்தார் முடிவினை அனைவரும் அழுதனர்,
அழுதனர் மாதர்கள் அரசரின் மாளிகையில்.

மாளிகையில் மேன்மைமிக்க மாதரசி தேவகியும்,
அருகில் பத்ராவும் ரோஹிணியும் மதிராவும்,
கணவர்மேல் விழுந்து கதறி அழுதனர்,
சடங்குகள் முடித்தான் ஜிஷ்ணு முறையாக.

முறையாக வாசுதேவரின் மரித்ததான உடலை,
பெரிதாக பல்லக்கில் பலபேர் சுமந்துசெல்ல,
குழுவாக மக்களுடன் கிளம்பினான் அர்ஜுனன்,
வெண்குடையாக இருந்ததை வைத்தான் முன்னதாக.

முன்னதாக வைத்ததான மாண்புமிக்க குடையானது,
வேள்வியாக அஸ்வமேதிகத்தை வாசுதேவர் முடித்தபின்,

தலைக்குமேலாக பிடித்ததான தூயதான குடையாகும்,
குழுவாக வந்தோரெலாம் கோன்மீது அன்புடையார்.

அன்புடையார் அனைவரும் அரசனுடன் சென்றனர்,
அவ்வேந்தத் தொழுததான அக்கினியும் சென்றது,
மறையோதுவோர் குழுவும் மந்திரங்களை ஓதியபடி,
அரசருடன் சென்றது ஆழ்ந்த சோகத்துடன்.

சோகத்துடன் மனைவியரும் சென்றனர் வேந்தருடன்,
மாமனாரின் சடலத்துடன் மருமகள்களும் சென்றனர்,
கணக்குதான் பல்லாயிரம் காரிகையரை எண்ணினால்,
வேந்தரின் இறுதிச்சடங்கை விருப்பப்படி நிறைவேற்றினர்.

நிறைவேற்றினர் சடங்குகளை நிறைவேற்றச் சொன்னபடி,
வேந்தனார் உயிருடன் வாழுகையில் தனக்கு,
இறுதியானதோர் சடங்குகளை எவ்விதம் இயற்றுவதென,
உரைத்திருந்தார் அதேவிதம் விளைத்தனர் சடங்குகளை.

சடங்குகளை முடிக்கும்போது சக்ரவர்த்தி வாசுதேவருடன்,
உடன்கட்டை ஏறினர் அன்புமிக்க மனைவியர்,
நால்வரை மனைவியாக்கிய நாயகர் வாசுதேவருடன்,
வானுலகை அடைந்தனர் வாஞ்சைமிக்க நால்வரும்.

நால்வரும் உடனிருக்க நாயகர் வாசுதேவருக்கு,
இறுதியாகும் அக்னிகாரியம் இயற்றினான் அர்ஜுனன்,
சாமகானம் ஒலித்திட சக்ரவர்த்தி வாசுதேவரின்,
இறுதியாகும் சிதையிலே இட்டான் அக்கினியை.

அக்கினியை மூட்டியதும் எழுந்தது பெருந்தீ,
அச்சிதை முழுவதும் அகிலுடன் பல்பொருட்கள்,
எளிதாய் எரிவதாக அதிகமாய் இட்டிருந்தனர்,
தண்ணீரைக் கொண்டு தந்தனர் ஈமக்கடன்.

ஈமக்கடன் முடித்தனர் அந்தகரும் வ்ருஷ்ணியரும்,
பல்குனன் கடமைகளைப் பாங்குடன் செய்தான்,
சென்றான் அர்ஜுனன் சடங்குகளை முடித்துவிட்டு,
வந்தான் அனைவரும் வீழ்வுற்ற அழிவிடத்துக்கு.

அழிவிடத்துக்கு வந்து அங்கிருந்த உடல்களுக்கு,

செயத்தக்கது அனைத்தையும் செய்து முடித்தான்,
அவரவரது வயதுக்கேற்ப அவரவரின் பெயருரைத்து,
ஈமச்சடங்கு முடித்தான் இறந்தவர் அனைவருக்கும்.

அனைவருக்கும் பிராமணர் அளித்த சாபத்தால்,
இரும்பாயுதம் வந்து அழித்து வீழ்த்துதற்கு,
எரகமெனும் புல்லெலாம் இரும்பாக மாறியது,
இவற்றையெலாம் முடித்தபின் அச்சுதனைத் தேடினான்.

தேடினான் அச்சுதனுடன் திடமிக்கான் ராமனை,
இருவரின் உடல்களை எடுத்து அவற்றுக்கு,
அரசரின் முறைப்படி அளித்தான் இறுக்கிரியை,
அனைவரின் இறுதிச்சடங்குகளை அர்ஜுனன் முடித்தான்.

முடித்தான் அவ்விடத்தில் முடிக்கத்தகும் சடங்குகளை,
கிளம்பினான் ஏழாந்தினத்தில் காரிகையர் குழந்தைகளுடன்,
வ்ருஷ்ணியரின் மங்கையர் வெகுவான ஓலத்துடன்,
அர்ஜுனன் பின்னதாக அழுதபடிக் கிளம்பினர்.

கிளம்பினர் தேர்களில் குதிரைகள் பூட்டியபடி,
ஒருசிலர் தேர்களை ஒட்டகங்கள் இழுத்தன,
மற்றவர் தேர்களில் மாடுகளும் கழுதைகளும்,
பூட்டியதோர் நிலையிலே புறப்பட்டனர் அனைவரும்.

அனைவரும் புறப்பட்டனர் அப்பொருும் நகரிலிருந்து,
பணியாளரும் தேர்வீரரும் புறநகரில் வசிப்போரும்,
மிகப்பெரும் திரளாகி மாநகர்விட்டு வந்தனர்,
மாதரும் குழந்தைகளுமே மிஞ்சிய திரளது.

திரளது நடந்தது திடமிலாரின் குழுவாக,
வயோதிகரொடு குழந்தைகள் வஞ்சியர் மிகைத்ததாக,
சென்றது அத்திரளில் சென்றனர் பலவீரர்,
மலைபோன்று வேழங்களின் முதுகிலும் வீரர்கள்.

வீரர்கள் காலாட்களும் வந்தார்கள் அத்திரளில்,
காத்திர்ப்பில் இருக்கும் கனத்த படைவீரரும்,
அந்தகர்கள் வ்ருஷ்ணியரின் அனைத்து குழந்தைகளும்,
வந்தார்கள் அர்ஜுனனுடன் வருணத்தில் பல்வகையார்.

பல்வகையார் இருந்தனர் பலவித வருணங்களில்,
வேதியர் சூத்திரியர் வைசியர் சூத்திரரென,
பலபேர்கள் திரண்டு புறப்பட்டு சென்றனர்,
கணக்கில் பதினாறாயிரம்பேர் கண்ணனின் மனைவியர்.

மனைவியர் மாதவனுக்கு மிகப்பல ஆயிரம்பேர்,
வந்தவர் குழுவிலே வஜ்ரனெனும் பெயருடையான்,
மாதவர் கண்ணனின் மாண்புமிக்க பேரன்,
குழந்தையர் நடுவிலே காண்டீபனுடன் வந்தான்.

வந்தான் இளங்கன்று வஜ்ரனும் கூட்டத்தில்,
போஜரின் அந்தகரின் பெருமைமிக்க வ்ருஷ்ணியரின்,
கணவன் இறந்த கைம்பெண்களும் வந்தனர்,
அவர்களின் கணக்கு ஆகும் பலலட்சம்.

பலலட்சம் அகதிகள் புறப்பட்டு வந்தனர்,
அன்னவர்தம் வளமை இன்னுமும் குன்றவில்லை,
அனைவரும் திரண்டு ஆழிபோல் வந்தனர்,
அவரெலாம் செல்லச்செல்ல அம்மிழ்ந்தது த்வாரகை.

த்வாரகை வாசிகள் தனஞ்செயனுடன் வெளியேறி,
நகரை விட்டு நகர்ந்திட நகர்ந்திட,
படிப்படியாய் கடலானது புகுந்தது நகருக்குள்,
சுறாக்களை மீன்களை சுழலவிட்டது தண்ணீரில்.

தண்ணீரில் மூழ்கியது தரையென்று இருந்தது,
எவ்விடத்தில் மக்கள் எல்லோரும் சென்றனரோ,
அவ்விடத்தில் கடலானது அண்டிப் புகுந்தது,
மக்கள் வேகத்துடன் மண்நோக்கி நடந்தனர்.

நடந்தனர் வேகத்துடன் நடந்ததை கவனித்தபடி,
உரைத்தனர் விதியால் உண்டானது விந்தையென,
கடந்தனர் த்வாரகையை கடல்சூழ்ந்தது அந்நகரை,
அடைந்தனர் கரையை அதன்பின்னர் முன்னேறினர்.

முன்னேறினர் நிதானமாக மிகச்சிறிய தொலைவுமட்டும்,
மாதரானார் அவ்வப்போது மரநிழலில் சோலைகளில்,
ஓய்வெடுத்தனர் அதன்பின்னர் வந்தனர் பாஞ்சாலம்,
களைத்தவர் ஓய்வெடுக்க கூடாரங்கள் அமைத்தான்.

அமைத்தான் அர்ஜுனன் ஓய்வெடுக்கும் கூடாரங்களை,
பாஞ்சாலர் தேசத்தில் பெருவளமை மிகைத்ததால்,
கண்டனர் பசுக்களை காளைகளை சோளத்தை,
அமைத்தனர் கூடாரங்களை அமைதியாக ஓய்வெடுக்க.

ஓய்வெடுக்க கூடாரங்களில் உறைந்தனர் அனைவரும்,
அங்கிருந்த திருடர்கள் அத்திரளைக் கண்டனர்,
வளமைமிக்க வஞ்சியர்கள் வந்ததைக் கண்டனர்,
காவலிருக்கு அங்கே காண்டீபனே இருந்தான்.

இருந்தான் அர்ஜுனன் அவர்களுக்குக் காவலென்றும்,
அர்ஜுனன் தவ்விர்த்து அவர்களைக் காப்பதற்கு,
வேறொருவன் இல்லையென்றும் விளங்கியது சூழல்,
திருடர்களின் மனதிலே தோன்றியது பேராசை.

பேராசை கொண்டுவிட்ட பீடிலாத அபிரர்கள்,
அலோசனை செய்தனர் அனைவரும் ஓரிடத்தில்,
இக்குழுவைக் காப்பதற்கு இருக்கிறான் ஒருவன்மட்டும்,
அர்ஜுனனைத் தவிர்த்து எவரிடமும் ஆற்றலில்லை.

ஆற்றலில்லை வ்ருஷ்ணியர் அந்தகர் வீரர்களிடம்,
திருட்டுவேலை செய்வதற்கு தகுந்ததான தருணமென,
முடிவினை எடுத்து முன்னேறினர் பல்லாயிரம்பேர்,
கதைகளைக் கரமேந்தி கனவேகம் வந்தனர்.

வந்தனர் பெருங்குழுவாய் விளைத்தனர் போர்முழக்கம்,
தாக்கினர் அங்கே தங்கியோர் அனைவரையும்,
திருடர் குழாத்தை தனஞ்செயன் கண்டான்,
பயணித்தோர் குழுவுடன் பார்த்தன் திரும்பினான்.

திரும்பினான் அர்ஜுனன் தன்னம்பிக்கை மிகைத்தவனாய்,
புன்னகையுடன் திருடர்களிடம் பகர்ந்தான் எச்சரிக்கை,
பாவத்தின் வடிவினரே பாருங்கள என்னாற்றலை,
உயிர்வாழ்வின் விருப்பிருந்தால் ஓடியே தப்பிவிடும்.

தப்பிவிடும் அல்லது துளைப்பேன் உம்முடலை,
வலிமைமிகும் அம்புகளால் உம்முயிரை எடுப்பேனென,
எச்சரித்தும் திருடர்கள் அச்சொல்லை மதிக்கவில்லை,

மீண்டுமீண்டும் சொன்னாலும் முரடர்கள் நிற்கவில்லை.

நிற்கவில்லை முரடர்கள் நவின்றது அர்ஜுனனெனினும்,
வெகுபலத்தை உடையதான வீழ்விலாத காண்டீபத்தில்,
நாணினை ஏற்றுதற்கு நொடிவுற்று களைத்தான்,
ஒருவழியாய் நாணேற்றி வில்லைக் கரம்பிடித்தான்.

கரம்பிடித்தான் வில்லை கனபலத்தான் காண்டீபன்,
வானவரின் ஆயுதங்கள் ஒன்றுகூட நினைவிலில்லை,
திரட்களின் முரட்டுத் தாக்குதலைக் கண்டான்,
தன்பலத்தின் அளவு தளர்ந்ததைக் கண்டான்.

கண்டான் தனதுபலம் குன்றிக் குறைந்ததை,
வெட்கினான் அர்ஜுனன் வானவரின் அஸ்திரங்கள்,
மனதின் நினைவைவிட்டு மறைந்து சென்றதால்,
வ்ருஷ்ணியரின் படைகளும் வலுவுடன் காக்கவில்லை.

காக்கவில்லை மக்களை கரிப்படையும் காலாட்களும்,
மாதர்களை இழுத்துக்கொண்டு மறைந்தனர் திருடர்கள்,
தாக்குதலைப் பன்முகமாய் தொடர்ந்தனர் ஈனர்கள்,
அவர்களைத் தடுப்பது அர்ஜுனனுக்கு இயலவில்லை.

இயலவில்லை அர்ஜுனனுக்கு அனைவரையும் காப்பது,
மேன்மைகளை உடைய மாதர்களை இழுத்தபடி,
அவ்விடத்தை விட்டு அகன்றனர் திருடர்கள்,
அவர்களாய் சிலமாதர் அகன்றனர் திருடருடன்.

திருடருடன் சிலமாதர் தாமாகவே சென்றனர்,
வ்ருஷ்ணியரின் படைகளுடன் விஜயனும் சேர்ந்து,
அம்புகளின் வாயிலாக அடித்தான் திருடர்களை,
அர்ஜுனனின் அம்புகள் இல்லாமல் தீர்ந்தன.

தீர்ந்தன அம்புகள் தீராததான குடுவையிலே,
இதுவரையிலான காலங்களில் அம்புகள் எப்போதுமே,
தீராததான குடுவையில் தீர்ந்தன அம்புகள்,
அம்பிழந்தவனான அர்ஜுனன் அகத்திலே கலங்கினான்.

கலங்கினான் வருந்தினான் காண்டீப வில்லாளன்,
அம்பிலான் ஆகியதால் அடித்தான் வில்முனையால்,

அன்னவன் கண்முன்னரே அனேகத் திருடர்கள்,
அந்தகரின் வ்ருஷ்ணியரின் அணங்குகளுடன் சென்றனர்.

சென்றனர் திருடர்கள் சீர்மிகுந்த மாதருடன்,
திறமிக்கதோர் மாவீரன் தனஞ்செயன் அப்போது,
காலத்திலோர் மாற்றமெனக் கண்டான் சூழலை,
வானவர் அம்புகள் வாராததால் வருந்தினான்.

வருந்தினான் அம்புகள் வற்றின குடுவையிலென,
விதிதான் இவ்விதம் வரவழைத்தது நிகழ்வையென,
ப்ரீதாவின் மைந்தன் பெருஞ்சோகம் அடைந்தான்,
நிறுத்தினான் முயற்சிகளை நவின்றான் பலமற்றேனென.

பலமற்றேனெனப் பகர்ந்தான் பலமிகுந்தவனான வில்லாளன்,
முன்னிருந்ததான வலிமை மிகவும் குன்றியதென,
தனக்குத்தானெனப் புலம்பித் தவித்தான் காண்டீபன்,
எஞ்சியதான பொன்பொருளுடன் அணங்குகளுடன் கிளம்பினான்.

கிளம்பினான் அங்கிருந்து குருக்ஷேத்திரத்தை நோக்கி,
அடைந்தான் குருக்ஷேத்திரத்தை அவ்விடத்தின் அருகிலே,
வாழவைத்தான் அவனுடன் வந்தவரான வ்ருஷ்ணியரை,
கிருதவர்மன் மகனைக் கோனாக்கினான் மர்த்திகவத்துக்கு.

மர்த்திகவத்துக்கு அரசனாக மகுடத்தை அளித்து,
போஜரகளது குலத்தாரை பொருத்தினான் அவ்விடத்தில்,
மிகுந்து இருந்தோருடன் முன்னேறினான் அர்ஜுனன்,
இந்திரப்ரஸ்தத்துக்கு அரசனாக அமர்த்தினான் வஜ்ரனை.

வஜ்ரனை கண்ணனின் வாஞ்சைமிகு பேரனை,
இந்திரப்ரஸ்தத்தை ஆட்சிசெய்ய அமர்த்தினான் அர்ஜுனன்,
சரஸ்வதியை ஒட்டியதான சீர்மிகுந்த பகுதியிலே,
அரசனாய் யுயுதானனின் அருமைமகனை அமர்த்தினான்.

அமர்தத்தினான் ஆட்சியில் அவரவர்களின் வம்சத்தோத,
அக்ரூரரின் மனைவியர்கள் அடவியில்லே புகுந்து,
தவந்தான் செய்வோமெனத் தெரிவித்தனர் அர்ஜுனனிடம்,
வஜ்ரன் அவர்களை வேண்டாமெனத் தடுத்தான்.

தடுத்தான் வஜ்ரன் தங்கவில்லை அம்மாதர்,

அடுத்துதான் ருக்மணியுடன் ஹேமாவதியும் ஜாம்பவதியும்,
சைவியையும் காந்தாரரின் செல்வியான இளவரசியும்,
எரியும் அக்கினியில் இறங்கி உயிர்நீத்தனர்.

உயிர்நீத்தனர் வாசுதேவனின் ஒருசில மனைவியர்,
புகுந்தனர் வனத்திகே பாமாவுடன் வேறுசிலர்,
கருதினர் தவத்திலே காலத்தை கழித்துவிட,
வாழ்ந்தனர் கனிகிழங்கை உண்டு தியானத்தில்.

தியானத்தி வாழ்ந்திட தலைப்பட்ட அம்மாதர்,
ஹிமவத்தில் இருந்து அப்பாலே கடந்தனர்,
பெயரில் கல்பமென பகரப்படும் பெருவனத்தில்,
தியானத்தில் ஹரியையே துதித்து தவஞ்செய்தனர்.

தவஞ்செய்தனர் கண்ணனின் தியானத்தால் அம்மாதர்,
வ்ருஷ்ணியர் படைகளின் வீரர்கள் பலரையும்,
மன்னவர் வஜ்ரனிடம் மாண்புடன் ஒப்படைத்து,
பெரிதானதோர் கடமையை பார்த்தன் முடித்தான்.

முடித்தான் கடமையை மனதிலே பாரத்துடன்,
சென்றான் வியாசரிடம் சிந்தும் கண்ணீருடன்,
கண்டான் த்வைபாயனரை கானகத்தின் ஆசிரமத்தில்,
நுழைந்தான் குடிலுக்கும் நெஞ்சம் நொடிந்தவனாய்.

(8)மௌசல பர்வம், பகுதி 8

நொடிந்தவனாய் அர்ஜுனன் நுழைந்தான் ஆசிரமத்தில்,
உண்மையை உடையவர் உன்னத மகரிஷி,
மகனாய் சத்யவதிக்கு மண்ணுலகில் பிறந்தவர்,
அமைதியாய் ஒரிடத்தில் அமர்ந்திருந்தார் தனியாக.

தனியாக அமர்ந்திருந்த த்வைபாயனர் அருகாகி,
கடமையாக இருந்தவற்றைக் கடைப்பிடிக்கும் காண்டீபன்,
உம்மிடமாக வந்துளேன் அர்ஜுனன் என்பதாக,
பணிவாக உரைத்தபின்னர் பொறுமையாகக் காத்திருந்தான்.

காத்திருந்தான் அர்ஜுனன் கிருஷ்ண த்வைபாயனர்,

கண்திறந்துதான் நோக்கிக் கருத்தை கேட்கும்வரை,
தவத்தின் உறைவிடமாய் திகழ்ந்தவர் வியாசர்,
நல்வரவுதான் அர்ஜுனாவென நவின்று அமரவைத்தார்.

அமரவைத்தார் அர்ஜுனனை ஆழ்ந்துநோக்கினார் முகத்தை,
கவலையானதோர் முகத்துடன் காணப்பட்டான் அர்ஜுனன்,
வினவினார் வேதமுனி விஜயா உன்மீது,
துணியிலோர் முனையால் தெளித்தனரா நீரை?

நீரை முடியால் நகத்தால் தெளித்தனரா?
தண்ணீரைக் கொப்பளித்து துப்பினரா உன்மீது?
மாதவிடாய் முடியுமுன் முயங்கிவிட்டாயா மாதருடன்?
தோல்வியை அடைந்து திரும்பினாயா களம்விட்டு?

களம்விட்டு தோல்வியுற்று கலங்கி வந்தவனென,
இருக்கிறது தோற்றம் இழந்தாயா வளத்தையெலாம்?
வெல்வதற்கு எவருமில்லை வென்றதாயும் அறியவில்லை,
பின்னெதெற்கு இந்த பித்தன்போன்ற தோற்றம்?

தோற்றம் இவ்விதம் துவண்டு இருப்பதற்கு,
காரணம் என்னவெனக் கூறவேண்டும் அர்ஜுனா,
உரைக்கும் செயலால் ஊறேதும் தோன்றாதெனில்,
என்னிடம் காரணத்தை இயம்பவேண்டும் அர்ஜுனா.

அர்ஜுனா என்று அருந்தவ மாமுனிவர்,
நெடிதாய் வினாக்களை நவின்று முடித்தார்,
பதிலை முனிவரிடம் பகர்ந்தான் கண்ணன்,
மேகமாய் நிறமுடையான் மாதவன் மடிந்தான்.

மடிந்தான் கண்ணன் மாண்புடைய ராமனுடன்,
அன்னவன் கண்கள் அலர்ந்த கமலமென,
உடையவன் வானுலகை அடைந்தான் மாமுனியே,
இரும்பாயுதத்தின் தாக்குதலால் ஏற்பட்டது பேரழிவு.

பேரழிவு உண்டானது ப்ராபசமெனும் தலத்தில்,
பிராமணரது சாபத்தால் பெருமைமிகு வ்ருஷ்ணியர்,
வீழ்வுற்று மாண்டனர் வெகுபெருத்த அழிவிலே,
மாவீரரென்று ஒருவர்கூட மிஞ்சவில்லை வ்ருஷ்ணியரில்.

வ்ருஷ்ணியரில் அந்தகரில் வலுமிகுந்த போஜரில்,
வீரர்கள் அனைவரும் வீழ்ந்தனர் ப்ரபாசத்தில்,
வலிமையில் சிம்மென வாழ்ந்தவர்கள் நன்மனத்தார்,
கரங்கள் இரண்டு கதைபோன்றோர் இறந்தனர்.

இறந்தனர் அம்புகள் அடித்தாலும் தாங்குவோர்,
அதற்கோர் காரணமாக அருகம்புல் அமைந்தது,
காலத்திலோர் மாற்றத்தால் காலனிடம் சென்றனர்,
கணக்கிலோர் ஐந்துலட்சம் கிடையாது எதிரிகள்.

எதிரிகள் எவருமின்றி அவர்களுக்குள் மோதலுற்று,
பேரழிவில் வீழ்ந்தனர் பெருவீரர் அனைவரும்,
யாதவர்கள் அழிவாலும் அச்சுதனின் சாவினாலும்,
என்மனதில் அமைதியில்லை இடர்பட்டு துடிக்கிறேன்.

துடிக்கிறேன் ஏனெனில் திடமிக்க சாரங்கபாணி,
இறந்தான் என்பதை என்மனம் நம்பவில்லை,
கடல்தான் வற்றியதெனக் கூறுதல் போன்றது,
வாசுதேவன் கண்ணன் வீழ்ந்தானென உரைப்பது.

உரைப்பது இயலுமோ விழுந்தது மலையென்று?
வானத்து நகரமே விழுந்தது பூமியிலென,
உரைப்பது போன்றதுதான் வாசுதேவன் இறந்தது,
நெருப்பு குளுமையை நல்குவது இயலுமா?

இயலுமா வ்ருஷ்ணியர் இறந்தபின்னர் நானும்,
உலகமாய் இருப்பதில் வாழ்ந்து மகிழுதல்?
வாழவே விருப்பமில்லை வெறுப்புற்றேன் மாமுனியே,
இதற்குமேலாய் உண்டானது இன்னொரு நிகழ்வு.

நிகழ்வு யாதென நவிலுகிறேன் மகரிஷியே,
தவத்துக்கு உறையுளான தூயவர் நீவிர்தான்,
எனக்கு அதுகுறித்து இயம்பவேண்டும் விவரத்தை,
எனது மனமானது இடர்பட்டு துடிக்கிறது.

துடிக்கிறது என்மனம் தூளாகிறது இதயம்,
ஆயிரக்கணக்கு வ்ருஷ்ணியருடன் அடவிவழியில் வரும்போது,
பாஞ்சாலத்து தேசத்தருகில் பாய்ந்தனர் திருடர்கள்,
அப்போது எனக்கு இயலவில்லை நாணேற்றுதல்.

நாணேற்றுதல் முடியவில்லை நானவர்களுக்கு சமமாகவில்லை,
முற்காலத்தில் என்னிடம் மிகைத்திருந்த பெரும்பலம்,
இல்லாமல் அக்கணத்தில் இழிவுற்றேன் திருடர்முன்னர்,
வானவரது ஆயுதங்களும் வரவில்லை அழைத்தபோது.

அழைத்தபோது ஆயுதங்கள் என்னிடத்து வரவில்லை,
தீராதது என்னுடைய தூணியான அம்புக்கூடு,
தீர்ந்தது அந்தத் திருடர்களுடன் மோதும்போது,
என்முன்பு நாற்கரத்தார் இல்லை காப்பதற்கு.

காப்பதற்கு என்முன்னர் காணப்பட்ட கருநிறத்தார்,
நாற்கரத்தொடு சங்குகொண்டு நயனம் கமலமானவர்,
கோவிந்தனென்று அழைக்கப்படும் கண்ணன் என்முன்னர்,
அப்போது தோன்றவில்லை அதன்பின்னர் வாழ்ந்தென்ன?

வாழ்ந்தென்ன பலனுண்டு வாசுதேவன் அருகிலின்றி,
வெருமையான வருத்தமான வாழ்வினால் மகிழ்வென்ன?
மிகபலமான வடிவத்துடன் மாபெரும் உருவமாக,
எதிரியென இருந்தோரை அழித்தவரைக் காணவில்லை.

காணவில்லை எனக்குமுன் கனத்த அக்கினிபோல்,
எதிர்களை சாம்பலாக்கும் ஆற்றல்மிக்க வடிவத்தை,
எவ்விதமாய் எரித்தபின்னர் அம்புகளால் நானடிப்பேன்,
அவ்வடிவை உடையவர் எழவில்லை என்முன்னர்.

என்முன்னர் இருந்தவரை எதிர்த்து வெல்லுதற்கு,
எனக்கோர் பலமின்றி ஆழ்சோகம் அடைந்தேன்,
வாழுதற்கோர் தைரியம் வரவில்லை மாமுனிஉஏ,
ஜனார்தனர் இல்லாததால் சோற்வுற்றேன் உடல்மனதில்.

உடல்மனதில் சோர்வுற்றேன் உளத்தில் துடித்தேன்,
கண்கள் மங்கிவிட்டன காட்சிகளில் தெளிவில்லை,
நலங்கள் அளிப்பதை நவிலவேண்டும் எனக்கு,
வனத்தில் அலைபவனாய் வந்துளேன் உம்மிடம்.

உம்மிடம் வந்துளேன் என்னிடம் ஏதுமின்றி,
எண்ணம் முழுவதும் ஏற்பட்டது கடுஞ்சோகம்,
உடலெலாம் தளர்ந்து உற்றேன் பெருவாட்டம்,

உறவேதும் இல்லானென உளம்வாடி வந்துளேன்.

வந்துளேன் உம்மிடமென வருத்தமாய் உரைத்ததும்,
பேரனின் சொல்லுக்கு பெருமுனிவர் பதிலளித்தார்,
பிராமணரின் சாபத்தால் பாதிப்புக்கு உள்ளாகி,
வ்ருஷ்ணியருடன் அந்தகர் வீழ்ந்தனர் விதிவசத்தால்.

விதிவசத்தால் அனைவரும் வீழ்ந்தனர் ஆதலால்,
அன்னவர்கள் அழிவுக்கென அகந்துடித்து வருந்தாதே,
முற்காலத்தில் இவையெலாம் முடிவாகிய நிகழ்வுகளே,
அவர்கள் வீழ்ந்தது ஆற்றல்மிக்க காலத்தால்.

காலத்தால் வந்ததான கேடுமிக்க நிகழ்வினை,
தடுத்தல் முடியுந்தாலும் தடுக்காமல் கண்ணன்,
விதிப்போல் நடக்கட்டுமென வேதனையாய் முடிவெடுத்தான்,
கோவிந்தனால் முடியாதது கிடையாது அகிலத்தில்.

அகிலத்தில் நடப்பன அனைத்தையும் மாற்றிவைக்கும்,
ஆற்றல்கள் உடையவன் அச்சுதன் ஒருவனே,
நகருபவைகள் நகராதனவும் நானிலத்தில் இயங்குவது,
கண்ணனால் என்பதால் கடினமோ சாபவிலக்கு?

சாபவிலக்கு அளிப்பது சிரமமில்லை கண்ணனுக்கு,
பிராமணரது சாபத்தைப் போக்குவது இயன்றாலும்,
கமலமென்று கண்ணுடையான் கண்ணனென்று பெயருடையான்,
பூமியது பாரத்தைப் பெரும்பகுதி குறைத்தான்.

குறைத்தான் பூமியின் கடுமையான பாரத்தை.
அதைத்தான் முடித்தபின்னர் அச்சுதன் கண்ணனும்,
சென்றான் தனது சீர்மிகுந்த பதவிக்கு,
தேவரின் பணிமுடிக்க தோன்றினான் அச்சுதன்.

அச்சுதன் போலவே அர்ஜுனன் நீயும்,
வ்ருகோதரனும் இரட்டையரும் வந்தீர் பணிமுடிக்க,
தேவர்தம் பணிகளைத் தரணியில் முடித்தீர்,
உங்களின் வாழ்வு வெற்றியுடன் நிறைவானது.

நிறைவானது என்று நவிலுவேன் உம்வாழ்வை,
இவ்வுலகினின்று நீவிரெலாம் அவ்வுலகு செல்லுதற்கு,

வந்துவிட்டது நேரம் விளம்பினேன் உண்மையை,
அவ்விதத்து உலகைவிட்டு அகலுதல் நலந்தரும்,

நலந்தரும் நல்லகாலம் நிறைவேறுமுன் செல்லுவது,
வளமையும் வலிமையும் விட்டகன்று செல்லுமுன்னர்,
வானுலகம் செல்லுவதே விழுப்பத்தை அளிக்கும்,
பெற்றதெலாம் சென்றுவிடும் பகைமையான காலத்தால்.

காலத்தால் தாக்கங்கள் கடுமையாக வரும்போது,
இருப்பவைகள் எல்லாம் இல்லாது அகன்றோடும்,
இவைகள் அனைத்தையும் இயக்கும் ஆற்றலையே,
உரைப்பார்கள் காலமெனும் உன்னத சக்தியாக.

சக்தியாக உலகத்தை செயலாக்குவது காலமே,
அகிலமாக இருப்பதன் ஆதிமுதல் காரணமும்,
காலமாக இயக்கும் கடுமைமிகு சக்தியென்று,
தெளிவாக உணர்ந்துகொள் தனஞ்செயனே இக்கருத்தை.

இக்கருத்தை உணர்ந்துகொள் எல்லாவற்றை தனக்குள்,
இழுப்பதைச் செய்வதும் ஆற்றல்மிகும் காலமே,
பலத்தை அளிப்பதும் பலவீனனாய் மாற்றுவதும்,
நில்லாநிலை கொண்டு நகர்ந்தோடும் காலமே.

காலமே ஒருவரை கோனாக அமர்த்தி,
ஆளவே செய்கிறது அனைத்து உலகையும்,
அதன்பின்னே அம்மனிதரை அடிமையென ஆக்கியே,
பிறரிடத்திலே கட்டளைகள் பெறவைப்பதும் காலமே.

காலமே உனக்குக் கொடுத்தது ஆயுதங்களை,
அவைகளாலே இவ்வுலகில் ஆகத்தக்க பணிகளெலாம்,
முடிந்தே நிறைவேறியதால் மீண்டன வானுலகம்,
தேவைகளே ஏற்பட்டால் தென்படும் மீண்டும்.

மீண்டும் உனனிடம மாம்பெரும் ஆயுதங்கள்,
தோன்றும் அதற்குத் தகுந்த காலத்திலே,
காலநேரம் வந்தது கீழுலகை விட்டுசெல்ல,
உரைத்ததெலாம் உங்களுக்கு உகந்ததான நற்கருத்து.

நற்கருத்து இதுதானென நவின்ற வியாசரிடம்,

விடைபெற்று தனஞ்செயன் வந்தான் ஹஸ்தினாபுரம்,
உட்புகுந்து யுதிஷ்டிரனிடம் உரைத்தான் நடந்தவற்றை,
வ்ருஷ்ணியரது முடிவுபற்றி விரிவாக எடுத்துரைத்தான்.

எடுத்துரைத்தான் அர்ஜுனன் அந்தகருடன் வ்ருஷ்ணியர்,
எவ்விதந்தான் அழிந்தாரெனும் அனைத்து விவரத்துடன்,
வலதேவன் மறைவையும் விரிவாக உரைத்தான்,
விளக்கினான் எவ்விதம் வீழ்ந்தான் கண்ணனென்றும்.

பகுதி 17: மஹாப்ரஸ்தானிக பர்வம்

(1)மஹாப்ரஸ்தானிக பர்வம், பகுதி 1

கண்ணனென்றும் நாரணனென்றும் கோவிந்தனென்றும்
விஷ்ணுவென்றும்,
கூறப்படும் இறைவருடன் கும்பிடவேண்டும் நரனை,
சரஸ்வதியாம் அன்னையையும் சிந்தனையில் வைக்கவேண்டும்,
உரைக்கவேண்டும் ஜெயமென்ற உன்னத வார்த்தையை.

வார்த்தையை ஜனமேஜெயன் உகுத்தான் சோகமாக,
நிகழ்ந்தவை அனைத்தையும் நவின்ற அர்ஜுனனின்,
வார்த்தைகளை கேட்ட வலுமிக்க பாண்டவர்கள்,
எச்செயலை செய்தனரென எழுப்பினான் வினாவை.

வினாவை எழுப்பினான் வேந்தன் ஜனமேஜெயன்,
வ்ருஷ்ணியரை இழந்தபின்னர் வாசுதேவன் மறைந்தபின்னர்,
பாண்டவரை குறித்து பகரவேண்டிய வேந்தனுக்கு,
பதிலை அளித்தார் பெருமுனிவர் வைசம்பாயனர்.

வைசம்பாயனர் உரைத்தார் வேந்தனான யுதிஷ்டிரன்,

கௌரவர் தலைவன் கருணையில் மிகைத்தவன்,
வ்ருஷ்ணியர் மாண்டதால் வெகுசோகம் உற்றான்,
மண்வாழ்வுக்கோர் முடிவினை மனதார விரும்பினான்.

விரும்பினான் யுதிஷ்டிரன் வானுலகம் செல்லுதற்கு,
அழைத்தான் அர்ஜுனனை அறிவித்தான் கருத்தினை,
உரைத்தான் காலந்தான் உயிர்களை வாட்டுவதாய்,
காலந்தான் நிகழ்வுகளைக் கொடுக்கிறது இவ்விதம்.

இவ்விதம் அழிவுகள் ஏற்படுவது காலத்தால்,
நீயும் இதுகுறித்து நினைத்துப் பார்ப்பாயென,
கூறியதும் அர்ஜுனன் குறிப்பிட்டான் ஒருவார்த்தையை,
காலம் காலமெனக் கூறினான் பலமுறை.

பலமுறை காலமென பகர்ந்த பார்த்தன்,
அண்ணனை முழுதாக ஆமோதித்தான் கருத்தளவில்,
எதனை விரும்புகிறான் அர்ஜுனன் என்பதை,
குறிப்பாய் உணர்ந்தான் கனவீரன் வ்ருகோதரன்.

வ்ருகோதரன் இரட்டையர்கள் விளம்பினர் ஒப்புதலை,
அர்ஜுனன் சொன்னதுபோல் ஆட்சியில் இல்லாமல்,
தவத்தின் வழியிலே தாம்செல்வோம் இனிமேலெனும்,
எண்ணத்தின் காரணமாய் அழைத்தனர் யுயுத்சுவை.

யுயுத்சுவை அழைத்ததும் யுதிஷ்டிரன் அக்கணமே,
ஆட்சியை யுயுத்சுவிடம் அளித்தான் தயங்காமல்,
பரீட்சித்தை அரசனாக்கி பொன்மகுடம் சூட்டினான்,
சுபத்திரையை நோக்கி சக்ரவர்த்தி பேசினான்.

பேசினான் உன்னுடைய பேரனான பரீட்சித்து,
உன்மகனின் மகனானவன் அரசனானான் கௌரவருக்கு,
யாதவரின் குலத்திலே இருக்கும் வாரிசான,
வஜ்ரன் இப்போது வேந்தன் ஆகினான்.

ஆகினான் பரீட்சித் ஹஸ்திபுரத்தின் வேந்தனாக,
வஜ்ரன் சக்ரப்ரஸ்த வேந்தனாக முடிசூடினான்,
பரீட்சித்தின் காவலனாக புரிவாய் ஆட்சியை,
நெறிகேட்டின் வழியிலே நெஞ்சத்தை திருப்பாதே.

திருப்பாதே மனதை தீமையிலே ஒருபோதுமென,
வார்த்தைகளே உரைத்தபின் வேந்தன் யுதிஷ்டிரன்,
கண்ணனுடனே வ்ருஷ்ணியருக்கு கொடுத்தான் எள்நீரை,
வாசுதேவருடன் ராமனுக்கும் வழங்கினான் ஸ்ரத்தங்கள்.

ஸ்ரத்தங்கள் புரிந்த சக்ரவர்த்தி யுதிஷ்டிரன்,
நில்லாமல் ஹரியின் நாமத்தை உரைத்தபடி,
உணவுகள் வழங்கினான் வேதரிஷி அனேகருக்கு,
மகரிஷிகள் வியாசர் மார்க்கண்டேயர் நாரதர்.

நாரதர் பரத்வாஜரின் நிகரிலாக் குலத்தோன்றல்,
தவத்தில் மிகைத்த தூயமுனி யக்ஞுவல்கியர்,
அவ்விடத்தில் உண்டனர் அரசனின் ஸ்ரத்தத்தில்,
கண்ணன்பேரில் யுதிஷ்டிரன் கொடுத்தான் பொன்பொருளை.

பொன்பொருளை ஆடைகளை புரவிகளை கிராமங்களை,
பெண்ணடிமைகளை கொடுத்தான் பல்லாயிரக் கணக்கில்,
மக்களை அழைத்த மன்னவன் யுதிஷ்டிரன்,
கிருபரை பரீட்சித்தின் குருவாக நியமித்தான்.

நியமித்தான் கிருபரை நலமிகும் குருவாக,
ஒப்படைத்தான் பரீட்சித்தை உன்னதர் கிருபரிடம்,
அழைத்தான் மீண்டும் அனைத்து மக்களையும்,
அறிவித்தான் தானெடுத்து அரசாட்சி மாற்றத்தை.

மாற்றத்தை உரைத்தான் மற்றபல முடிவுகளுடன்,
அவன்சொல்லைக் கேட்டதும் ஆதங்கமும் சோகமும்,
மிகுதியாய் உண்டானது மக்களின் மனதிலே,
தேவையில்லை இம்முடிவென தெரிவித்தனர் வேந்தனிடம்.

வேந்தனிடம் மக்கள் விளம்பிய சொற்களை,
காமெனும் மாற்றத்தைக் கண்டறிந்த காரணத்தால்,
ஒருதுளியும் ஏற்கவில்லை வாலறிவான் யுதிஷ்டிரன்,
நெறிமிகும் யுதிஷ்டிரன் நவின்றான் மறுப்பினை.

மறுப்பினை மக்களுக்கு மனங்கோணா விதத்திலே,
அன்பாய் உரைத்து அனுமதியைப் பெற்றான்,
உலகை விடுத்து வெளியேறும் மனங்கொண்டான்,
அவனை ஒத்தவராய் இருந்தனர் தம்பியர்.

தம்பியர் ஐவரும் தனயனின் மனம்போல,
வாழ்விலோர் விருப்பமின்றி வெளியேற நினைத்தனர்,
அரசர் உடுத்தும் ஆடைகள் ஆபரணங்களை,
களைந்ததோர் நிலையிலே கிளம்பினான் யுதிஷ்டிரன்.

யுதிஷ்டிரன் போலவே வ்ருகோதரன் அர்ஜுனனும்,
மாத்ரியின் மைந்தர்களும் மகாராணி திரௌபதியும்,
மரவுரிதான் தரித்து மன்னனுடன் வந்தனர்,
பூசித்துதான் அதன்பின்னர் புறப்பட்டனர் அங்கிருந்து.

அங்கிருந்து புறப்படுமுன் அவரவர்களின் அக்கினியை,
நீருக்கு வழங்கி நனைத்து அணைத்தனர்,
அவர்களது கோலத்தால் அகங்கலங்கி மாதர்கள்,
ஓலமிட்டு அழுதனர் உள்ளினர் முன்நிகழ்வை.

முன்நிகழ்வை நினைத்தனர் மன்னவன் யுதிஷ்டிரன்,
தம்பியரை திரௌபதியைத் தன்னுடன் அழைத்தபடி,
பகடை தோல்வியால் பலதுயரம் அடைந்தவனாய்,
வனவாசத்தை ஏற்று வெளியேறி சென்றதாக.

சென்றதாக முன்நிகழ்வின் சோகத்திலே மக்கள்,
அமைதியாக இருந்தனர் அரசனின் பிரிவுக்காக,
பாண்டவாராக இருந்த பெருவீரர் ஐவரிடமும்,
சோகமாக ஏதுமில்லை செல்லவே விரும்பினர்.

விரும்பினர் இவ்வுலக வாழ்வுவிட்டு விலகிடவே,
வ்ருஷ்ணியர் இறந்தபின் வாழ்ந்து பலனேதென,
நினைந்தனர் ஆதலால் நெஞ்சத்தில் சோகமில்லை,
கிளம்பினர் ஐவரும் கிருஷ்ணை ஆறாவதாக.

ஆறாவதாக கிருஷ்ணை ஐவருடன் கிளம்பிட,
ஏழாவதாக நாயொன்றும் அவர்களுடன் கிளம்பியது,
இவ்விதமாக ஹஸ்தினாபுரத்தை அகன்று எழுவரும்,
வரிசையாக சென்றனர் வந்தனர் அரசமாதர்.

அரசமாதர் சிறிதுதூரம் எழுவருடன் வந்தனர்,
அன்னவர் எவருக்கும் அரசனின் முடிவினை,
தடுப்பதோர் பேச்சுக்கு தைரியம் வரவில்லை,

அதன்பின்னர் மக்களும் ஏகினர் ஹஸ்தினாபுரம்.

ஹஸ்தினாபுரம் திரும்பினர் அனைத்து மக்களும்,
கிருபர் யுயுத்சு கிளம்பினர் நகர்நோக்கி,
நாகர் குலத்து நங்கையான உலூபி,
வேகவதியார் கங்கையில் விழுந்து மறைந்தார்.

மறைந்தார் உலூபி மாதா கங்கையிலே,
மணிப்புரத்தார் நகருக்கு மீண்டார் சித்ராங்கதா,
அன்னையர் நிலையுடைய அணங்குகள் பலரும்,
நின்றனர் பரீட்சித்தின் நேசமிக்க உறவினராய்.

உறவினராய் இருந்தோரை விட்டகன்ற பாண்டவர்,
உபவாசத்தை கடைப்பிடித்து ஏகினர் கிழக்குதிசை,
மனத்தை யோகத்தில் முழுதாக செலுத்தி,
துறவறத்தை ஏற்று தரணியை வலம்வந்தனர்.

வலம்வந்தனர் அனைவரும் வரிசையில் மாறாமல்,
மூத்தவர் யுதிஷ்டிரன் முதலிலே சென்றார்,
தொடர்ந்தனர் வ்ருகோதரனும் தனஞ்செயனும் இரட்டையரும்,
அவரவர் பிறந்த அகவையின் வரிசையில்.

வரிசையில் ஆறாவதாக வந்தாள் கிருஷ்ணை,
அழகில் பக்தியில் அமைதியில் ஒழுக்கத்தில்,
ஈடிணைகள் இல்லாதவள் அகண்ட கண்களை,
கமலம்போல் உடையவள் கணக்கில் ஆறாவது.

ஆறாவது கிருஷ்ணை அவளுக்குப் பின்னதாக,
ஏழாவது ஆகியது அவர்களுடன் நாயொன்று,
எங்கெங்கு சென்றாலும் அவர்களுடன் வந்தது,
செந்நிறத்து கடலருகே சென்றனர் எழுவரும்.

எழுவரும் செங்கடல் அருகிலே சென்றனர்,
அப்போதும் காண்டீபத்தை அகற்றவில்லை அர்ஜுனன்,
எப்போதும் தீராமல் அம்புகள் இருப்பதான,
குடுவைகள் இரண்டையும் காண்டீபன் தரித்திருந்தான்.

தரித்திருந்தான் காண்டீபத்தை தூணிகள் இரண்டுடன்,
கொண்டிருந்தான் பற்றுதல் காண்டீப வில்லின்மேல்,

விட்டுவிடதான் மனமின்றி விருப்பத்துடன் வைத்திருந்தான்,
பெற்றுவிடதான் விருப்பத்துடன் பவனன் எதிர்ப்பட்டான்.

எதிர்ப்பட்டான் பவனன் ஏழுவிதக் கங்குடையான்,
உடலெடுத்தான் அங்குவந்தான் விளம்பினான் பாண்டவரிடம்,
பாண்டுவின் மைந்தர்களே பெருவீரம் மிகைத்தவரே,
யுதிஷ்டிரன் பீமசேனன் அர்ஜுனன் இரட்டையரே.

இரட்டையரே நானிங்கு இயம்புவதைக் கேளீர்,
குலத்திலே சிறந்தோரே கூறுகிறேன் எனைப்பற்றி,
நெருப்புக்கே இறைவனென நவிலுவார் என்னை,
காண்டவத்தையே அழித்த கடுந்தீ நானாவேன்.

நானாவேன் அர்ஜுனன் நல்கியதோர் உதவியால்,
உண்டவன் காண்டவமென வழங்கப்படும் வனத்தை,
நாரணன் அர்ஜுனனுடன் நல்கினான் உதவியை,
கோருகிறேன் இப்போது காண்டீபத்தை கொடுத்துவிட.

கொடுத்துவிட வேண்டும் கனமிகுந்த காண்டீபத்தை,
காண்டீவமென்ற வில்லை கொடுத்தபின் உங்களின்,
சகோதரனான அர்ஜுனன் செல்லட்டும் வனத்துக்கு,
பயன்படுத்தத் தேவையில்லை பார்த்தன் காண்டீபத்தை.

காண்டீபத்தை அர்ஜுனன் கொடுப்பதுதான் முறையாகும்,
சுதர்சனத்தைத் துறந்துவிட்டு சென்றுவிட்டான் கண்ணன்,
வேறுதேவை கண்ணனுக்கெனில் வந்துசேரும் சுதர்சனம்,
வேலைகளை முடித்தபின் விலக்கவேண்டும் ஆயுதத்தை.

ஆயுதத்தை தருவாயென அர்ஜுனன் பொருட்டாக,
வருணனை வேண்டி வாங்கிவந்தேன் காண்டீபத்தை,
வாங்கியதை மீண்டும் வழங்கவேண்டும் வருணனிடம்,
காண்டீபத்தை கொடுத்துவிடு கடலரசன் வருணனிடம்.

வருணனிடம கொடுப்பாயென வேண்டினார் அக்கினி,
அர்ஜுனனிடம் அதனையே இயம்பினர் சகோதரர்கள்,
சகோதரர்தம் சொற்களை சரியென ஏற்று,
காண்டீபத்தையும் தூணிகளையும் கொடுத்தான் கடலிடம்.

கடலிடம் வீசினான் காண்டீபத்துடன் தூணிகளை,

அதேகணம் அக்கினி அங்கிருந்து மறைந்தார்,
காண்டீபம் அக்கணமே கடலிலே மறைந்து,
தென்புறம் திரும்பி தொடர்ந்தனர் பயணத்தை.

பயணத்தை தொடர்ந்ததும் பெரிதான உப்புக்கடலின்,
வடகரை வரையிலே வந்தனர் எழுவரும்,
தென்மேற்காய் பயணத்தை தொடர்ந்தனர் அதன்பின்,
மேற்குதிசை நோக்கி மிகதூரம் நடந்தனர்.

நடந்தனர் மேல்திசையில் அடைந்தனர் த்வாரகையை,
கண்டனர் கடலுக்குக் கீழமிழ்ந்த நகரத்தை,
திரும்பினர் அங்கிருந்து திசையான வடப்புறத்தில்,
சென்றனர் யோகத்தில் சிறிதும் தளர்வின்றி.

தளர்வின்றி அவர்கள் தரணியை வலம்வந்தனர்,
முழுப்புவியை சுற்றிவர மனதிலே விரும்பினர்,
யோகத்தை தளர்த்தாமல் அவர்கள் நடந்தனர்,
வெகுதூரத்தை கடந்து வந்தனர் ஹிமவத்துக்கு.

(2)மஹாப்ரஸ்தானிக பர்வம், பகுதி 2

ஹிமவத்துக்கு வந்தனர் ஆத்மனை நினைத்தபடி,
அதைக்கடந்து சென்றனர் ஆளிலாத பாலைக்கு,
மேருவென்று மொழியப்படும் மலையைக் கண்டனர்,
யோகத்து மனநிலையில் அனைவரும் நடந்தனர்.

நடந்தனர் அப்போது நடைதளர்ந்த யக்ஞுசேனி,
இயலாததோர் நிலையிலே யோகத்தை விலக்கி,
உயிரற்றதோர் உடலாக விழுந்தாள் பூமியில்,
யுதிஷ்டிரனிடத்திலோர் ஐயத்தை எழுப்பினான் பீமன்.

பீமன் வினவினான் பாஞ்சாலரின் இளவரசி,
பாவத்தின் நிழல்கூடப் படாதவள் தூயவள்,
எதனால்தான் யக்ஞுசேனி இறந்து விழுந்தாளென,
கிருஷ்ணையின் வீழ்வுக்கு கேட்டான் காரணம்.

காரணம் என்னவெனக் கூறினான் யுதிஷ்டிரன்,

ஐவரும் சமமாக இருந்தாலும் யக்ஞசேனி,
அர்ஜுனனிடம் தனிப்பாசம் உற்றவளாய் இருந்ததால்,
அதற்காகும் விளைவை அடைந்தாள் இப்போது.

இப்போது வீழ்வுந்ததற்கு என்னதான் காரணமென,
விளம்பிவிட்டு யுதிஷ்டிரன் வழிப்பயணத்தைத் துவக்கினான்,
நெறிகளுக்கு உறைவிடமான நல்லவன் யோகத்தில்,
நிலைபெற்று மனத்தை நிறுத்தினான் மனத்திலே.

மனத்திலே யோகத்தை முழுதாக நிலைநிறுத்தி,
நடக்கவே செய்தவரில் நலிவுற்ற சகாதேவன்,
தரையிலே விழுந்தான் தளர்விலே தாக்குண்டு,
காரணத்தையே அதற்குக் கேட்டான் பீமசேனன்.

பீமசேனன் வினவினான் பழுதிலாதான் சகாதேவன்,
பணிவுடன் நமக்கெலாம் புரிந்தான் சேவைகள்,
வீழதான் நேரிட்ட விளைதான் எதனால்?
மத்ரவதியின் மைந்தன் மண்வீழ்ந்தது எதனால்?

எதனால் என்றதும் இயமொபினான் யுதிஷ்டிரன்,
தனக்குமேல் ஞானமுளார் தரணியில் இல்லையெனும்,
எண்ணத்தால் தனைக்குறித்து ஏற்றமாக நினைத்திருந்தான்,
அதலால் வீழ்ந்தானென அறிவித்தான் யுதிஷ்டிரன்.

யுதிஷ்டிரன் அவ்விதத்தில் இயம்பினான் அவ்விடத்தில்,
சகாதேவன் உடலைவிட்டு சென்றான் மற்றவருடன்,
கிருஷ்ணையுடன் சகாதேவன் கீழே விழுந்ததை,
கண்டுதான் நகுலன் கலங்கி விழுந்தான்.

விழுந்தான் நகுலன் வடிவழகு மிக்கவன்,
உறவினரின் மீது உற்றதான பாசம்,
மிகைத்ததன் காரணமாய் மனதிலே சோர்வுற்று,
விழுந்தான் நகுலன் வினவினான் பீமசேனன்.

பீமசேனன் வினவினான் பழுதிலாதான் நகுலன்,
அறத்தின் பாதையை அரைக்கணமும் மீறாதவன்,
நமக்குதான் கட்டுப்பட்டு நடப்பவன் பணிவாக,
அழகுதான் மிகைத்தவன் எதற்காக விழுந்தான்.

விழுந்தான் நகுலன் விழுந்ததன் காரணத்தை,
விளம்பினான் யுதிஷ்டிரன் வ்ருகோதரனுக்கு விடையாக,
அன்னவன் நெறிவிட்டு அகலாத நன்மனத்தான்,
அறிவின் கூர்மைய்க்கும் அவனே உறைவிடம்.

உறைவிடம் அவனே உன்னதப் பேரழகுக்கென,
எண்ணம் கொண்டிருந்தான் இதுதான் காரணம்,
அழகுமிகும் நகுலன் இவ்விடத்தில் வீழ்ந்ததற்கு,
என்னதான் நடக்குமென எழுதியதைத் தாங்கவேண்டும்.

தாங்கவேண்டும் விதியின் தாக்கத்தை என்பதாக,
வ்ருகோதரனிடம் பதிலை விளம்பினான் யுதிஷ்டிரன்,
நகுலனும் மற்றோரும் நசிந்து விழுந்ததால்,
வெண்புரவியோன் விஜயனும் வீழ்ந்தான் மண்ணிலே.

மண்ணிலே வீழ்ந்தான் மாவீரன் அர்ஜுனன்,
பலத்திலே மகவத்தைப் போன்றதொரு ஈடிலான்,
உயிரையே விடப்போகும் வீழ்வான தருணத்தில்,
வினாவையே எழுப்பினான் வ்ருகோதரன் வேந்தனிடம்.

வேந்தனிடம் வினவினான் வ்ருகோதரன் சந்தேகமாக,
ஒருபோதும் பொய்யை உரைக்காதவன் அர்ஜுனன்,
விளையாட்டிலும் பொய்பேசும் வழக்கம் இல்லாதவன்,
தீங்காகும் எதனால் தாக்குண்டு வீழ்ந்தான்?

வீழ்ந்தான் அர்ஜுனன் விளம்புகிறேன் காரணமென,
வேந்தன் யுதிஷ்டிரன் விளம்பினான் காரணத்தை,
உரைத்தான் ஒரேதினத்தில் அழிப்பேன் எதிரிகளையென,
தற்பெருமையின் காரணமாகத் தெரிவித்தான் மிகையாக.

மிகையாகப் பேசினாலும் மாற்றாக நடந்தான்,
செயலாக்க முடியாததை சொன்னதான காரணத்தாலும்,
வில்லாளராக இருந்த வீரரான மற்றவரை,
ஏளனமாக நினைத்ததாலும் அர்ஜுனன் விழுந்தான்.

விழுந்தான் காரணம் வீண்கர்வம் ஒன்றுதான்,
நலந்தான் வேண்டுமென நினைக்கும் ஒருவர்,
இவ்விதந்தான் சிந்தித்தல் ஏற்பானது கிடையாதென,
உரைத்தான் யுதிஷ்டிரன் உரைத்தபின் பயணித்தான்.

பயணித்தான் யுதிஷ்டிரன் பாதையிலே நில்லாமல்,
விழுந்தான் பீமெனனும் வ்ருகோதரனும் தரையிலே,
வினவினான் இப்போது வீழ்ந்தேனே தரையிலே,
என்னதான் காரணம் எனது வீழ்வுக்கு?

வீழ்வுக்குக் காரணம் விளம்பவேண்டும் வேந்தரே,
உங்களது அன்புக்கு உகந்தவன் நானாவேன்,
எனக்கு வீழ்வு எதனாலே ஏற்பட்டது?
உரைப்பது வேண்டுமென யுதிஷ்டிரனை வினவினான்.

வினவினான் பீமசேனன் விளம்பினான் பார்வேந்தன்,
உணவுக்குதான் முக்கியத்துவம் வழங்குபவன் நீயாவாய்,
பலசாலிதான் நீயென்று பெருமையே பேசுவாய்,
உணவுதான் உண்ணுகையில் வேறெவரையும் கவனியாய்.

கவனியாய் மற்றவரை கவனத்துடன் உண்ணும்போது,
வேறில்லை காரணம் வீழ்ந்ததற்கு என்பதாக,
விளக்கத்தை அளித்துவிட்டு வேந்தன் முன்னேறினான்,
திரும்பவில்லை ஒவ்வொருவரும் தரையிலே வீழ்ந்தாலும்.

வீழ்ந்தாலும் திரும்பாது வேந்தன் நடந்தான்,
நாய்மட்டும் வேந்தனுடன் நடந்தது துணையாக,
பயணம் துவக்குகையில் போனவர் ஏழுபேர்,
இறுதியாகும் நிலையிலே இருந்தது இருவர்தான்.

(3)மஹாப்ரஸ்தானிக பர்வம், பகுதி 3

இருவர்தான் கடைசியில் இருந்தனர் பயணத்தில்,
வானவரின் இந்திரன் வெகுபெருத்த தேரிலே,
திசையெலாம் அதிரவே துரிதமாய் வந்தான்,
அழைத்தான் யுதிஷ்டிரனை அமரரின் சொர்க்கத்துக்கு

சொர்க்கத்துக்கு வருமாறு சக்ரன் அழைத்தபோதும்,
அதுகுறித்து யுதிஷ்டிரன் அளித்தான் பதிலை,
எனது தம்பியர்கள் இறந்து விழுந்தனர்,
என்னொடு அவர்கள் இல்லாவிடில் வரமாட்டேன்.

வரமாட்டேன் சொர்க்கத்துக்கு வேறொருவர் இல்லாவிடினும்,
மென்மையின் வடிவான மாதரசி இளவரசி,
தகுதிதான் உடையவள் தனத்துக்கும் வசதிக்கும்,
அன்னவளின் துணையின்றி அமரருலகம் வரமாட்டேன்.

வரமாட்டேன் இவர்களெலாம் வாராவிடில் நானுமென,
மறுத்தான் யுதிஷ்டிரன் மகவத் பதிலளித்தான்,
உந்தன் தம்பியர்கள் வந்துவிட்டனர் சொர்க்கத்துக்கு,
அங்குதான் அவர்கள் அனைவரையும் காண்பாய்.

காண்பாய் வானுலகில் கிருஷ்ணை இருப்பதையும்,
வருத்தமாய் இல்லாமல் வரவேண்டும் சொர்க்கத்துக்கு,
உடல்களை உகுத்தபின் வந்தனர் வானுலகம்,
உன்னைப் பொருத்தவரை உடலுடன் வருவாய்.

வருவாய் சொக்கத்துக்கு உடலுடன் நீயென்று,
கனிவாய் இந்திரன் கூறியதும் யுதிஷ்டிரன்,
நாயாய் என்னுடன் நிற்கும் இவ்வுயிர்,
இணக்கமாய் என்னுடன் இருந்தது இதுகாறும்.

இதுகாறும் என்னுடன் இருந்தது இந்தநாய்,
அதனிடம் எனக்கு ஏற்பட்டது உளக்கனிவு,
வரவேண்டும் நாயும் வானுலகுக்கு என்னோடென,
விளம்பியதும் சக்ரன் வழங்கினான் பதிலை.

பதிலை அளிக்கிறேன் பார்வேந்தே யுதிஷ்டிரா,
என்னை ஒத்ததான ஈடிலாத வளமைகளும்,
சாவைக் கடந்ததான சீர்மிக்க நித்தியத்துவமும்,
பெருமை அனைத்தும் பெற்றாய் வானுலகில்.

வானுலகில் நீபெற்ற வளமைகள் வேண்டுமெனில்,
இவ்வுலகில் நாயை இருக்கவிட்டு வந்துவிடு,
உன்செயலில் கொடுமை ஒன்றும் கிடையாது,
புண்ணியங்கள் மிகைத்தவனே புரிந்துகொள் என்சொல்லை.

என்சொல்லை புரிந்துகொண்டு ஏற்றவிதம் நடப்பாயென,
அறிவுரை வழங்கிய அமரர்களின் கோனிடம்,
பதிலை உரைத்தான் பரதரின் வேந்தன்,

ஆயிரங்கண்ணை உடையவனே அறத்தின் உறைவிடமே.

உறைவிடமே நீதான் உன்னதமிகு அறத்துக்கு,
அறஃவழியிலே நடப்பவர்க்கு அறமீறல் இயலாது,
என்னிடமே பிணைப்பு இருக்கும் நாயானது,
என்னுடனே வராவிடில் எவ்வளமையும் வேண்டேன்.

வேண்டேன் சொர்க்கத்தையென விளம்பிய யுதிஷ்டிரனிடம்,
இந்திரன் பதிலை இயம்பினான் கனிவுடன்,
நாயுடன் வருபார்கள் நாடலாகாது சொர்க்கத்தை,
அன்னவரின் புண்ணியத்தை எடுப்பார் க்ரோதவாசஸ்.

க்ரோதவாசஸ் என்று கூறப்படும் வானவர்,
பாடுபட்டுச் சேர்த்த புண்ணியங்களை எடுப்பர்,
உரைத்ததைச் செவிமடுத்து உகந்தவிதம் நடப்பாய்,
விட்டுவிட்டுச் சீர்மையுடன் வருவாய் சொர்க்கத்துக்கு.

சொர்க்கத்துக்கு நாயுடன் செல்லுதல் இயலாததால்,
விட்டுவிட்டு செல்லுவதை விளம்பிடார் கொடூரமென,
வானவரது வேந்தன் விளம்பினான் கருத்தை,
அதைமறுத்து யுதிஷ்டிரன் இயம்பினான் பதிலை.

பதிலை அளிக்கிறேன் புரந்தரரே உமக்கு,
தன்னை சார்ந்தவரைத் தவிக்க விட்டுவிடுதல்,
பிரமஹத்தியை ஒத்த பெரிதான பாவமாகும்,
நாயை விட்டுவிட்டு நான்மட்டும் வரமாட்டேன்.

வரமாட்டேன் சொர்க்கத்துக்கு வளமைக்கு ஆசைப்பட்டு,
என்னுடன் இருப்பவரை எப்போதும் விலக்காமல்,
இருப்பேன் என்பது இன்றுவரை காத்துவரும்,
விரதத்தின் சாரமாகும் விடமாட்டேன் அஞ்சியோரை.

அஞ்சியோரை என்னை அண்டியோரை நட்பூற்றவரை,
பாதுகாவலை வேண்டியோரை பலமிலாரை வருந்தியோரை,
அடைக்கலத்தை வேண்டியே என்னிடம் வந்தவரை,
தன்னைக் காப்பதற்கு திறமிலாரை காப்பேன்.

காப்பேன் தன்னுயிரைக் காப்பதற்கு அபயமென,
என்னிடம் வந்து இறைஞ்சும் எவரையும்,

எந்தன் உயிரானது இருக்கும் நேரம்வரை,
காப்பேன் எனது காவலுக்குள் இருப்போரை.

இருப்போரை காப்பெனென இயம்பினான் யுதிஷ்டிரன்,
பதிலுரை கொடுத்தான் புரந்தரன் கனிவாக,
புண்ணியத்தைத் தரவல்ல பொருட்களை தானமாக,
அளிப்பதை நாயானது ஏறிட்டால் பறிபோகும்.

பறிபோகும் வேள்வியின் புண்ணியமும் நாயினால்,
ஆகுதியாகும் பொருட்களையும் ஏறிட்டது நாயெனில்,
புண்ணியம் அனைத்தும் போய்விடும் அகன்று,
க்ரோதவாசசெனும் வானவர்கள் களவாடுவார் புண்ணியத்தை.

புண்ணியத்தை உடைவனே பரதரின் வேந்தனே,
இந்நாயை விட்டுவிட்டால் அமரர்களின் சொர்க்கத்தில்,
பெருவாழ்வை அடைவாய் பெருமைபல பெறுவாய்,
சகோதரரை கிருஷ்ணையை செல்லவிட்டாய் உனைவிட்டு.

உனைவிட்டு போகவிட்டாய் உனது உறவுகளை,
பலவிதத்து புண்ணியங்கள் பெற்றுளாய் வேந்தனே,
புத்திகெட்டு நாய்பொருட்டு பிடிவாதம் எதற்காக?
துறந்துவிட்டு வந்துளாய் தரணியில் அனைத்தையும்.

அனைத்தையும் துறந்தபின்னர் ஆவதென்ன நாயினால்?
விட்டுவிடும் மனநிலை வரவில்லையோ நாயையென,
கேட்டதும் யுதிஷ்டிரன் கூறினான் பதிலை,
இவ்வுலகம் தன்னிலே இல்லை நட்புபகை.

நட்புபகை இல்லை நமனிடம் சென்றபின்னர்,
இறப்பினை அடைந்து எனது தம்பியருடன்,
கிருஷ்ணை வீழுகையில் கிடையாது மாற்றேதும்,
உயிரை மீட்டுவரும் வலிமை எனக்கில்லை.

எனக்கில்லை உயிர்கொடுக்கும் ஆற்றலெனும் காரணத்தால்,
அவர்களை விட்டுவிட்டு அகன்று வந்துவிட்டேன்,
உயிரைப் பெற்றிருக்கையில் விடவில்லை அவர்களை,
அபயத்தை வேண்டியோரை அஞ்சிட விடலாகாது.

விடலாகாது பிராமணர் உற்றபொருளைத் திருடினால்,

கொல்லலாகாது ஒருபோதும் காரிகையர் எவரையும்,
செய்யலாகாது கேட்டினை சகாவான நண்பருக்கு,
இந்நான்குக்கு ஒப்பானது அண்டியோரை விலக்குதல்.

விலக்குதல் தவறாகும் ஒருவரிடம் அண்டியோரை,
பாவத்தில் பெரும்பாவமென பகர்ந்தான் யுதிஷ்டிரன்,
அக்கணத்தில் நாயானது உருமாறியது தருமனாக,
வேந்தனிடத்தில் தருமதேவன் விளம்பினார் அன்புடன்.

அன்புடன் தருமதேவன் இயம்பினார் வார்த்தைகளை,
பிறந்தவன் நீயே பீடுகள் மிகப்பெற்று,
உடையவன் நுண்ணறிவு உளத்தில் கருணையுளான்,
பாண்டுவின் நன்னடத்தை பொருந்திற்று உன்னிடம்.

உன்னிடம் உள்ளது உயிர்களிடம் பரிவு,
நற்குணம் அனைத்துக்கும் நீயாவாய் உதாரணம்,
த்வைதவனம் நடுவிலே தருமவான் உன்னை,
சகோதரர்தம் இழப்பின்கால் சோதித்தான் கடிதாக.

கடிதாக சோதித்தேன் கடுகளவும் தவறவில்லை,
இறப்பாக தோற்றத்தை ஏற்படுத்தினேன் சகோதரருக்கு,
பலமிகு சகோதரர்கள் பீமனை அர்ஜுனனை,
எழுப்பாது வேண்டினாய் எனக்குவேண்டும் நகுலனென.

நகுலனென நீயன்று நவின்றதன் காரணம்,
மாத்ரியான அன்னைக்கும் மகனொருவன் இவ்வுலகில்,
வேண்டுமென மனதில் விரும்பினாய் வேந்தனே,
நன்றியான நாயினை நீயின்று விலக்கவில்லை.

விலக்கவில்லை நாயை விட்டுவிட்டாய் சொர்க்கத்தை,
தேரினை எடுத்துவந்து தேவேந்திரனே அழைத்தபோதும்,
நீயதனை ஏற்காமல் நாயை விலக்கவில்லை,
உன்னைப் போன்றொருவர் வானுலகிலும் இல்லை.

இல்லை சொர்க்கத்திலும் ஈடானவர் உனக்கு,
முடிவை அடையாத மிக்கபெரும் சொர்க்கவாழ்வு,
உன்னை நாடியது வேந்தனே யுதிஷ்டிரா,
அகிலத்தைக் காக்கவே அடைந்தாய் பிறவியை.

பிறவியை எடுத்தவர் பெறுதற்கு அரிதானதாக,
யுதிஷ்டிரனை தேரிலே ஏற்றினான் தேவேந்திரன்,
உடனாய் எமனும் வாயுவான மருத்தர்களும்,
ரிஷிமுனியாய் பலரும் இருந்தனர் தேரிலே.

தேரிலே வந்தனர் தேவர்கள் பலரும்,
நினைவிலே எண்ணியதும் நினைத்தவிதம் செல்வதான,
தேரிலே அவர்களைத் தொடர்ந்தனர் பலபேர்,
வானமே ஒளிரும்படி வந்தான் யுதிஷ்டிரன்.

யுதிஷ்டிரன் வானுலகம் ஏகினான் தேரிலே,
வானவரின் நடுவிலே உரையாடிய நாரதர்,
வருகிறான் யுதிஷ்டிரன் வானுலகில் வாழுதற்கு,
ராஜரிஷிகளின் வரிசையில் எவருமில்லை யுதிஷ்டிரன்போல்.

யுதிஷ்டிரன்போல் வானுலகில் எவருமே இல்லை,
இதுவரையில் வானுலகில் இருக்கும் ராஜரிஷிகளை,
மிஞ்சுதல் செய்கிறான் மாமன்னன் யுதிஷ்டிரன்,
மூவுலகில் பெருமைகள் மிகைத்தவன் யுதிஷ்டிரன்.

யுதிஷ்டிரன் நன்னடைத்தை அனைத்தும் உடையவன்,
அதனால்தான் உடலை உகுத்திடும் தேவையின்றி,
வருகிறான் உடலுடன் வானவரின் சொர்க்கத்துக்கு,
பாண்டுமைந்தன் யுதிஷ்டிரனன்றி பிறருக்கு இயலாது.

இயலாது வானுலகில் உடலோடு நுழைவது,
யுதிஷ்டிரனது மேன்மை அளவிலே பெரிதென,
உரைத்தபோது யுதிஷ்டிரன் வந்தான் அவ்விடத்துக்கு,
வானவருக்கு நாரதருக்கு வழங்கினான் வணக்கம்.

வணக்கம் ராஜர்ஷிகளிஉக்கும் வழங்கினான் யுதிஷ்டிரன்,
எவ்வுலகம் தன்னிலே எந்தன் சகோதரர்கள்,
இருந்தாலும் அங்கேயே ஏகுவேன் நானும்,
வருத்தமெனினும் மகிழ்வெனினும் வாழுவேன் சகோதரருடன்.

சகோதரருடன் இருப்பேனென சொன்னான் யுதிஷ்டிரன்,
புரந்தரனும் அதைக்கேட்டு பகர்ந்தான் வார்த்தைகளை,
இவ்விடம் தன்னிலே இருப்பாய் மகிழ்வாக,
புண்ணியம் பலவற்றைப் பெற்றவன் நீதான்.

நீதான் வானுலகை நிகரிலா நிலைபெற்றாய்,
பிறகேன் மானிடரின் பந்தங்கள் உன்னிடம்?
மனிதன் எவருக்குமே மேலுலகில் கிடைக்காத,
மேன்மைதான் பெற்றாய் மனதை திடமாக்கு.

திடமாக்கு உன்மனதை தேவையில்லை பந்தங்கள்,
உனது சகோதரர்கள் உற்றனர் மேன்மைகளை,
மனிதரது பந்தபாசம் மனதிலிருந்து விலகாததால்,
சொர்க்கத்துக்கு வந்தபின்னும் சிந்தை குழம்புகிறாய்.

குழம்புகிறாய் பாசபந்தம் கொண்டதான மனநிலையால்,
வானுலகை அடைந்தபின்னர் வேண்டாம் பாசபந்தம்,
தேவர்களை ரிஷிகளை தவமிகுந்த சித்தர்களை,
காணுவாய் அவர்களிடம் கிடையாது பாசபந்தம்.

பாசபந்தம் கடந்த பாங்கினை அடைவாயெனும்,
இந்திரர்தம் சொல்கேட்டு இயம்பினான் யுதிஷ்டிரன்,
தைத்தியரிடம் வென்றவனே தனியாக இருந்திடேன்,
எந்தன் தம்பியருடன் இருப்பேன் எங்கெனினும்.

எங்கெனினும் சகோதரருடன் யக்ஞசேனியும் வேண்டும்,
அவர்களெலாம் இல்லையெனில் அமரருலகம் எனக்கெதற்கு?
எங்கிருப்பினும் அவர்களிடம் என்னையும் சேர்க்கவேண்டும்,
சகோதரருடன் நானிப்பேன் செல்லமாட்டேன் வேறெங்கும்.

வேறெங்கும் சென்றிடேன் வேண்டும் யக்ஞசேனியும்,
கருமைநிறம் உடையவள் கட்டழகு மிகைத்தவள்,
ஒருபோதும் நெறிவிட்டு விலகாத தூயவள்,
எங்கிருப்பினும் திரௌபதியுடன் இருப்பதே விருப்பம்.

பகுதி 18: ஸ்வர்காரோஹணிக பர்வம்

(1)ஸ்வர்காரோஹணீக பர்வம், பகுதி 1

விருப்பம் மிகக்கொண்டு வணங்கவேண்டும் நாரணரை,
நரனாம் இறைவனையும் நாரணனுடன் வணங்குகையில்,
சரஸ்வதியாம் தேவியையும் சிரந்தாழ்த்தி வணங்கியபடி,
சொல்லவேண்டும் ஜெயவெனும் சக்திமிகும் வார்த்தையை.

வார்த்தையை உரைத்த வைசம்பாயன முனிவரிடம்,
எம்மண்டலத்தை அடைந்தார் ஈடிலாத பாண்டவர்கள்?
எவ்வுலகை அடைந்தார் அரசர் திருதராஷ்டிரர்?
விவரத்தை அறிந்திட உடையேன் ஆர்வம்.

ஆர்வம் உள்ளது அறியவேண்டும் மேலுமென,
அனைத்தும் அறிந்தவராய் இருப்பவரென நினைக்கிறேன்,
யாவும் அறிந்தவர் வேதம் தொகுத்தவர்,
வியாசரிடம் கற்றறிந்த வாலறிவு மாமுனியே.

மாமுனியே என்றதும் மொழிந்தார் வைசம்பாயனர்,
கவனத்துடனே கேளாய் கூறும் விவரங்களை,
யுதிஷ்டிரனுடனே உனது அத்தனை பாட்டன்களும்,
எந்நிலையே அடைந்தாரென இயம்புகிறேன் தெளிவாக.

தெளிவாக உரைக்கிறேன் தேவரின் உலகத்திலே,
நுழைவாக சென்றதும் நெறிவழுவா யுதிஷ்டிரன்,
வளமாக துரியோதனன் வாழுவதை கண்டான்,

உயர்வாக ஆசத்தில் அமர்ந்திருந்தான் துரியோதனன்.

துரியோதனன் வளத்துடன் தன்னிகர் இலானாக,
இருந்தான் ஆசனத்தில் அமரருக்கு நிகராக,
தேவரின் அருகாமையில் துரியோதனன் இருந்தான்,
சூரியனின் ஒளியும் சுயோதனனிடம் இருந்தது.

இருந்தது துரியோதனனிடம் அமரரின் வளமையென,
யுதிஷ்டிரனது மனதிலே எழுந்தது ஆத்திரம்,
சட்டென்று திரும்பினான் சுயோதனனை நோக்காமல்,
அவனொடு நின்றோரிடம் இறைந்து பேசினான்.

பேசினான் கூச்சலாக பெருங்கோபம் அடங்காமல்,
இங்குநான் துரியோதனனுடன் இருந்திடேன் ஒருநொடியும்,
பேராசையின் வடிவானவன் புத்திகூர்மை அற்றவன்,
எதிர்காலத்தின் அறிவு இல்லாதவன் மூடன்.

மூடன் இவனாலே மூப்ண்டது பெரும்போர்,
நண்பருடன் உறவினர் நானிலத்தின் மாந்தரென,
அனைவரின் அழிவுக்கும் ஆகினான் காரணமாக,
எங்களின் வருத்தங்களும் இவனால்தான் உண்டாகின.

உண்டாகின வனவாசத்தில் வெகுவான தொல்லைகள்,
பாஞ்சாலமன்னர் துருபதனின் பாங்குமிக்க நன்மகள்,
மூடனான இவனால் மாபெரும் சபைநடுவில்,
இழிவான நிலைபட்டாள் இவனோ கொடூரன்.

கொடூரன் துரியோதனன் கிருஷ்ணையை அவைநடுவே,
இழுத்துவந்தான் அதுவே ஈனமிகும் செயலாகும்,
மூத்தோரின் பார்வையிலே மிகத்தீயன் இச்செயலை,
செய்தான் அக்கொடியனை சந்திக்க விருப்பமில்லை.

விருப்பமில்லை சுயோதனனை ஒருநொடியும் நோக்கிட,
என்னாசை என்னவெனில் எனது சகோதரர்கள்,
எந்தநிலை அடைந்தனர் அந்தநிலை நானடைவேன்,
மாற்றமில்லை கருத்தில்என மொழிந்தான் யுதிஷ்டிரன்.

யுதிஷ்டிரன் அவ்விதம் ஆத்திரத்துடன் உரைத்ததும்,
முறுவலுடன் நாரதர் மொழிந்தார் பதிலை,

இவ்விதம் இவ்வுலகில் இருத்தலாகாது வேந்தர்வேந்தே,
அமரருலகம் வந்தபின்னர் அகலவேண்டும் பகைமை.

பகைமை மறப்பாய் பகருவதைக் கேளாய்,
காணுவாய் துரியோதனனை கடவுளரின் நடுவிலே,
அவனை தேவருடன் அனைவரும் தொழுகிறார்,
நேர்மை உடையவராக நாடாண்டோர் பணிகிறார்.

பணிகிறார் துரியோதனனை பாராண்டோர் பலரும்,
போரையோர் வேள்வியாக்கி பூதவுடலை ஆகுதியாக்கி,
மாவீரர் அடைகின்ற மாபெரும் பதவிபெற்றான்,
பாண்டவர் ஐவரும் புவிவாழ்ந்தீர் அமரென.

அமரென வாழ்ந்த உங்களை மட்டும்,
பெரிதான இடர்படப் பலதீங்கு செய்தான்,
பாவமென அவற்றைப் புரிந்திருந்த போதிலும்,
கூத்்ரியனென வாழ்ந்தான் சற்றும் மாற்றமில்லை.

மாற்றமில்லை அம்மன்னன் மண்ணாண்டான் நெறிப்படி,
அச்சத்தை உண்டாக்கும் ஆபத்தின் நடுவிலும்,
நடுக்கத்தை அடையாமல் நின்றான் வீரனாக,
உன்னை துரியோதனன் வாட்டியதை மறந்துவிடு.

மறந்துவிடு பகடையாடி மாண்பிலாதன செய்ததை,
துரௌபதிமீது இந்தத் தீயவன் செய்ததான,
கேடுமிகு செயல்களை களைந்துவிடு மனதினின்று,
வேறெவரது தீங்குகள் உளத்திலிருப்பினும் மறப்பாய்.

மறப்பாய் பிறப்பாலும் மற்றபல சூழலாலும்,
இடக்காய் உன்னை ஏனையோர் வருத்தியதை,
தணிவாய் பேசுவாய் துரியோதனனைக் காணுகையில்,
தேவையில்லை கோபதாபம் தேவருலகை அடைந்தாய்.

அடைந்தாய் வானுலகாம் அமரரின் பொன்னுலகை,
எதிர்ப்பை மனத்தினின்று எடுத்து எறிந்துவிடு,
பகையில்லை தேவரின் பொன்னுலகில் வேந்தே,
இணக்கமாய் துரியோதனனை ஏற்பாய் இவ்வுலகில்.

இவ்வுலகில் பகையுணர்வு இல்லையெனும் வார்த்தையை,

அன்பால் நாரதர் அமைதியாய் உரைத்தாலும்,
மனதில் சாந்தியில்லை மன்னவன் யுதிஷ்டிரனுக்கு,
தம்பிகள் எங்கேயென திரும்பவும் வினவினான்.

வினவினான் தம்பியர்க்கு வாய்த்த நிலைகுறித்து,
மாவீரரின் சொர்க்கத்தில் முறைகேடன் துரியோதனன்,
தீங்கின் வடிவனவன் தகாதன செய்பவன்,
பாவமிக்கான் குலக்கேடன் பலரைக் கொன்றவன்.

கொன்றவன் நட்புறவை கெடுத்தவன் பாருலகை,
யானையுடன் குதிரைகளும் ஏனைய மனிதர்களும்,
இம்மனிதன் பொருட்டாக அழிவிலே வீழ்ந்தனரே,
வெகுகேடன் இவனுக்கு வாய்த்தது இப்பெருமை.

இப்பெருமை பெற்றான் ஈனான துரியோதனனெனில்,
எந்நிலையை அடைந்தனர் எந்தன் தம்பிகள்,
பேராற்றலை உடையவர்கள் பெருவீரம் வாய்த்தவர்கள்,
உண்மை பேசுவோர்கள் உரமுடையார் நெறியுடையார்.

நெறியுடையார் நடுவிலே நிகரிலாதான் கர்ணன்,
குந்தியைத் தாயாகக் கொண்டவன் மாவீரன்,
களத்தை விட்டுக் கலங்கி வெளியேறிடான்,
கர்ணனை திருஷ்டத்யும்னனை காண விரும்புகிறேன்.

விரும்புகிறேன் க்ஷத்ரிய வீரர்களைக் காண்பதற்கு,
க்ஷத்ரியரின் நெறியிலே சாகும்வரை நிலைத்திருந்த,
பாண்டவரின் படைக்கெனப் போரிட்டு உயிர்நீத்த,
மற்றோரின் நிலையென்ன மாமுனியே பிராமணரே?

பிராமணரே அவரையெலாம் பார்க்கவில்லை இவ்விடத்தில்,
நாரதரே விராடரையும் நிகரிலார் துருபதரையும்,
திருஷ்டகேதுவுடனே சிகண்டியையும் திரௌபதியின்
மைந்தரையும்,
அபிமன்யுடவுடனே காண்பதற்கு ஆவலுற்றேன் என்மனதில்.

(2)ஸ்வர்க்காரோஹணீக பர்வம், பகுதி 2

என்மனதில் உண்டான எண்ணமென யுதிஷ்டிரன்,
தேவரிடத்தில் மேலும் தெரிவித்தான் சந்தேகத்தை,
இவ்விடத்தில் கர்ணன் இல்லை அதேபோல,
தம்பியர்கள் கூடத் தென்படவில்லை இங்கே.

இங்கே இல்லையே ஏற்றமிகும் தம்பியர்,
எங்கே யுதாமன்யு உத்தமௌஜா இருவரும்,
வீரமே வடிவானவர்கள் வேள்வியிலே ஆகுதியாக,
உயிரையே அளித்து வீழ்ந்தனர் பூமியில்.

பூமியில் என்பொருட்டு பலபேர்கள் வீழ்ந்தது,
போரில் எனக்கு பெருவெற்றி வாய்ப்பதற்கே,
மண்ணில் விழுந்தனர் மாவீரர் பலபேர்கள்,
அவர்கள் அனைவரும் எங்கே இருக்கிறார்கள்?

இருக்கிறார்கள் இங்கெனில் எனக்குக் காட்டுங்கள்,
அன்னவர்கள் இங்கிருந்தால் அவர்களுடன் தங்குவேன்,
இவ்விடத்தில் அவர்கள் இல்லாவிடில் என்னை,
எவ்விடத்தில் இருந்தாலும் அவர்களுடன் அனுப்புவீர்.

அனுப்புவீர் என்னை அன்புமிக்க சகோதரரிடம்,
பெரும்போர் முடிகையில் பகர்ந்தார் என்னன்னை,
கர்ணனுக்கோர் புண்ணியதானம் புரிவாய் நீராலென,
என்மதிலோர் சோகம் எரிகிறது அப்போதிருந்து.

அப்போதிருந்து என்மனது அழல்பட்ட புழுபோல,
துடிக்கிறது ஏனெனில் தூயவன் கர்ணனது,
கால்களுக்கு என்னன்னை கால்களுடன் இருப்பதான,
ஒருமைகண்டு உண்மையை உணராது விட்டேன்.

விட்டேன் கர்ணனிடம் வீழ்ந்து பணியாமல்,
வீரத்தின் உறைவிடம் வெகுபடையை அழிப்பவன்,
அவனுடன் நாங்கள் இணைந்துதான் இருந்தால்,
எங்களின் பலத்துக்கு ஈடில்லை சக்ரனும்.

சக்ரனும் எங்களுக்கு சமமில்லை ஒன்றாகினால்,
சூரியர்தம் மைந்தன் சென்றது எங்கெனினும்,
அவ்விடம் செல்லவே ஆவல் எனக்குண்டு,
அறியாதுதான் கொன்றேன் அண்ணனான மூத்தவனை.

மூத்தவனை அறியாததால் மாய்த்தேன் அர்ஜுனன்மூலம்,
என்னுயிரை மிஞ்சிய அன்புடையேன் வ்ருகோதரனிடம்,
அர்ஜுனனை இரட்டையரை என்மனம் தேடுதே,
இந்திரனை ஒத்தவன் ஈடினால் அர்ஜுனன்.

அர்ஜுனன் போலவே ஆற்றல்மிக்க இரட்டையர்,
எமனின் வடிவெடுத்து அழிப்பார் எதிரிகளை,
அவர்களின் இருப்பிடம் அண்டுவேன் இப்போதே,
கிருஷ்ணையின் முகத்தைக் காணவும் ஆவல்.

ஆவல் கொண்டேன் அணங்கு கிருஷ்ணையை,
நெறிகள் மீறாத நல்லதொரு தையலை,
காணுதல் பொருட்டுதான் கருத்தில் துடிக்கிறேன்,
இவர்கள் இல்லாவிடில் என்னபயன் சொர்க்கத்தால்?

சொர்க்கத்தால் எனக்கு சிறிதளவும் பலனில்லை,
சகோதரர்கள் இருப்பிடமே சொர்க்கமாகும் எனக்கு,
ஆதலால் இவ்விடம் ஆகாது சொர்க்கமாக,
உறைதல் செய்வேன் உற்ற சகோதரருடன்.

சகோதரருடன் வாழச் செல்லுவேன் என்றதும்,
தேவர்களின் குழாத்தினர் தெரிவித்தனர் கருத்தை,
அவர்களின் இருப்பிடம் ஏகதான் விருப்பமெனில்,
அங்குதான் உன்னை அழைத்துச் செல்லுவோம்.

செல்லுவோம் நீங்கள் சொல்லும்படி ஏனெனில்,
உம்மெண்ணம் நிறைவேற்ற உம்பர்கோன் ஆணையிட்டார்,
எண்ணம் ஏதாகினும் ஈடேற்றுதல் கடமையென,
தூதனிடம் கட்டளையை தெரிவித்தனர் ஒருமுகமாய்.

ஒருமுகமாய் உனக்கு உரைக்கிறோம் கட்டளையை,
யுதிஷ்டிரனை அவருடைய உறவினரிடம் அழைத்துசெல்,
உன்வேலை இதுதானென விளம்பிய சொல்கேட்டு,
வழியைக் காட்டி வந்தனர் பாதையிலே.

பாதையிலே தூதுவர் போனார் முன்னதாக,
பின்னாலே யுதிஷ்டிரன் போனான் தொடர்ச்சியாக,
வெகுகடினமே அந்த வழிப்பாதை நடப்பதற்கு,
சுற்றிலுமே ஏதும் சரியில்லை பார்வைக்கு.

பார்வைக்கு இருள்சூழ்ந்த பாழடைந்த இடமாக,
தரைமீது முடிகளும் திரண்ட பாசிகளும்,
சொதசொதத்து குருதியின் சீழின் நாற்றத்துடன்,
ஈக்களொடு குளவிகளொடு இருந்தது கரடிகளுடன்.

கரடிகளுடன் பிணங்கள் கிடந்தன் பாதையிலே,
எலும்புகளொடு முடியும் இரைந்து கிடந்தது,
புழுக்களொடு பூச்சிகளும் பெருத்ததான இடத்திலே,
கத்திவந்து பூச்சிகள் கடிக்க விழைந்தன.

விழைந்தன காகங்கள் வல்லூறுகள் கொத்துதற்கு,
வெம்மையான நெருப்பு வழிமுழுதும் கனன்றது,
கூர்மையான வாய்களுடன் கேடான பைசாசிகள்,
சிரமமென ஆக்கின செய்த பயணத்தை.

பயணத்தைக் கடிதாக்கும் பெருமலை விந்தியமென,
அப்பாதை இருந்தது அழுகிய உடல்களுடன்,
குருதியைப் பூசிக் கொழுப்பை இறைத்து,
தொடையை வெட்டியதாய் தொங்கின உடல்கள்.

உடல்கள் குடலானது உள்ளிருந்து வெளிவந்து,
நாற்றங்கள் எடுத்த நசநசத்த பாதையது,
மூக்கில் துர்நாற்றம் மிகவும் தாக்கியது,
வழியில் பலவித விரும்பத்தகா நிகழ்வுகள்.

நிகழ்வுகள் பலவிதத்தில் நடந்தன இடக்காக,
செல்லுகையில் குறுக்காக சென்றது நதியொன்று,
நதியில் கொதிநீர் நிரம்பி வழிந்தது,
அதனருகில் வனமொன்று அவ்வனமோ கத்திவனம்.

கத்திவனம் கொண்டிருந்த கனத்தமரம் ஒவ்வொன்றிலும்,
வெட்டுவிடும் கூர்முனைகள் வெளிவந்தன இலைகளாக,
கத்திகளும் கூர்முனைகளும் குத்தினர் உடல்மீது,

வெகுசிரமம் அந்த வனத்தைக் கடப்பது.

கடப்பது இயலாவிதத்தில் கட்டாந்தரையும் இருந்தது,
கிடந்தது வெண்மணல் கனலென்று கொதித்தபடி,
கற்களென்று கிடந்தவையோ கடினமிக்க இரும்பு,
அதையடுத்து கொதிக்கும் எண்ணை இருந்தது.

இருந்தது கொதிக்கும் எண்ணையுடன் ஜாடிகள்,
முள்ளொடு குதசல்மாலிகா முளைத்து அவ்விடத்தில்,
தொடுவது ஏதெனினும் தைத்தது முட்களே,
பாவியருக்கு அவ்விடத்தில் பலவித தண்டனைகள்.

தண்டனைகள் பலவும் தரப்படும் சூழல்களை,
கண்ணெதிரில் கண்டான் கௌரவரின் வேந்தன்,
குப்பைகள் கசடுகள் கேடான நாற்றங்கள்,
அவ்விடத்தில் நிரம்பின அயர்ந்தான் யுதிஷ்டிரன்.

யுதிஷ்டிரன் வினவினான் எத்தனைதூரம் இன்னமும்,
இவ்விதம் பாதையில் இடர்பட்டு நடப்பது,
எந்தன் தம்பியரின் இருப்பிடம் எங்குளது?
இவ்விடத்தின் பெயரென்ன அமரர்களின் உலகிலே.

உலகிலே கேடான உலகிதன் பெயரினை,
உரைக்கவே வேண்டுமென உளம்வாடி வினவியதும்,
எதிரிலே சென்ற அமரர்களின் தூதுவன்,
இவ்விடத்திலே முடிகிறது என்னுடைய பாதை.

பாதை வாயிலாக பார்வேந்தன் உன்னுடன்,
இதுவரை வந்தபின்னர் இங்கிருந்து திருமிட,
உத்தரவை முன்னரே உரைத்தனர் தேவர்கள்,
அயர்வை அடைந்திருதா என்னுடனே வருவாய்.

வருவாய் என்று வானவரின் தூதுவன்,
அயர்வை அடைந்திருந்த அரசன் யுதிஷ்டிரன்,
நாற்றத்தைத் தாளாமல் நெஞ்சம் குழம்பினான்,
தூதுவனைப் பின்பற்றி திரும்பிட நினைத்தான்.

நினைத்தான் அதன்படி நடந்தான் திரும்பியே,
அப்போதுதான் ஒருகுரல் எழுந்தது ஈனமாக,

தருமபுத்திரன் நீதான் தூயவன் மேலோன்,
புனிதத்தின் உறைவிடம் பெருமைக்கு உரியவன்.

உரியவன் நீயே உயர்ந்த பதவிக்கு,
தோல்வியிலான் நீவந்து தங்கிய சிறுதுநேரம்,
தென்றல்தான் வீசுகிறது தூய மணத்துடன்,
எங்களின் துயரங்கள் அகன்றன சிறுதுநேரம்.

சிறிதுநேரம் எங்களுக்கு சிந்தை குளிர்ந்தது,
வெகுதுயரம் அகன்று உளமும் மகிழ்ந்தது,
எவ்வளவுநேரம் எங்களுடன் இவ்விடத்தில் இருந்தாலும்,
அவ்வளவுநேரம் மகிழ்ச்சி ஏற்படுகிறது எமக்கு.

எமக்கு நலஞ்செய்ய எண்ணம் இருந்தால்,
இங்கு தங்குவாய் இன்னும் சிறிதுநேரம்,
எங்களுக்கு வேதனைகள் இல்லாமல் மகிழ்வோமென,
பலவிதத்து அக்குரல்கள் பரிதவித்துப் பேசின.

பேசின குரல்கள் பெருந்துயரில் சிக்கியதாய்,
துயரமான இடத்துக்குத் தகுந்ததான அக்குரல்கள்,
ஆழமான வேதனையை அதிகமாகக் காட்டின,
பலவிதமான திசைகளிலிருந்து பரவின சன்னமாக.

சன்னமாக குரல்களில் செவிகளிலே விழுந்ததும்,
இரக்கமாக மனமுடைய யுதிஷ்டிரன் துடித்தான்,
எவ்வளவாக வேதனை இவர்களுக்கு உண்டானதென,
சிலையாக அசையாமல் சிறிதுநேரம் நின்றான்.

நின்றான் யுதிஷ்டிரன் நவின்றசொல் கேட்டான்,
கேட்டதுதான் அத்தனை குரல்களும் என்றாலும்,
எவர்தான் பேசினாரென அறியதான் இயலவில்லை,
வினவினான் அவர்களிடம் விளம்புவீர் எவரென.

எவரென விளம்புவீர் ஏனிங்கு வந்தீரென,
கேட்டதான கணத்திலே கிடைத்தன பதில்கள்,
கர்ணனென பீமனென காண்டபனென நகுலனென,
சகாதேவனென திருஷ்டத்யும்னென சொன்னார்கள் வரிசையாக.

வரிசையாக மேலும் விளம்பினார்கள் பெயர்களை,

திரௌபதியென திரௌபதியின் தனயர்கள் ஐவரென,
வேதனையான குரல்கள் வாட்டத்தை வெளிப்படுத்த,
கடுமையான சூழலில் கூறினர் பதில்களை.

பதில்களை அச்சூழலில் பக்ரத்தகும் வருத்தத்துடன்,
சொன்னதைக் கேட்டான் சக்ரவர்த்தி யுதிஷ்டிரன்,
தன்னை வினவினான் தகாததான கேடுகாலம்,
எங்களை எதற்காக இவ்விதம் வதைக்கிறது.

வதைக்கிறது இவர்களை விளங்கவில்லை காரணம்,
பாவமென்று எதைத்தான் புரிந்தார்கள் இவர்கள்?
கர்ணனொடு திரௌபதியின் குழந்தைகள் பாஞ்சாலி,
நாற்றத்தொடு இவ்விடத்தில் நலிந்தது எதற்காக?

எதற்காக இவர்களெல்லாம் இங்கே வாடுகிறார்?
தவறாக எதனையும் தம்வாழ்வில் செய்திலர்,
எவ்விதமாக திருதராஷ்டிரரின் அறமற்ற மைந்தன்,
துரியோதனனான துச்சன் துய்க்கிறான் சுகபோகம்?

சுகபோகம் வாய்த்தது சுயோதனனாம் ஈனுக்கு,
இந்திரர்தம் நிலைக்கு ஈடானதொரு நிலையிலே,
வெகுபோகம் கொண்டுளான் வையத்தை அழித்தவன்,
இவரெலாம் மாண்டதற்கு அவனேதான் காரணம்.

காரணம் ஆகியே கேடுபல செய்தவன்,
வானுலகம் ஏகியே வளத்துடன் வாழுகிறான்,
கடமையெலாம் தவறாது கடைப்பிடித்த நல்லவர்கள்,
விளையாட்டிலும் பொய்யிலார் வாடுகிறார் வேதனையில்.

வேதனையில் வாடுகிறார் வேதவழியில் நடந்தவர்,
க்ஷத்ரியர்கள் தருமத்திலும் சிறிதும் வழுவாதவர்,
நேர்வழியில் வாழ்ந்தவர் நல்கியவர் தானங்கள்,
வேள்விகள் பலவற்றை வேதமுறையில் செய்தவர்.

செய்தவர் என்னுறவோர் செயற்கரிய நற்செயல்கள்,
அன்னவர் வாடிநிற்க அடாதவன் மகிழுவதா?
இஃதோர் கனவா இல்லையேல் நனவா?
இருப்பதோர் மயக்கமா இல்லை விழிப்பா?

விழிப்பா மயக்கமா உளங்கெட்ட பேதலிப்பா?
எனக்கா மூளையில் ஏற்பட்டது கலக்கமென,
தொடர்ச்சியாய் பிதற்றினான் துயருற்ற யுதிஷ்டிரன்,
தன்னுணர்வை இழந்து தவித்தான் நெடுநேரம்.

நெடுநேரம் புலம்பியபின் நெடுங்கோபம் உண்டானது,
தேவர்தம் தவறுகளை திட்டியே கண்டித்தான்,
தருமனையும் அவமதித்து தூற்றினான் ஆத்திரத்தில்,
நெடுநேரம் நாற்றத்தில் நின்றதால் தவித்தான்.

தவித்தான் அதன்பின் தெரிவித்தான் தூதுவனிடம்,
எவர்களின் தூதுவனாய் இருக்கிறாயோ அவர்களிடம்,
சென்றுதான் அங்கேயே சீர்மையுடன் இருந்துகொள்,
அவர்களின் முன்னிலைக்கு ஏகமாட்டேன் ஒருபோதும்.

ஒருபோதும் அங்கே வரமாட்டேன் மீண்டும்,
சகோதரர்தம் துயரம் சற்று குறைந்ததால்,
இவ்விடம் விட்டு எங்குமே வரமாட்டேன்,
நீமட்டும் சென்றுவிடு நானிருப்பேன் இங்கேயே.

இங்கேயே இருப்பெனென யுதிஷ்டிரன் இயம்பியதும்,
திரும்பியே சென்றான் தேவர்களின் தூதுவன்,
சக்ரனிடத்திலே சென்று சொன்னான் நடந்ததை,
எவ்விதமே தருமபுத்திரன் இயம்பினானோ அவ்விதத்தில்.

(3)ஸ்வர்காரோஹணீக பர்வம், பகுதி 3

அவ்விதத்தில் யுதிஷ்டிரன் அறிவிப்பு கொடுத்தபின்,
ஒருகணத்தில் அங்கே வந்தனர் தேவர்கள்,
தலைமையில் இருந்தான் தேவர்களின் இந்திரன்,
தன்னுருவில் அவர்களுடன் தருமதேவன் வந்தான்.

வந்தான் தருமனும் வேந்தனைக் காணுதற்கு,
அன்னவரின் வருகையால் அகன்றது காரிருள்,
பாவிகள் தண்டனையால் பாடுபட்ட நிலைமாறி,
அவ்விடத்தில் கொடூரங்கள் அனைத்தும் மறைந்தன.

மறைந்தன வைதரணியும் முள்நிறைந்த சல்மாலியும்,
ஜாடிகளென அவ்விடத்தில் செந்தீயில் எண்ணையை,
கொதிக்கவென வைத்தவை காணாது மறைந்தன,
பாறையென இருந்தவையும் போய்விட்டன மறைந்து.

மறைந்து போய்விட்டன மரித்த உடல்களும்,
நறுமணத்தொடு தென்றல் நன்கு வீசியது,
அவ்விடத்து தேவரெலாம் அணிதிரண்டு வந்ததால்,
பூங்காற்று வீசியது பேரொளி நிறைந்தது.

நிறைந்தது பேரொளி நிலவியது அமைதி,
மருதரொடு இந்திரன் உருத்திரரொடு ஆதித்யர்,
வசுக்களொடு அஸ்வினியர் வலுமிகுந்த தேவர்கள்,
சித்தரொடு ரிஷிகள் சேர்ந்தனர் அவ்விடத்தில்.

அவ்விடத்தில் சக்ரன் இயம்பினான் யுதிஷ்டிரனிடம்,
ஆறுதல் கூறினான் அமைதியுற வேண்டினான்,
வருதல் வேண்டும் வேந்தனே நல்வரவு,
மாயைகள் இப்போது மறைந்தன உனைவிட்டு.

உனைவிட்டு மாயைகள் ஓடியே மறைந்தன,
முடிவற்று நெடுங்காலம் மாண்பிலே வாழுவாய்,
கோபித்து கொதிக்காதே கூறுவதைக் கேளாய்,
வேந்தரென்று ஆள்வோரெலாம் வரவேண்டும் நரகத்துக்கும்.

நரகத்துக்கும் வரவேண்டும் நாடாண்ட வேந்தர்கள்,
பாவபுண்ணியம் இரண்டுமே பாருலகில் ஏராளம்,
இவ்விடம் வந்தபின்னர் இரண்டையும் அனுபவித்தல்,
விதியாகும் வேந்தனே விலக்கில்லை இக்கருத்தில்.

இக்கருத்தில் உள்ளபடி எவரொருவர் முதலில்,
நற்பலன்கள் அனுபவித்து நலங்களை முடித்தாலும்,
அதன்பின்னால் கெடுபலனை அனுபவித்தே ஆகவேண்டும்,
முதலில் நரகமெனும் மீளலாம் சொர்க்கத்துக்கு.

சொர்க்கத்துக்கு முதலிலே செல்லுவார் கெட்டவர்,
அவர்களது பாவங்கள் அதிகம் என்பதாலே,
சொர்க்கத்து பலன்களை சீக்கிரம் அனுபவித்து,

அதன்பின்பு நரகத்தில் அல்லாடுவார் நெடுங்காலம்.

நெடுங்காலம் சொர்க்கத்தில் நீயிருத்தல் வேண்டுமென,
கொடுநரகம் என்பதைக் காட்டினேன் உனக்கு,
பாசாங்குடன் துரோணரிடம் பொய்யுரை செய்தாயே,
அதேவிதம் ஏமாற்றி அனுப்பினேன் நரகத்துக்கு.

நரகத்துக்கும் உனைப்போலவே நண்ணினர் மற்றவரும்,
பீமனொடு அர்ஜுனன் பாஞ்சாலிக்கும் நரகத்தை,
ஏமாற்று வித்தையாக எதிரிலே காட்டினேன்,
பாவமற்று அனைவரும் பொலிவுபெற்று இருக்கிறார்.

இருக்கிறார் உனக்கு உதவியோர் சொர்க்கத்தில்,
எவரெவர் உன்பொருட்டு உயிர்விட்டு மாண்டனரோ,
அன்னவர் சொர்க்கத்தில் ஆனந்தம் துய்க்கிறார்,
எவரெவர் எங்குளார் இங்குவந்து நோக்குவாய்.

நோக்குவாய் கர்ணன் நிகரிலா வில்லாளனை,
ஆயுதத்தைக் கையாளும் ஆற்றலிலே மிகைத்தவன்,
பெருமென்மை அடைந்து பரிதியுடன் இருக்கிறான்,
தன்னிடத்தை அடைந்தான் தகைமையில் மிகைத்தவன்.

மிகைத்தவன் பலத்திலே மாவீரன் கர்ணன்,
இருக்கிறான் மென்மையில் எதற்காக வருத்தம்?
சகோதரரும் உனக்காக சண்டையிடப் புகுந்தோரும்,
எவ்விதம் உள்ளாரென அறிந்துகொள் இப்போது.

இப்போது உன்னிடம் இல்லை பாவமேதும்,
சிறிதளவு நரகத்தை சந்தித்தாய் துவக்கத்தில்,
இப்போது என்னுடன் இனிமையில் வாழுவாய்,
மனத்துக் கலக்கத்தை மாற்று வேந்தனே.

வேந்தனே உனக்கு வேண்டாமே வருத்தமேதும்,
பலவிதத்திலே புண்ணியங்கள் புரிந்ததாலே உனக்கு,
கிடைத்தனவே மேன்மையுடன் களிப்புதரும் மண்டலங்கள்,
அவற்றிலே தங்கி அகமகிழ்ந்து வாழுவாய்.

வாழுவாய் கந்தர்வருடன் உம்பருடன் பணிசெய்ய,
தூயதாய் ஆபரணங்கள் துணிமணிகள் அணிவாய்,

அப்ஸரஸாய் இருப்போரும் அருகிருந்து பணிசெய்வார்,
ராஜசூயத்தை செய்ததால் ஏற்பட்டது புண்ணியம்.

புண்ணியம் பெருகியது பீடுமிகும் கத்தியாலும்,
பெரிதும் புண்ணியங்கள் புரிந்ததன் பலன்களை,
முழுதும் வானுலகில் மகிழ்வுகள் பெற்றிடுவாய்,
அரசரெலாம் பெற்றதினும் அதிகமானது உன்மண்டலம்.

உன்மண்டலம் ஹரிச்சந்திரனுக்கு ஒப்புமை உடையது,
மகிழ்வுதரும் அவ்விடத்தில் மனம்போல வாழுவாய்,
ராஜரிஷியாம் மண்டத்ரியும் ஆற்றல்மிக்கான் பகீரதனும்,
இருக்குமிடம் அப்பகுதி ஏற்றத்துடன் வாழுவாய்.

வாழுவாய் துஷ்மந்தரின் வாஞ்சைமகன் பரதனுடன்,
பெருநதியாய் இவ்விடத்தில் போகிறது புண்ணியநதி,
அன்னதியை இயம்புவர் ஆகாய கங்கையென,
மூவுலகை தூயதாக்கும் மாண்புமிக்க தேவகங்கை.

தேவகங்கை நதியின் தூயதான பிரவாகத்தில்,
குதிப்பாய் அப்போது கிடைக்கும் உன்மண்டலம்,
மனிதகுணத்தை விடுத்து மாண்புநிலை பெறுவாய்,
வருத்தங்களை உகுத்திட உதவும் அந்நதி.

அந்நதி உன்னிடம் அகற்றும் பகையுணர்வை,
நன்னிலை அடைவாயென நவின்றான் இந்திரன்,
மைந்தனை நோக்கி மொழிந்தான் தருமதேவன்,
மகிழ்வினை அடைந்தேன் மாமன்னனே உன்னால்.

உன்னால் எனக்கு உண்டானது மகிழ்வு,
ஞானத்தில் சிறந்தவனே நினது நடத்தையில்,
குற்றங்கள் இல்லாது கடைப்பிடித்தாய் உண்மையை,
மன்னித்தல் தன்னடக்கம் மாமனிதன் உன்வழக்கம்,

உன்வழக்கம் நற்குணத்தை விலகாத மென்மை,
சோதிகும் நோக்கத்தில் செய்தேன் நிகழ்வை,
ஒருதுளியும் உன்னிடம் விலக்கமில்லை நெறிவிட்டு,
த்வைதவனம் நடுவே தந்தேன் சோதனை.

சோதனை வினாக்களால் செய்தேன் இதற்குமுன்,

இருகுச்சியை மீட்பதற்கு அவ்விடம் வந்தாயே,
அச்சோதனை மிகவும் அருமையாக சந்தித்தாய்,
உன்னை நாயாக உடன்வந்து சோதித்தேன்.

சோதித்தேன் உன்னை சகோதரர்கள் மாளுகையில்,
திரௌபதியும் மற்றோரும் தரையிலே வீழும்போது,
எவ்விதம் நடப்பாயென அறிந்திட வந்திருந்தேன்,
மூன்றாவதாகும் அமரருலகில் மாயையான தோற்றம்.

தோற்றம் கொடுமையாக தோன்றிய நிலைக்கு,
மாற்றம் வந்தது மன்னவன் உன்னாலென,
அறிந்ததும் சகோதரருக்கு ஆதரவு நல்கிடவே,
கொடுநரகம் உறைவேனென கூறினாய் மாண்புடன்.

மாண்புடன் வென்றாய் மூன்றாவது சோதனையிலும்,
சகோதரருடன் நரகத்துக்கு செல்லுவேன் என்றதால்,
பாவத்தின் கறைகள் போய்விட்டன உனைவிட்டு,
தூயவன் யுதிஷ்டிரா திளைப்பாய் மகிழ்வில்.

மகிழ்வில் இருப்பாய் மாமன்னா யுதிஷ்டிரா,
மண்ணில் அரசராக முடிசூடி ஆண்டவர்கள்,
வானுலகில் நரகத்திற்கு வரவேண்டும் ஒருமுறை,
தம்பியர்கள் நரகத்தில் தங்கும்விதம் தீயாரில்லை.

தீயாரில்லை உனது தம்பியரும் திரௌபதியும்,
கர்ணனை உறவினரை கொடுநரகில் வைத்தது,
தேவமாயை அதனை தேவேந்திரன் உருவாக்கினான்,
சந்தேகமில்லை நகரத்துக்கு செல்லவேண்டும் ஒருமுறை.

ஒருமுறை அனைத்து வேந்தர்களும் நரகத்திற்கு,
வருவதை மாற்றிட வழியில்லை ஆதலால்,
சிறிதுநேரத்தை நரகத்தில் செலவழித்தாய் வேந்தனே,
இக்கொடுமையை உனக்காக ஏற்படுத்தியது மாயையால்.

மாயையால் அன்றி மற்றெந்த விதத்திலும்,
நரகத்தில் வாழத்தகும் நீசரல்ல உன்னவர்,
சகோதரர்கள் அர்ஜுனன் வ்ருகோதரன் இரட்டையர்கள்,
ஆற்றல்கள் உடையவன் அதிதீரன் கர்ணன்.

கர்ணன் உண்மையையே கருத்துடன் பேசுபவன்,
உந்தன் சகோதரர்கள் வெம்மையான நரகத்தில்,
நெடுநேரம் இருப்பதற்கு நியாயமான காரணமில்லை,
கிருஷ்ணையும் பாவியில்லை கடுநரகில் துடித்திருக்க.

துடித்திருக்க வேண்டாம் தீமைமிக்க பாவியருடன்,
புனிதமிக்க அமரகங்கை பிரவாகத்தைக் காணுதற்கு,
வலிமைமிக்க வேந்தனே வரவேண்டும் வரவேண்டும்,
ஏற்றமிக்க கங்கை இருக்கிறார் மூவுலகிலும்.

மூவுலகிலும் நலத்தை மாண்புடன் வழங்கும்,
கங்கையாகும் நதிக்கரைக்கு கௌரவரின் வேந்தன்,
தருமனுடன் அனைத்து தேவருடன் வந்தான்,
புனிதமிகும் நதியிலே பூதவுடலை விடுத்தான்.

விடுத்தான் மனிதனாக வாய்த்த உடலினை,
ரிஷிகளின் குழாத்துடன் எப்போதும் காணப்படும்,
கங்கையின் பிரவாகத்தில் கலந்தது பூதவுடல்,
அன்னவன் மனதிலே அகன்றது பகைகுணம்.

பகைகுணம் வருத்தம் போய்விட்டன வேந்தனிடம்,
தருமதேவனும் யுதிஷ்டிரனுடன் துணையாக நின்றான்,
ரிஷிகளெலாம் இசைத்தனர் யுதிஷ்டிரனின் பெருமைகளை,
பாண்டவரும் திருதராஷ்டிரரும் பகைமறந்து வாழ்ந்தனர்.

வாழ்ந்தனர் வானுலகில் வானவரின் வழக்கப்படி,
மண்ணுலகோர் கொண்டிருக்கும் மனநிலை மாறியதால்,
அன்னவர் அனைவரும் அமைதியுடன் மகிழ்வுடன்,
வானவர் உலகிலே வாழ்ந்தனர் பகைமறந்து.

(4)ஸ்வர்காரோஹணீக
பர்வம், பகுதி 4

பகைமறந்து அவரவரின் பெருமைமிகு மண்டலத்தில்,
நிலைகொண்டு வாழ்ந்தனர் நிகரிலா வீரர்கள்,
யுதிஷ்டிரனது பெருமைகளை இயம்பினர் தேவர்கள்,
தேவரொடு மருதரும் துதித்தனர் யுதிஷ்டிரனை.

யுதிஷ்டிரனை தேவரின் அவைக்குக் கொணர்ந்தனர்,
கோவிந்தனை அவ்விடத்தில் கண்டான் பிரமவடிவில்,
வடிவத்தை முன்னர் வந்ததுபோல் மாற்றியதால்,
சிரமமில்லை அங்கிருந்து ஸ்ரீதரனை கண்டறிதல்.

கண்டறிதல் இயன்றது கோவிந்தனை அவ்வடிவில்,
கரங்களில் வைத்திருந்தான் கதையை சக்கரத்தை,
ஆயுதங்கள் பலவும் அச்சுதனிடம் இருந்தன,
அவனருகில் பல்குனன் ஆராதனைகள் செய்தான்.

செய்தான் அர்ஜுனன் ஸ்ரீதரனுக்கு துதிகளை,
மாதவன்னும் அர்ஜுனனும் மாமன்னன் யுதிஷ்டிரனை,
மரியாதையின் முறைப்படி மாண்புடன் வரவேற்றனர்,
கண்டான் யுதிஷ்டிரன் கர்ணனை அவையிலே.

அவையிலே சூரியனுடன் அமர்ந்திருந்தான் கர்ணன்,
ஆயுதங்களே கையாளும் அதிதீரன் வில்லாளன்,
ஒளியிலே மிகைத்து ஆதவனுடன் இருந்தான்,
மருதர்நடுவே கண்டான் மாபலத்தான் பீமனை.

பீமனை வாயுதேவனின் பக்கத்திலே கண்டான்,
வடிவத்தை தேவனாக ஒளியுடன் பெற்றிருந்த,
வ்ருகோதரனைக் கண்டான் வெற்றிகள் பெற்றவனாக,
இரட்டையரை அஸ்வினியரின் அருகிலே கண்டான்.

கண்டான் நகுலனை கண்டான் சகாதேவனை,
ஒளிதான் மிகைத்ததான வடிவத்துடன் இருந்தனர்,
பாஞ்சாலரின் இளவரசியை பார்த்தான் அவ்விடத்தில்,
தாமரையின் மாலைகள் தரித்து அமர்ந்திருந்தாள்.

அமர்ந்திருந்தாள் பாஞ்சாலி ஆதவனின் ஒளியுடன்,
அவளிடத்தில் சந்தேகத்தை எழுப்பிட யுதிஷ்டிரன்,
முயலுகையில் தேவேந்திரன் மொழிந்தான் விவரத்தை,
ஸ்ரீதான் பூமிக்கு சென்றாள் பாஞ்சாலியாக.

பாஞ்சாலியாக துருபதனின் பாசமிக்க மகளாக,
கருவழியாக இல்லாமல் கனல்வழியாகப் பிறந்தாள்,
நறுமணமாக வடிவழகாக நலமெலாம் உடையவள்,

அகிலங்களாக இருப்பவற்றை அகமகிழ வைப்பவள்.

வைப்பவள் அனைவரையும் வளத்திலும் நலத்திலும்,
அத்தகையாள் துருபதனின் அழகுமிக்க மகளாகி,
உங்கள் மகிழ்வுக்கென வாழ்ந்தாள் பூமியில்,
கந்தர்வர்கள் ஐவரையும் காணுவாய் இவ்விடத்தில்.

இவ்விடத்தில் இருக்கும் இந்த கந்தர்வர்கள்,
திரௌபதியிடத்தில் பிறந்த திடமிக்க குழந்தைகள்,
உங்கள் மகன்களாக வையத்தில் வாழ்ந்தபின்,
வந்தார்கள் அவர்களின் வழக்கமான உறைவிடம்.

உறைவிடம் கொண்டார் உன்னதர் திருதராஷ்டிரர்,
கந்தர்வருடன் இருக்கிறார் கௌரவரின் வேந்தர்,
ஞானத்தின் உறைவிடமாய் நல்லவராய் வாழ்ந்தவரை,
இவ்விடத்தின் நடுவிலே ஒளியுடன் காணுவாய்.

காணுவாய் ராதேயனெனக் கூறப்படும் கர்ணனை,
அன்னையாய் ப்ரீதாவை உடையவன் ஆதலால்,
மூத்தவனாய் உங்களுக்கு முன்னதாகப் பிறந்தவன்,
வானுலகை சூரியனுடன் வலம்வந்து மகிழ்கிறான்.

மகிழ்கிறான் கர்ணன் மிகைத்த ஒளியுடன்,
மருதரின் சாத்யரின் மாண்புமிக்க விஸ்வதேவரின்,
அருகில்தான் வ்ருஷ்ணியர்கள் அந்தகருடன் இருக்கிறார்,
சாத்யகிதான் அவர்களில் சீர்மிக்க முதல்வன்.

முதல்வன் போஜரில் மிகபலத்தான் கிருதவர்மன்,
உள்ளான் இவ்விடத்தில் உன்னதமிகும் வடிவத்துடன்,
வெல்லதான் இயலாத வல்லவன் அபிமன்யு,
சுபத்திரையின் மைந்தன் சந்திரனுடன் இருக்கிறான்.

இருக்கிறான் அபிமன்யு அம்புலியின் தண்ணொளியுடன்,
இங்குதான் பாண்டு இருக்கிறார மனைவியருடன்,
குந்தியுடன் மாத்ரியைக் காணுவாய் யுதிஷ்டிரா,
என்னுடன் அடிக்கடி அளவளாவுவார் பாண்டு.

பாண்டு தனது பெருந்தேரில் வந்து,
என்னொடு அமர்ந்து அளவளாவிச் செல்லுவார்,

சந்தனுவது மைந்தர் சக்திமிக்க பீஷ்மர்,
வசுக்களொடு இருக்கிறார் வரிசையில் எட்டுபேர்.

எட்டுபேர் வசுக்களில் இருக்கிறார் பீஷ்மரும்,
அங்குபார் துரோணரை அமர்ந்துளார் வ்ருஹஸ்பதியுடன்,
உனக்கோர் ஆதரவாக உன்னுடன் போரிட்டோர்,
இருக்கிறார் கந்தர்வரில் யக்ஷரில் குஹ்யரில்.

குஹ்யரில் கலந்துளார் கனமிகுந்த வீரர்கள்,
போரில் உன்பொருட்டு பூதவுடலை உகுத்தபின்னர்,
வானில் பெற்றனர் வெகுபெருத்த பதவிகளை,
அவரவர்கள் சொல்செயல் எண்ணத்தின் அளவிலே.

(5)ஸ்வர்காரோஹணீக
பர்வம், பகுதி 5

அளவிலே எவ்வளவுகாலம் அமருலகிலே இருந்தனர்,
பீஷ்மருடனே துரோணர் பார்வேந்தர் திருதராஷ்டிரன்,
விராடருடனே துருபதன் உத்தரன் சங்கன்,
திருஷ்டகேதுவுடனே ஜெயத்சேனனென தெரிவித்தான்
ஜனமேஜெயன்.

ஜனமேஜெயன் வினவினான் சத்யஜித்தும் சகுனியும்,
துரியோதனன் மைந்தர்களும் திடமிக்கான் ஜெயத்ரதனும்,
கர்ணனின் மைந்தர்களும் குடாகேசனும் மற்றவரும்,
வானவரின் உலகிலே வாழ்ந்தகாலம் எவ்வளவு?

எவ்வளவு காலத்துக்கு அமரரது உலகிலே,
வாழ்வு பெற்றனர் வீரமிக்க அனைவரும்,
சொன்னது போகவே சொல்லாது விட்டவரும்,
இருந்தது சொர்க்கத்தில் எவ்வளவு காலம்?

காலம் எவ்வளவு கர்மபந்த விளைவுகளை,
அமரருலகம் தன்னிலே அனுபவித்து வாழ்ந்தது?
கருமமெலாம் முடிந்தபின்னர் கடைசிநிலை என்னானது?
ஆர்வம் மிகைக்கிறது அதையெலாம் அறிந்திட.

அறிந்திட மனதிலே ஆர்வம் உண்டானது,
ஞானமிக உடையவரே நீவிர் நன்கறிவீர்,
அறியத்தக்க அனைத்தையும் ஆதலால் எனக்கு,
உரைத்திட வேண்டும் வேண்டிய விவரத்தை.

விவரித்திட வேண்டுமென விளம்பிய வேந்தனுக்கு,
அறிவித்திட வியாசரிடம் அனுமதியைப் பெற்றபின்,
விடைதரத் துவங்கினார் வைசம்பாயன மாமுனிவர்,
திரும்பிட வேண்டும் தேவரானோர் மண்ணுக்கு.

மண்ணுக்கு வரவேண்டும் மீண்டும் என்பதே,
வினைவிளைவு முடிகையில் வாய்க்கும் நிலையாகும்,
அவ்விதத்து முடிவு இருக்கிறதா இல்லையாவென,
என்னிடத்து நீகேட்டது அமரரது ரகசியம்.

ரகசியம் இதனை எங்களுக்கு உரைத்தது,
மகரிஷியாம் வியாசர் மாதவம் உடையவர்,
பராசரராம் மாமுனிவர் பெற்றெடுத்த மைந்தர்,
தவவிரதம் அனைத்திலும் தளர்விலா உறுதிமிக்கார்.

உறுதிமிக்கார் தவத்தில் ஆழமிக்கார் அறிவாற்றலில்,
அனைத்தறிவார் ஆதலால் அத்தனை செயல்களின்,
முடிவறிவார் வியசரெனும் மாதவர் உன்னதர்,
அன்னவர் ஒப்புதலுடன் அறிவிக்கிறேன் முடிவுகளை.

முடிவுகளை அடைந்தனர் மாண்புமிக்க அனைவரும்,
வசுக்களை அண்டினார் விரதமிக்கார் பீஷ்மர்,
எட்டுவசுக்களை இப்போது எல்லோரும் காணலாம்,
வ்ருஹஸ்பதியை அண்டினார் வேதமுனி துரோணர்.

துரோணர் வ்ருஹஸ்பதியுடன் தங்கினார் வானுலகில்,
ஆங்கிரசார் வம்சத்திலே உதித்தவர் மாண்புமிக்கார்,
குருவானவர் தேவருக்கு குற்றமிலார் வ்ருஹஸ்பதி,
மருததர நடுவிலே இருந்தான் கிருதவர்மன்.

கிருதவர்மன் ஹ்ரிதிகைமைந்தன் காணப்பட்டான் மருத்துரிடய்,
ப்ரத்யும் சனத்குமாரரின் பக்கத்தில் இருந்தான்,
மாவீரன் சனத்குமாரரின் மகிமையை உடையவன்,
குபேரனின் உலகுற்றார் கௌரவகுல திருதராஷ்டிரர்.

திருதராஷ்டிரர் பெற்றது தனமிக்க குபேரலோகம்,
அன்னவர் அருகிருந்தார் அன்புமிக்கார் காந்தாரி,
கடினமானதோர் செயலாகும் குபேரலோகம் ஏகுதல்,
பாண்டுவானவர் மனைவியருடன் புரந்தரருலகில் இருந்தார்.

இருந்தார் பாண்டு இந்திரனின் உலகிலே,
அன்னவர் இருமனைவியர் அவருடன் இருந்தனர்,
வானவர் தேவர்களிடம் வந்தனர் பலபேர்,
துருபதர் விராடர் திருஷ்டகேது நிஷதர்.

நிஷதர் அக்ரூரர் சம்வர் பாணுகம்பர்,
விதுருதர் பூரிஸ்ரவஸ் வேந்தர் பூரி,
வாசுதேவர் சாலர் உக்ரசேனர் கம்சர்,
சீர்மிக்கார் உத்தரருடன் சகோதரர் சங்கனுடன்.

சங்கனுடன் பிறரும் சென்றனர் தேவரிடம்,
வார்ச்சனெனும் பெயருடையான் வெண்மதியாம் சோமனுக்கு,
மைந்தனாகும் உறவுற்ற மாவீரம் கொண்டவன்,
அபிமன்யுவெனும் பெயரிலே அர்ஜுனனுக்கு மகனானான்.

மகனானான் அர்ஜுனனுக்கு மாவீரன் அபிமன்யு,
காட்டினான் வீரத்தை காண்பவர் வியக்கவே,
அன்னவன் ஒருவனுக்கு ஈடில்லை எவருமென,
போர்செய்தான் வீழ்ந்தபின் பொருந்தினான் சோமனிடம்.

சோமனிடம் அபிமன்யு சென்றதைப் போலவே,
சூரியனிடம் சென்றான் சக்திமிக்கான் கர்ணன்,
போர்க்களம் தன்னிலே பூதவுடலை விட்டதும்,
வானுலகம் வந்து விவஸ்வானுடன் உறைந்தான்.

உறைந்தான் சகுனி யுகமாம் த்வாபரத்தில்,
கலந்தான் த்வாபரமெனும் காலத்திற்கு உள்ளாக,
திருஷ்டத்யும்னன் கலந்தான் தீயெனும் அக்கினிக்குள்,
திருதராஷ்டிரரின் மகன்களோ திடமிக்க ராாட்சதர்கள்.

ராட்சதர்கள் தம்முயிரை போர்க்களத்தில் விட்டால்,
இறப்பினால் தூய்மையுற்று ஏகினர் வானுலகம்,
கலந்தார்கள் தருமனுடன் கூத்ரியும் யுதிஷ்டிரனும்,

பாதாளத்தில் புகுந்தார் பலமிக்க அனந்தர்.

அனந்தர் பூமியிலே இருந்தார் வலராமனாக,
தாங்குகிறார் பூமியை தனது யோகபலத்தால்,
பிரமதேவர் சொன்னசொல்லை பாங்குடன் நிறைவேற்ற,
புகுந்தார் பாதாளத்தில் சுமந்தார் பூமியை.

பூமியை வாட்டும் பாரத்தை குறைத்திட,
பிறப்பை எடுத்தார் பேரிறை நாரணர்,
மனைவியரை கணக்கிட்டால் மாதர்கள் பதினாறாயிரம்பேர்,
வாசுதேவனை இழந்தபின்னர் வீழ்ந்தனர் சரஸ்வதியில்.

சரஸ்வதியில் உயிர்நீத்து சென்றார்கள் சொர்க்கத்துக்கு,
அப்ஸரஸ்கள் வடிவெடுத்து அச்சுதனிடம் சென்றனர்,
போரில் வீழ்வுற்ற பெரும்பலத்தான் கடோத்கஜனும்,
மற்றவர்கள் பலருடன் மகிழ்ந்தான் வானுலகில்.

வானுலகில் தேவருடனோ வலிமைமிக்க யக்ஷருடனோ,
போனார்கள் உயிரைப் போரிலே துறந்தவர்கள்,
துரியோதனன்பால் அன்புற்று திரண்ட படைகளெலாம்,
ராட்சதர்கள் ஆகினும் அடைந்தார்கள் மேன்மை.

மேன்மை படிப்படியாய் மன்றியது துரியோதனாதிக்கு,
இந்திரலோகத்தை அடைந்தனர் அவர்களில் பலபேர்,
கேட்டவை அனைத்தும் கூறிவிட்டேன் வேந்தேயென,
தொடரவே செய்தார் தூயவர் வைசம்பாயனர்.

வைசம்பாயர் இக்கதையை வேள்வியின் நடுநடுவே,
வாய்த்ததோர் இடைவெளிகளில் விளம்பியே முடித்தார்,
வியப்பானதோர் மனநிலை வாய்த்தது ஜனமேஜெயருக்கு,
வேதியர் மந்திரமோதி வேள்வியை முடித்தனர்.

முடித்தனர் வேதியர்கள் மாபெரும் வேள்வியை,
அஸ்டிகர் என்னும் அருந்தவ முனிவர,
காப்பாற்றினார் நாகர்களை கடிதான மரணத்தினின்று,
மகிழ்ந்தார் தன்னால் முடிந்ததை செய்ததால்.

செய்ததால் வேள்விக்கு சிறப்புகள் வந்ததென,

வேதியர்கள் அனைவருக்கும் வெகுசிறந்த தட்சிணைகளை,
வழங்குதல் செய்தான் வேந்தன் ஜனமேஜெயன்,
மகிழ்ச்சியில் வேதியர்கள் மீண்டனர் உறைவிடம்.

உறைவிடம் சென்றனர் வேதியர்கள் அனைவரும்,
அவரவர்தம் இடங்களுக்கு அனைவரும் சென்றபின்னர்,
தக்ஷசீலமானதோர் நகரிலே தன்வேள்வி முடிந்ததென,
வேழமென்பதோர் நகருக்கு வேந்தன் திரும்பினான்.

திரும்பினான் வேந்தன் தரணியை ஆளுதற்கு,
எதுதான் இவ்விடத்தில் இயக்கமாக நடந்தாலும்,
அதுதான் வேறிடத்திலும் அதுபோலவே நடக்கும்,
இங்குதான் நடவாதது எங்குமே நடவாது.

நடவாது இங்கே நடவாதது வேறெங்கும்,
வரலாறு இதன்பெயரை விலம்புவது ஜெயமென்று,
விடுபட்டு வாழுதற்கு விருப்பம் உடையவர்,
கருத்துமிகு இக்கதையைக் கேட்பது அவசியம்.

அவசியம் இக்கதையை அந்தணர்கள் கற்பது,
அரசர்களும் குழந்தைகளும் அணங்குகளும் கற்கவேண்டும்,
சொர்க்கம் வேண்டுவோர் சொர்க்கத்தை அடைவார்,
வெற்றிவேண்டும் என்பார்க்கு வெற்றியே விளையும்.

விளையும் குழந்தைநலம் விரும்பும் விதத்திலே,
பிறக்கும் குழந்தை பெண்ணெனினும் ஆணெனினும்,
பெற்றிருக்கும் அருளை புண்ணியத்தை நன்னலத்தை,
அனைத்தையும் வழங்கும் அற்புதமிகு வரலாறு.

வரலாறு இதனை விளம்பியது த்வைபாயனர்,
கிருஷ்ணரென்று மறுபெயர் கொண்டவர் அம்முனிவர்,
வியாசரென்று வேதங்களை வகுத்துத் தொகுத்தவர்,
ஞானமுற்று விடுபட்ட நிகரிலாதார் வியாசமுனி.

வியாசமுனி பிறப்பெடுத்து வந்திடார் மறுபடியும்,
நெறிதனை வையத்தில் நிறுவியே நிலைநிறுத்த,
சுருக்கத்தை உருவாக்கினார் ஜெயமெனும் பாரதத்துக்கு,
பாக்களை அறுபதுலட்சம் பாடினார் பாரதத்துக்கு.

பாரதத்துக்கு அறுபதுலட்சம் பாக்கள் மொத்தத்தில்,
அமரரது உலகிலே அமைத்தவை முப்பதுலட்சம்,
பித்ரிக்களுக்கு தொகுத்தது பதினைந்து இலட்சமாகும்,
யக்ஷூர்களுக்கு பாக்கள் இலட்சம் பதினான்கு.

பதினான்கு இலட்சம் பாக்கல் யக்ஷூர்களுக்கு,
மானிடரது உலகிற்கு மொழிந்தது ஒருலட்சம்,
அமரர்களுக்கு பாரதத்தை இயம்பியது நாரதர்,
பித்ரிக்களுக்கு அசிததேவலர் பகர்ந்தார் பாரதத்தை.

பாரதத்தை ராட்சதருக்கு பகர்ந்தவர் சுகமுனிவர்,
இக்கதையை யக்ஷூருக்கு இயம்பியதும் சுகதேவரே,
மனிதருலகை பாரதம் அடைந்தது வைம்பாயனரால்,
புனிதத்துவத்தை உடைய பேருண்மை பாரதம்.

பாரதம் பகருவன பொருள்பொதிந்த கருத்துக்கள்,
நிகராகும் பாரதமே நான்மறை வேதத்துக்கு,
எவரேனும் பிராமணரை எதிரிலே அமர்த்தி,
கேட்போர்தம் விருப்பங்கள் கிடைக்கும் சௌனகரே.

சௌனகரே இந்த சரித்திரத்தை கவனத்துடன்,
கேட்டாலே ஒருவருக்கு கிடைக்கும் பெரும்புகழ்,
பக்தியுடனே பாரதத்தை பகரக் கேட்பவர்,
வானுலகிலே அடைவார் வெகுபெருத்த நலத்தை.

நலத்தை மேன்மையை நல்கும் இக்கதையை,
சிரத்தை கொண்டு சிறிதளவே கேட்டாலும்,
பாவங்களை அழிக்கும் புண்ணியத்தை அளிக்கும்,
இதனை வியாசர் இயற்றி முடித்தார்.

முடித்தார் பாரதத்தை மாமுனிவர் வியாசர்,
அழைத்தார் சுகமுனியை அறிவித்தார் இக்கதையை,
இசைத்தனர் இருவரும் இனிமைமிக்க பாரதத்தை,
தொகுத்தார் நான்குபாடல் தகைமையை பகரநதிட.

பகர்ந்திட விழைந்தால் பல்லாயிரம் தாய்தந்தையர்,
பெற்றிடச் செய்தனர் பலநூறு மைந்தர்களை,
வந்திடச் செய்தோரெலாம் வானுகம் சென்றனர்,
இவ்விக சுழற்சி எதிர்காலத்திலும் நிகழும்.

நிகழும் பல்லாயிரம் நலமிக்க மகிழ்வுகள்,
அச்சம் தருஞ்சூழல் அமையலாம் நூறுமுறை,
மூடர்தாம் இவற்றால் மனம்நொந்து வாடுவர்,
ஞானம் மிகைத்தாரின் நெஞ்சம் வருந்தாது.

வருந்தாது வாழுதற்கு வகையுண்டு என்பதை,
கரமிரண்டு உயர்த்திக் கூவி அறிவிக்கிறேன்,
எவரது செவியிலும் ஏறவில்லை என்னழைப்பு,
பொருள்வளம் மகிழ்வு பிறப்பது தருமத்தால்.

தருமத்தால் கிடைக்கும் தரணியில் மேன்மைகள்,
அச்சாத்தில் மகிழ்வில் ஆசையில் வேறெவ்விதமும்,
தருமத்தில் இருந்து தவறுதல் கூடாது,
உயிர்காத்தல் பொருட்டும் விடலாகாது தருமத்தை.

தருமத்தை அறியவேண்டும் தூயதான நித்தியமென,
சுகதுக்கத்தை பொருத்தவரை சென்றுசென்று வந்துசேரும்,
நித்தியத்துவத்தை உடையது நிகரிலாத ஜீவாத்மன்,
உடலைப் பொருத்தவரை ஒருபோதும் நித்தியமில்லை.

நித்தியமில்லை உடலானது நித்தித்துவம் ஜீவாத்மன்,
சாவித்திரியை ஒத்ததான சீர்மிக்க பாரதத்தை,
அதிகாலை எழுந்ததும் எவரொருவர் கற்றாலும்,
பிரமத்தை அடைந்து பெறுவார் நிறைநிலை.

நிறைநிலை அளிக்கும் நிகரிலாப் புண்ணியக்கடல்,
சமுத்திரத்தை ஹிமவத்தை சார்ந்ததான ரத்தினங்களுக்கு,
நிகரானவை பாரதத்தில் நவிலப்படும் கருத்துக்கள்,
இவ்வேதத்தை ஆகமத்தை இசைப்பவர் வளம்பெறுவார்.

வளம்பெறுவார் வெல்லுவார் வரலாறான பாரதத்தை,
எவரொருவர் அனுதினம் அகங்குத்து இசைத்தாலும்,
இக்கருத்திலோர் சந்தேகமும் இல்லை ஒருபோதும்,
சீலமிக்கார் அடைவது சிறப்பான நற்பலனை.

நற்பலனை அடைவார் நீரினை புஷ்கரத்தில்,
தெளிப்பதை செய்யும் தூயவராம் மேலோர்,
பாரதத்தை த்வைபாயனரின் வார்த்தைகளில் கிடைத்த,

அமுதத்தை ஒத்தென அறியவேண்டும் உலகோர்.

உலகோர் நலத்துக்கென உண்டான வரலாற்றை,
அளப்பவர் எவருமில்லை ஆழத்தில் மிகைத்தது,
புனிதத்துக்கோர் உறைவிடம் பாவங்களை அழிக்கும்,
தெய்வீகமானதோர் நிலைதரும் தூயசிந்தை அளிக்கும்.

(6)ஸ்வர்காரோஹணீக பர்வம்,, பகுதி 6

அளிக்கும் மேன்மையை ஆத்மபலத்தை பாரதமென,
அறிவித்ததும் ஜனமேஜெயன் எழுப்பினான் வினாவை,
புனிதமிகும் மாமுனியே பாரதத்தைக் கற்றறிய,
வழிவகையேதும் உண்டா விளம்பவேண்டும் சடங்குகளை.

சடங்குகளை செய்து சாத்திரமாம் பாரதத்தை,
கவனமாய் ஓதினால் கிடைக்கும் பலன்களையும்,
வரிசையாய் உரைத்தல் வேண்டும் முனிவரே,
எத்தேவரை தொழவேண்டும் எந்தெந்த பகுதிகளில்?

பகுதிகளில் கேட்டறிதல் பெற்றிடும் நிறைவின்போது,
தானங்கள் எவ்வெவற்றைத் தரவேண்டுமென நவிலுவீர்,
அவ்விதத்தில் இசைத்திட அமையவேண்டிய தகுதியென்ன?
சொல்லுங்கள் எனது சந்தேகங்களுக்கு விடைகளை.

விடைகளை வேண்டிய வேந்தன் ஜனமேஜெயனுக்கு,
பதில்களை அளித்தார் பெருமுனிவர் வைசம்பாயனர்,
பாரதத்தை இசைத்திட பொருத்தமான வழிவகையுடன்,
பலன்களை சேர்த்து பகருகிறேன் வேந்தே.

வேந்தே தேவர்கள் வந்தார்கள் பூமிக்கு,
இங்கேசெயல்முடித்து ஏகினர் வானிலகம்,
ரிஷிகளுடனே தேவர்கள் எவ்விதத்திலே பிறந்தாரெனும்,
வரலாற்றை உரைப்பது விழுப்பமிக்க பாரதம்.

பாரதம் என்னும் பெரிதான காவியத்தில்,
ஓரிடம் தன்னிலே உருத்திரரைக் காணலாம்,

ஆதித்யருடனே சாத்யர் அஸ்வினியருடனே விஸ்வதேவர்,
அகிலத்துக்கே காவலர்கள் அமைதுளார் உட்பொருளாய்.

உட்பொருளாய் ரிஷிகளும் வித்யாதரரும் குஹ்யரும்,
இசைஞராய் கந்தர்வரும் அரவமான நாகர்களும்,
சித்தகணமாய் முனிவர்களும் சீர்மிக்க ரிஷிகளும்,
தேவர்களாய் அமரர்களும் தென்படுவார் வித்யாதரருடன்.

வித்யாதருடன் தேவர்களும் வரலாற்றிலே தோன்றுவார்,
பலவகை தேவர்களும் பிரமரான முதலிறைவரும்,
தவத்தை இயற்றுவோரும் தோன்றுவர் இக்கதையில்,
அழகை உடையவராம் அப்ஸரஸ்களும் தோன்றுவர்.

தோன்றுவர் இயற்கையான தரணியின் அமைப்புகளும்,
குன்றுடனோர் மலையும் கடலும் நதியும்,
கோள்களானதோர் அமைப்புகளும் காலங்களும் ஆண்டும்,
ஆறுமானதோர் காலமும் அகிலாண்டம் அனைத்தும்.

அனைத்தும் தொகுத்து அசைவது அசையாததென,
பகுத்திடும் பல்வகைப் பொருட்களும் தோன்றும்,
தேவருடன் அசுரரும் தோன்றுவர் பாரதத்தில்,
அவர்தம் பெருமைகளை இசைத்தால் பாவந்தீரும்.

பாவந்தீரும் பாரதத்தில் பகரப்படும் தேவர்களின்,
பெயரெலாம் உரைத்து பக்தியுடன் வழிபட்டால்,
வெகுபெரும் பாவத்தை விளைத்த மாந்தருக்கும்,
அகன்றோடும் பாவங்கள் அமுதமாம் பாரதத்தால்.

பாரதத்தால் உண்டாகும் பெருத்த நலத்தினை,
பெறுவார்கள் மனதை பக்தியுடன் குவித்து,
உடலில் தூய்மையுடன் ஆரம்பமுதல் முடிவுவரை,
ஓதுதல் செய்தபின் வழங்கவேண்டும் ஸ்ரத்தம்.

ஸ்ரத்தம் செய்யவேண்டும் சீர்மிக்கார் அனைவருக்கும்,
அவரவர்தம் சக்திக்கேற்ப அளிக்கவேண்டும் தானங்களை,
பக்திமிகும் மனத்துடன் புரியவேண்டும் தானத்தை,
கொடுக்கவேண்டும் பொன்மணிகளை கறவை பசுக்களை.

பசுக்களை வெண்கல பாத்திரங்களை அளிக்கவேண்டும்,

அணிமணிகளை அணிவித்து அணங்குகளை வழங்கவேண்டும்,
வாகனங்களை மாளிகைகளை வழங்குதல் வேண்டும்,
வீட்டுமனை துணிகள் விலங்குகளை வழங்கவேண்டும்.

வழங்கவேண்டும் குதிரைகளை வேழங்களை தானமாக,
படுக்கைகளை மூடிபோட்ட பல்லக்குகளை தேர்களை,
மதிப்பை உடையதான மேன்மைமிக்க பொருட்களை,
தானமாய் வழங்கவேண்டும் தகுந்த நல்லாருக்கு.

நல்லாருக்கு அனைத்தையும் நல்கலாம் ஒருவர்,
தன்னொடு மனைவியரை தானுற்ற குழந்தைகளை,
அளிப்பது செய்யலாம் அதுகூட மிகையில்லை,
சந்தேகமற்று பாரதத்தை செவிமடுத்தல் அவசியம்.

அவசியம் மனதிலெழும் ஆத்திரத்தை அடக்குதல்,
அவ்விதம் மனதை அடக்கிய ஒருவர்,
பாரதம் கேட்டால் பெறுவார் வெற்றிகளை,
உரைக்கும் மனிதர் உத்தமராய் இருக்கவேண்டும்.

இருக்கவேண்டும் உடல்மனம் இரண்டிலும் தூயவராய்,
நடத்தையிலும் பொறுமையுடன் நல்வழியில் நடப்பவராய்,
பளிச்சிடும் வெள்ளாடையை பாங்குடன் அணிந்தவராய்,
இருக்கவேண்டும் மனதிலே ஆசைகள் அற்றவராய்.

அற்றவராய் இருக்கவேண்டும் அனைத்துக் குற்றங்களும்,
கல்வியாய் இருப்பதில் கரைதேர்ந்த வித்தகராய்,
கடவுளை நம்பும் களங்கமில் பக்தராய்,
வெறுப்பும் பொறாமையும் விலக்கியாராய் இருக்கவேண்டும்.

இருக்கவேண்டும் உடலளவில் அழகுமிகும் தோற்றத்தில்,
கடவுளருளும் தன்னடக்கமும் கருணையும் இருக்கவேண்டும்,
உண்மையும் தன்னடக்கமும் ஆசையிலா நன்னடத்தையும்,
அனைவரின் அன்புக்கும் உரியாராயும் இருக்கவேண்டும்.

இருக்கவேண்டும் மரியாதை அனைத்துக்கும் உகந்தவராய்,
தானமீனும் நற்குணமும் தகைமையும் இருக்கவேண்டும்,
அமரவேண்டும் சிரமமின்றி இருக்கவேண்டும் நோயின்றி,
முழுகவனம் செலுத்தி மாண்புடன் உரைக்கவேண்டும்.

உரைக்கவேண்டும் வார்த்தைகள் வேகத்தில் மிதமானதாக,
சிரமமேதும் இல்லாமல் சொல்லவேண்டும் வார்த்தைகளை,
இருக்கவேண்டும் வார்த்தைகளி ஏற்றமும் இரக்கமும்,
கொடுக்கவேண்டும் அழுத்தமும் கனத்த ஆற்றலும்.

ஆற்றலும் தெளிவும் இருக்கும் வார்த்தைகளை,
குழப்பம் இல்லாது கூறவேண்டும் தெளிவாக,
எழுத்தும் வார்த்தைகளும் எவ்விதமும் குழம்பாமல்,
உரைக்கும் தொனியில் இருக்கவேண்டும் இனிமை.

இனிமை உடையதாக இருக்கும் வார்த்தைகளில்,
உயிரெழுத்தாய் அறுபத்துமூன்றும் எட்டாய் சொல்லமைப்பும்,
உடையதாய் வார்த்தைகளை உகுத்தல் அவசியம்,
பாரதக்கதை ஆரம்பிக்க பக்திவேண்டும் நாரணனிடம்.

நாரணனிடம் நரனிடம் நன்கு பணிந்து,
சரஸ்வதியாம் தேவியை சிந்தையால் வணங்கி,
துவங்கவேண்டும் பாரதமெனும் தூயதான சரிதத்தை,
விளம்பவேண்டும் ஜெயமென்று வெற்றிதரும் வார்த்தையை.

வார்த்தையை ஜெயமென்று விளம்பினால் நலமுண்டு,
இவ்விதம் நற்பண்புகள் இருக்கும் ஒருமனிதர்,
பாரதமெனும் புராணத்தைப் பகர்ந்திடக் கேட்டால்,
கேட்கும் மாந்தருக்கு கிடைக்கும் அனைத்தும்.

அனைத்தும் நலமாக அமைந்திடும் கேட்பவர்க்கு,
விரதமெலாம் நோற்று வழுவாமல் கடைப்பிடித்து,
தூய்மையெலாம் செய்திடும் தகைமையை உடையவர்,
மேன்மையெலாம் உடைய மாண்பினை அடைவார்.

அடைவார் கேட்பவர் அதீத மேன்மையை,
அன்னவர் பாரதத்தின் ஒன்றாவது பருவம்,
முடிவானதோர் நிலையிலே மாண்புடன் தானத்தை,
பிராமணர் மகிழவே பாங்குடன் தரவேண்டும்.

தரவேண்டும் தானங்களை தந்தால் அதன்மூலம்,
பெறலாம் நற்பலனை பாரதத்தைக் கேட்பவர்,
அக்னிஷ்டமம் என்னும் அதிமேன்மை வேள்வியை,
இயற்றியதாம் பலனும் ஏற்படும் இச்செயலால்.

இச்செயலால் வாழுலகில் அப்ஸரஸ்கள் புடைசூழ,
பெருந்தேரில் பயணித்து போவார் எண்ணப்படி,
மகிழ்ச்சியில் தனது மனமானது நிலைத்திருக்க,
தேவர்கள் புடைசூழ தேவருலகில் நுழைவார்.

நுழைவார் தேவருலகில் நிகரிலா மேன்மையுடன்,
இரண்டானதோர் பருவம் இறுதிநிலை அடைந்தால்,
அன்னவர் அதிராத்ரமெனும் அருமைமிகு வேள்வியை,
நோற்றவர் அடையும் நற்பலனை அடைவார்.

அடைவார் நற்பலனை அமரரின் உலகிலே,
பெறுவார் நவரத்தினங்கள் பதித்ததான பெருந்தேரை,
அணிவார் வானவரின் அணிமணிகள் ஆடைகளை,
பூசுவார் வானவரின் வாசமிக்க திரவியங்கள்.

திரவியங்கள் பூசுவதால் தூயதான நறுமணத்தை,
நாற்றிசையில் பரப்பியபடி நிகரிலார் செல்லுவார்,
வாழுலகில் அவருக்கு வரவேற்பு சிறப்பாகும்,
பருவத்தில் மூன்றாவதை படித்தால் பலனுண்டு.

பலனுண்டு த்வாதசஹமெனும் பெருவிரதம் நோற்றதாக,
சொர்க்கத்து வாழ்விலே சீர்பெற்று நெடுங்காலம்,
தேவருக்கு நிகராக தாழும் வாழ்ந்திருப்பார்,
நான்காவது பருவமுடிவின் நற்பலன் பெரிது.

பெரிது வாஜபேயமென பகரப்படும் வேள்வி,
அவ்வேள்விக்கு நிகரான உயர்வு கிடைத்திடும்,
நான்காவது பருவத்தை நவின்று முடிக்கையில்,
இருமடங்கு பலனுண்டு ஐந்தாம்பருவ முடிவில்.

முடிவில் வானவரின் மிகப்பெரும் தேரேறி,
வானவர்கள் துணையுடனே வலம்வருவார் விண்ணுலகை,
சூரியன்போல் ஒளியுடன் சக்தியிலே அக்கினிபோல,
வாழுலகில் நெடுங்காலம் வாழுவார் மகிழ்வுடன்.

மகிழ்வுடன் இதைப்போல மடங்குகள் இரண்டு,
ஆறாவதாம் பருவமுடிவில் ஏற்படும் கேட்பவருக்கு,
ஏழாம்பரும் இதைப்போல அளிக்கும் மும்மடங்கு,

தரப்படும் தேரும் தோன்றும் கயிலையென.

கயிலையென மலையுச்சி காணப்படும் உயரத்துக்கு,
பெரியதான தேரினை பொன்னுலகில் பெற்றிடுவார்,
ரத்தினமென பொன்னென வைத்திருப்பார் பல்பொருள்,
பவழமென முத்தென பதித்திருப்பார் தேரில்.

தேரில் செலுத்துபவர் தனது மனதினால்,
நினைத்தால் அவ்விதத்தில் நகரும் பெருந்தேர்,
அப்ஸரஸ்கள் தேரிலே அமர்ந்திருப்பார் துணையாக,
சூரியர்போல் தேரிலே செல்லுவார் ஒளியுடன்.

ஒளியுடன் வானுலகம் ஏகுவார் ஏழாம்பருவத்தில்,
எட்டானதாம் பருவத்தின் இறுதிநிலை வரும்போது,
ராஜசூயம் செய்ததற்கு ஈடாகும் நற்பலனை,
பெற்றுதான் வானுலகில் புகுவார் பெருந்தோரில்.

பெருந்தேரில் அமைப்பு பானுவை ஒத்ததாகும்,
வெண்புரவிகள் வெண்மதியின் ஒளியை ஒத்ததாக,
அத்தேரில் பிணைத்திருக்கும் அப்ஸரஸ்கள் காத்திருப்பார்,
அவர்கள் முகங்கள் அம்புலியினும் பேரழகு.

பேரழகு வாய்த்த பாவையரின் இடுப்பிலே,
அழகுமிகு நபுராக்கள் எழுப்பும் ஓசையையும்,
பொலிவுமிகு பூமாலைகள் போடும் ஓசையையும்,
கேட்பது இயலும் களிப்பு மிகைக்கும்.

மிகைக்கும் அழகுடைய மாதரின் மடியுறங்கி,
துயிலெழும் அன்னவர் திடத்துடன் புத்துணர்வை,
பெற்றிடும் நற்பலன் பொன்னுலகில் வாய்க்கும்,
அருகிருக்கும் அப்ஸரஸ்களின் அழகுக்கு ஈடில்லை.

ஈடில்லை நற்பலன் அளவுக்கு வேறேதும்,
அஸ்வமேதிகத்தை இயற்றிய அனைத்து நற்பலனும்,
எளிதாய் கிடைத்திடும் ஒன்பதாம் பருவத்தின்,
முடிவுவரை ஒருவர் மனமடக்கி கற்றால்.

கற்றால் கேட்டால் கூறினால் அதன்மூலம்,
பொன்னில் தேர்க்காள் பொருத்திய தேரிலே,

பவழங்கள் மணிகள் பொருத்திய ஆசனத்தில்,
அப்ஸரஸ்கள் அருகிருக்க அமர்ந்து செல்லுவார்.

செல்லுவார் அத்தேரில் செம்பொன்னில் வடித்ததாக,
காற்றுக்கோர் வழிகொடுக்க கம்பிவைத்த சன்னலுண்டு,
கந்தர்வர் வானவர் கதிரவனின் ஒளிபெருக்கி,
வருவார் அத்தேரில் வழித்துணை தாமென்று.

தாமென்று வருவார் தேரிலே இந்திரரென,
வானவரது ஆடைகள் வாசனைமிகு திரவியங்கள்,
அழகுமிகு மாலைகள் அணிந்து வலம்வருவார்,
அவரது துணையாவார் அமரரும் கந்தர்வரும்.

கந்தர்வரும் தேவரும் கூடவருவார் துணையாக,
பத்தாவதாகும் பருவத்தை பாங்குடன் முடிக்கையில்,
மணிகளும் ஒலிசெய்யும் மாபெரும் தேரிலே,
கொடிகளும் பதாகைகளும் கட்டியே வலம்வருவார்.

வலம்வருவார் தங்கத்தில் வடித்ததான பெருந்தேரில்,
பவழத்திலோர் பீடம் பொருத்தியதான தேர்க்காலுடன்,
திறமிக்கார் கந்தர்வர் துதிபாடல் இசைத்திட,
அழகுமிக்கார் அப்ஸரஸ்கள் அருகிருந்து கவனிப்பார்.

கவனிப்பார் நடனத்துடன் கானங்கள் இசைத்து,
நெறிமிக்கார் வாழுதற்கு நன்கு பொருந்துவதான,
அழகுமிக்கதோர் தேரிலே அன்னவர் வலம்வருவார்,
தலையிலோர் கிரீடம் தகதகக்கும் அக்கினியென.

அக்கினியென கிரீடமும் அழகுமிக்க பொன்னணியும்,
வானவரான அமரர்களின் வாசனைமிக்க சந்தனமும்,
பலவிதமான மலர்களில் பின்னியதான வளையங்களும்,
அணிந்ததான தோற்றத்தில் அமரருலகை வலம்வருவார்.

வலம்வருவார் அமருலகை வானவரின் ஆசிகளுடன்,
அனுபவிப்பார் தேவருலகின் அனைத்து மகிழ்வுகளை,
வாழ்திருப்பார் வானுலகில் வருடங்கள் இருபத்தோராயிரம்,
இந்திரனார் அகத்திலே இருப்பார் மகிழ்வாக.

மகிழ்வாக அன்னவர் மகேந்திரரின் மண்டலத்தில்,

வலமாக அனுதினம் வெகுதூரம் செல்லுவார்,
அருகாக வானவரின் அப்ஸரஸ்கள் துணையிருப்பார்,
மண்டலமாக பலவற்றில் மகிழ்ந்து பயணிப்பார்.

பயணிப்பார் சோமனின் பரிதியின் மண்டலங்களுக்கு,
செல்லுவார் மகாதேவராம் சிவனின் மண்டலத்துக்கு,
விஷ்ணுவானவர் மண்டலத்திலும் வாழ்ந்து மகிழுவார்,
இதிலோர் சந்தேகமில்லை இயம்பியன நடக்கும்.

நடக்கும் மேற்சொன்னவை நம்பிக்கையுடன் கேட்பார்க்கு,
இதையெலாம் சொன்னவர் எந்தன் குருநாதர்,
பாரதம் உரைப்பவருக்கு பொருள்தானம் செய்யவேண்டும்,
யானைகளும் குதிரைகளும் அளிக்கவேண்டும் தேர்களுடன்.

தேர்களுடன் போக்குவரத்துக்கு தகுந்த வாகங்கள்,
அளிக்கவேண்டும் அவற்றுடன் அத்தேரினை இழுக்கும்,
விலங்குகளும் சேர்த்து வழங்கவேண்டும் உரைப்பவர்க்கு,
கைவளையம் காதணிகள் கொடுக்கவேண்டும் கனகத்தில்.

கனகத்தில் புனிதநூல் கொடுக்கவேண்டும் ஆடைகளுடன்,
அவ்விதத்தில் தனக்கு அமுதமெனும் பாரதத்தை,
உரைத்தவர்கள் மகிழ வழங்கும் தானங்களால்,
மேலுலகில் வாழலாம் மகாவிஷ்ணுவின் மண்டலத்தில்.

மண்டலத்தில் சிறந்ததான மகாவிஷ்ணு மண்டலத்தில்,
வாழுதல் இயலும் வரலாறாம் பாரதத்தை,
சிந்தையில் சிரத்தையுடன் செவிமடுக்கும் நல்லாருக்கு,
இதற்குமேல் தானங்கள் என்னென்னவென இயம்புகிறேன்.

இயம்புகிறேன் பருவத்தின் இறுதிநிலை வரும்போது,
தானந்தான் அளிக்கத் தகுந்தாரைக் கண்டறிந்து,
அளிக்கதான் உகந்ததான அனைத்து தானத்தையும்,
பெறுபவரின் தேசத்தை பிறப்பை அறியவேண்டும்.

அறியவேண்டும் ஒருவர் அகத்தின் உண்மையை,
பெருமைமிகும் நற்குணங்கள் பொருந்தியோரை மட்டும்,
தானம் பெறுவதற்கு தகுந்தவரென அழைக்கவேண்டும்,
சூத்ரியருக்கும் அவ்விதம் செய்யலாம் தானத்தை.

தானத்தைப் பெற்றிடத் தகுதிகள் உள்ளோர்க்கு,
மரியாதை செய்து மந்திரங்களை ஓதி,
வாழ்த்துக்களை பெற்றபின் வழங்கவேண்டும் தானம்,
தானத்தை அளித்தபின் துவக்கவேண்டும் பருவத்தை.

பருவத்தை முழுதாகப் பகர்ந்து முடிக்கையில்,
பிராமணரை மதிப்புடன் பக்தியுடன் தொழவேண்டும்,
உரையை நிகழ்த்தியவரை உண்ணவைக்க வேண்டும்,
ஆடைகளை திரவியங்களை அளிக்கவேண்டும் உண்ணுமுன்.

உண்ணுமுன் ஆடைகள் வழங்கி உண்ணவைத்து,
தேனும் பாயசமும் தரவேண்டும் உணவுடன்,
அஸ்திகரின் பருவம் இறுதியாகும் நேரத்தில்,
கனிகிழங்குடன் பாயசம் சர்க்கரைபொங்கல் அளிக்கவேண்டும்.

அளிக்கவேண்டும் சபாபர்வ இறுதியிலே ஹவிசை,
அபூபம் மோதகம் பூபம் வழங்கவேண்டும்,
ஆரண்யகபர்வம் முடிகையில் அளிக்கவேண்டும் கனிகிழங்கை,
அரணிபர்வம் முடிவிலே அளிக்கவேண்டும் தண்ணீர்க்குடம்.

தண்ணீர்க்குடம் அளித்தபின் தரவேண்டும் நல்லுணவை,
மேன்மைமிகும் உணவுகளை மிகவும் சிறப்பானதாக,
அளிக்கவேண்டும் பிராமணர் அகமகிழ உண்ணுதற்கு,
விராடபர்வம் முடிகையில் வழங்கவேண்டும் ஆடைகள்.

ஆடைகள் விராடபர்வ இறுதியில் வழங்கவேண்டும்,
உத்யோகபர்வத்தில் இறுதிநிலை வரும்போது தானமாக,
மாலைகள் வாசனை மிக்கதாக அளிங்கவேண்டும்,
உணவுகள் பலவற்றை உளமாற வழங்கவேண்டும்.

வழங்கவேண்டும் தேர்களை வாகனங்களை உணவுகளை,
பீஷ்மபர்வம் இறுதிநிலை பெற்றிடும் காலத்தில்,
துரோணபர்வம் முடிகையில் தரவேண்டும் நல்லுணவுகள்,
வில்லும் வாளும் வழங்கவேண்டும் தானமாக.

தானமாக நல்லுணவை தரவேண்டும் கர்ணபர்வத்தின்,
இறுதியாக முடிவுநிலை அடைந்திடும் வேளையில்,
சல்யபர்வ முடிவிலே செய்யவேண்டும் உணவுதானம்.

விதவிதமாக தின்பொருளுடன் வழங்கவேண்டும்
சர்க்கரைப்பொங்கல்.

சர்க்கரைப்பொங்கல் மட்டுமின்றி சுவைமிகுந்த கோதுமைக்கட்டி,
வழங்குதல் வேண்டும் வகைவகை பானங்களுடன்,
கதபர்வம் முடிவிலே கொடுக்கவேண்டும் நல்லுணவை,
பச்சைப்பயிரும் அரிசியும் பாங்குடன் கலந்ததாக.

கலந்ததாக நவமணிகள் கொடுக்கவேண்டும் பாரதத்தின்,
ஸ்ரீபர்வ முடிவிலே சிறப்புமிக்க நல்லாருக்கு,
அய்ஷிகபர்வ முடிவிலே அளிக்கவேண்டும் வெண்பொங்கல்,
அதுபோக உணவுகள் அளிக்கவேண்டும் சுவையுடன்.

சுவையுடன் ஹவிசை சாந்திபர்வ முடிவிலே,
வழங்கதான் வேண்டும் வந்திருக்கும் நல்லாருக்கு,
அளிக்கவேண்டும் நல்லுணவை அஸ்வமேதிகபர்வ முடிவில்,
ஆஸ்ரமவசிகம் முடியும்போது ஹவிசை அளிக்கவேண்டும்.

அளிக்கவேண்டும் மௌசலபர்வம் இறுதியில் தானங்கள்,
திரவியங்களும் மாலைகளும் தூயதாக வழங்கவேண்டும்,
மஹாப்ரஸ்தானிகம் முடிகையிலும் மாண்புடன் அதேவிதத்தில்,
வழங்கவேண்டும் திரவியங்கள் வடிவழகு மாலைகள்.

மாலைகள் திரவியங்கள் மஹாப்ரஸ்தானிக இறுதியில்,
வழங்குதல் செய்து வழிபட்டு வணங்கவேண்டும்,
ஸ்வர்கபர்வத்தில் இறுதிநிலை சாரும் வேளையில்,
ஹவிஸ்யங்கள் வழங்கவேண்டும் அன்புடன் தொழவேண்டும்.

தொழவேண்டும் ஆயிரம் தகுதிமிக்க பிராமணரை,
ஹரிவம்சம் இறுதிநிலை அடைந்திடும் வேளையில்,
அளிக்கவேண்டும் உணவுகளை ஆவினத்தை கனகத்தை,
அதிற்பாதியாம் அளவினை அளிக்கவேண்டும் ஏழைகளுக்கு.

ஏழைகளுக்கு தாங்களை அளிப்பது அவசியம்,
அனைத்து பருவங்களும் இயம்பி முடித்தபின்,
படித்து முடித்த பண்டிதர் மனமகிழ,
பாரதத்து நகலொன்றை பொன்னுடன் வழங்கவேண்டும்.

வழங்கவேண்டும் ஹரிவம்சம் வாசித்தபின் வேதியருக்கு,

அணியவேண்டும் வெள்ளாடை ஆபரணம் அணிமணிகள்,
வைகக்வேண்டும் பாரதத்தை வணங்கிடும் இடத்திலே,
போர்த்திவேண்டும் பட்டினால் பூசிக்கவேண்டும் பக்தியுடன்.

பக்தியுடன் பூசித்து பலவிதத வாசனைகள்,
மிகைத்திடும் திரவியங்களை மாலைகளை தானமாக,
அளிக்கவேண்டும் மனத்தை அமைதியில் நிலையாக்கி,
கொடுக்கவேண்டும் உணவுகளை குடிக்கும் பானங்களை.

பானங்களை மாலைகளை பாங்குடன் அளிக்கவேண்டும்,
தங்கத்தை மற்றபல தூயதான பொருட்களை,
தட்சிணையாய் ஓதியோர்க்கு தரவேண்டும் வேந்தனே,
நரநாரணை தேவர்களுடன் நவிலவேண்டும் கொடுக்கையில்.

கொடுக்கையில் பிராமணருக்கு பூமாலைகள் திரவியங்கள்,
விலைமதிப்பில் மிகைத்தவற்றை வழங்கவேண்டும் தானமாக,
பரிசுகள் உயர்வாக பாங்குடன் வழங்கவேண்டும்,
அவ்விதத்தில் செய்தால் அதிராத்ரவேள்வியின் பலனுண்டு.

பலனுண்டு ஒவ்வொரு பருவத்தின் இறுதியிலும்,
வேள்வியென்று ஒவ்வொன்றை விளைத்ததாக அன்னவர்,
ஒவ்வொரு பருவத்திலும் உற்றிடுவார் நற்பலனை,
ஓதும் மனிதருக்கு அறிவாற்றல் வேண்டும்.

வேண்டும் தெளிவான ஒலிதரும் குரல்வளம்,
எழுத்தும் வார்த்தைகளும் இயம்பும் வேளையில்,
நுல்லியம் குன்றாமல் தெளிவாய் உரைக்கவேண்டும்,
அவ்விதம் தகுந்தவர்கள் இயம்பவேண்டும் பாரதத்தை.

பாரதத்தை முடிக்கையில் பரிசுகளும் தானங்களும்,
தாராளமாய் கொடுக்கவேண்டும் தானத்தை முறைப்படி,
பாரதத்தை ஓதுபவர் போதுமென நிறைவடைந்தால்,
தானத்தைக் கொடுத்தவர்க்கு தழைக்கும் குடும்பம்.

குடும்பம் வளம்பெற்று கிடைக்கும் மேன்மைகள்,
தேவரெலாம் மனங்குளிர்ந்து தருவார் நன்னலத்தை,
பாரதம் ஓதியோர்க்கு பரிசுகள் தானங்கள்,
அளித்ததும் பிராமணருக்கு அளிக்கவேண்டும் பொருட்கள்.

பொருட்கள் அளித்து பரிவுடன் கவனித்து,
மனத்தில் மகிழ்வுவர மாண்புடன் கவனித்து,
முடித்தல் வேண்டும் மகாபாரதம் ஓதுவதை,
வினாக்கள் அனைத்துக்கும் விடைகள் அளித்தேன்.

அளித்தேன் விவரங்களை அரசனே உனக்கு,
அதைத்தான் வழுவாமல் எப்போதும் கடைப்பிடி,
பாரதத்தின் புராணத்தை பாங்குடன் கேட்கையில்,
மனத்தின் கவனம் முழுமையாக்கிக் கேட்கவேண்டும்.

கேட்கவேண்டும் கவனம் குன்றாமல் முழுக்கதையை,
மேன்மையாகும் நிலைபெற மனதிலே விருப்பமுளார்,
அதிகாசமாகும் பாரதத்தை அதிகவனமாய் கவனிக்கவேண்டும்,
அனுதினம் கேட்கவேண்டும் அமுதமெனும் பாரதத்தை.

பாரதத்தை மதிப்புடன் பேசுதல் வேண்டும்,
எவரில்லத்தை பாரதம் அடைந்தாலும் அன்னவர்,
ஜெயத்தை அடைவார் சிறிதும் மாற்றமில்லை,
பாவத்தை அழிக்கும் புனிதமிக்க பாரதம்.

பாரதம் பாவத்தைக் போக்கிடும் நன்னூல்,
புனிதமிகும் பாரதத்தால் பிறக்கும் நன்னலங்கள்,
தேவர்களும் வணங்கும் தூய்மைமிக்க பாரதம்,
நூலிலெலாம் முதன்மைகள் நிறைந்த காவியம்.

காவியம் என்னும் குற்றமிலா பாரதத்தை,
வாசிக்கும் ஒருவருக்கு வாய்க்கும் ஞானம்,
விடுதலையும் கிடைத்து வாழ்வு மேன்மையுறும்,
மாற்றமேதும் இல்லை மொழிந்ததான உண்மையில்.

உண்மையில் சிறந்த உயர்வானது பாரதம்,
வரலாறுகள் அனைத்திலும் வெகுமேன்மை வாய்த்தது,
மேன்மைகள் உடைய மகாபாரதம் என்பதாக,
உரைத்தல் செய்வார்க்கு ஒருபோதும் தாழ்வில்லை.

தாழ்வில்லை பாரதத்தை தாயாகும் பூமியை,
பசுவினை சரஸ்வதியை பிராமனரை கேசவரை,
மேன்மை உடையோரென மொழிந்து போற்றினால்,
ஹரியை உரைக்கும் அறமிக்கது பாரதம்.

பாரதம் போலவே பரந்தாமன் நாரணனை,
வேதமும் ராமாயணமும் விளம்பும் பெருமையாக,
பாரதமும் அவ்விதமே போற்றும் நாரணனை,
துவக்கும் நடுமுடிவில் தாமோதரனை போற்றும்.

போற்றும் பாரதம் பரந்தாமன் விஷ்ணுவை,
ஸ்ருதிகளும் ராமாயணமும் ஜெயமெனும் பாரதமும்,
உரைக்கும் நாரணனின் உன்னத மேன்மையை,
கேட்கும் மாந்தருக்கு கிடைக்கும் மேன்மை.

மேன்மை கொண்டதான மகாபாரதம் ஒருவருக்கு,
நெறிகளைக் காட்டும் நிறைவை அளிக்கும்,
பாவத்தை அழிக்கும் புண்ணியத்தைப் பெருக்கும்,
வளமை வேண்டுவோர் ஓதவேண்டும் பாரதத்தை.

பாரதத்தை ஓதினால் புரிந்த பாவங்கள்,
உடலை மனதை வார்த்தை வழியாக,
என்னவகை ஆகினும் அனைத்தும் பொசுங்கும்,
சூரியனைக் கண்டதும் சென்றுவிடும் இருள்போல.

இருள்போல இருக்கும் அனைத்து பாவங்களும்,
மேன்மையுள பாரதத்தால் முழுதாக விலகும்,
புராணமென இருக்கும் பதினெட்டை ஓதிடும்,
பலன்களென இருப்பதெலாம் பெறலாம் பாரதத்தால்.

பாரதத்தால் விஷ்ணுபக்தர் பெறுவார் வெகுமேன்மை,
புராணங்கள் பதினெட்டால் பெறப்படும் அளவுக்கு,
சந்தேகங்கள் வேண்டாம் சொன்னவை உண்மை,
ஆண்பெண்கள் எவரெனினும் அடைவார் விஷ்ணுவை.

விஷ்ணுவைப் போற்றி விளம்பும் பாரதத்தை,
நற்குழந்தை வேண்டும் நங்கையர் கேட்கவேண்டும்,
முடிவை அடைகையில் முடிந்தவரை ஒருவர்,
தட்சிணை அளிக்கவேண்டும் தமக்கு உரைத்தவர்க்கு.

உரைத்தவர்க்கு நிலத்தை வழங்கலாம் தட்சிணையாக,
பூதானத்துக்கு சமமாக பிறிதேதும் தானமில்லை,
தங்கத்து தட்சிணையும் தரலாம் ஓதுவோர்க்கு,

கபிலப்பசுவொடு கன்றினை கொடுக்கலாம் தட்சிணையாக.

தட்சிணையாக வெகுபொருள் தந்திடும் ஒருவர்,
சிரத்தையாக பாரதத்தை சிந்தித்து உணர்ந்தால்,
விஷ்ணுவான இறைவராக விழுப்பத்தை அடைவார்,
பதினொன்றாவது பித்ரிக்களும் பெறுவார் விழுப்பம்.

விழுப்பம் கிடைத்து வாழுவார் சுற்றத்துடன்,
மனைவியும் குழந்தைகளும் மாண்புடைய சுற்றமும்,
பெற்றிடும் அன்னவர் பெருமையுடன் வாழுவார்,
பாரதம் முடித்ததும் புரியவேண்டும் ஹோமம்.

ஹோமம் புரியவேண்டும் அங்கங்கள் பத்துடன்,
பிரமஹத்தியாம் பாவத்தை புரிந்தவரென இருந்தாலும்,
மகாபாரதம் கேட்பதால் மாபாதகத்தின்றும் விடுதலை,
கிடைக்கும் ஆதலால் கேட்கவேண்டும் பாரதத்தை.

பாரதத்தை கேட்டால் பாதகத்தில் மாபாதகம்,
குருபத்தினியை புணர்ந்த கொடும்பாவமும் தீரும்,
சாராயத்தை குடிப்பவரும் சீர்பட்டு நலம்பெறுவார்,
திருடரை சண்டாளரையும் தூயவராய் மாற்றும்.

மாற்றும் பாவங்களை மாபாரதமாம் சரிதம்,
எவ்விதம் இருளானது ஆதவனால் விலகுமோ,
அவ்விதம் பாவங்கள் அகலும் பாரதத்தால்,
சந்தேகம் ஏதுமில்லை செல்லுவார் விஷ்ணுவிடம்.

விஷ்ணுவிடம் சென்று வாழ்ந்திருப்பார் மகிழ்வில்,
விஷ்ணுமண்டலம் தன்னிலே விஷ்ணுவே தாமென்று,
மகாஞானம் பொருந்தி மாண்புடன் உறைந்திருப்பார்,
சகலமும் விஷ்ணுவென சஞ்சரிப்பார் வைகுண்டத்தில்.

முடிவுரை/ இறைவணக்கம்

வைகுண்டத்தில் இருக்கும் விஷ்ணுவைப் பணிந்து,
நரனிடத்தில் பக்திசெய்து நெஞ்சார வணங்கி,
சிந்தையில் சரஸ்வதியின் சீர்கழல்கள் பணிந்து,
வெற்றிகள் வாய்க்குமென விளம்பவேண்டும் ஜெயமென்று.

ஜெயமென்று சொல்லப்படும் சீர்மிகுந்த வரலாற்றில்,
புதையலென்று கருத்துக்கள் பொதிந்து கிடக்கின்றன,
ஞானமென்ற நன்னிலையை நண்ணுதற்கு விருபுவோர்,
சீலங்கொண்டு கற்கவேண்டும் சீர்மிகுந்த பாரதத்தை.

பாரதத்தை அளவிடுதல் புத்திக்கு இயலாது,
சீரகத்தை உடையோர் சிந்தையை குவித்து,
நாரணனை சம்புவை நான்முகனை பக்திசெய்து,
மேன்மைகளை அடைய மிகத்துணை பாரதம்.

பாரதம் கொண்டிருக்கும் பகுதிகள் அனைத்தையும்,
உள்ளவிதம் மொழிமாற்றி உரைத்தேன் தமிழிலே,
என்னவிதம் மூலத்தில் இருந்தாலும் அதேவிதம்,
தெரிந்தவிதம் மொழிபெயர்த்து தமிழாக்கி வைக்கிறேன்.

வைக்கிறேன் பாரதத்தை வளமிக்க தமிழிலே,
எழுத்துகளின் பிழைகளும் இருக்கலாம் அல்லது,
இலக்கணத்தின் பிழைகளும் ஏற்படலாம் ஆதலால்,
பிழைகளின் நிமித்தம் பகருவீர் மன்னிப்பு.

மன்னிப்பு மேலும் மனமாறக் கோருகிறேன்,
புராணத்து கதைநடுவே பிறர்மனதை பாதிக்கும்,
இடக்கு நிறைந்தநிலை இருப்பு கண்டாலும்,
மறைத்து வைக்காமல் மொழிபெயர்த்து உரைத்ததற்கு.

உரைத்ததற்கு எனக்கு உறுதுணை சிவபெருமான்,
கரைகாணந்து நிற்கும் கடலான பாரதத்தை,
விளம்புதற்கு எனக்கு வழங்கினார் ஆற்றலை,
சம்புவுக்கு எந்தன் சம்பூரண வணக்கம்.